ஜான் எச். அர்னால்டு

வரலாறு

மிகச் சுருக்கமான அறிமுகம்

தமிழில்

பிரேம்

அடையாளம்

Varalaaru: Mikach Curukkamana Arimugam(Tamil) • History: A Very Short Introduction in English by John H.Arnold • © John H.Arnold, © Tamil Translation: adaiyaalam • Translated by Prem • Tamil Text Editor: N. Murugesa Pandian • First Published in Tamil 2010, Reprint 2013 • Book Design: The Papyrus • Printed at Adaiyaalam Press, India.

Varalaaru was originally published in English in 2000. This Translation is published by arrangement with Oxford University Press., UK.

Published by Adaiyaalam, 1205/ 1 Karupur Salai, Puthanatham 621310, Tel: (+91) 04332 273444 email: info@adaiyaalam.net

ISBN: 978 81 7720 044 7

Published with financial assistance from the State Government of Tamilnadu, Department of Tamil Development.

Price: ₹ 90

வரலாறு: மிகச் சுருக்கமான அறிமுகம்

'கடந்த காலத்தையும் நிகழ்காலத்துடன் அதற்குள்ள உறவையும் புரிந்துகொள்ளுவதென்னும் மனித குலத்தின் மிகமிக முக்கியமான தேடுதல் பற்றிய ஊக்கமும் தூண்டுதலும் அளிக்கக்கூடிய ஓர் அறிமுக நூல் இது. சான்றுகளும் துல்லியமான ஆய்வுமுறையும் மிகத் தெளிவாக இதில் கலந்தளிக்கப்பட்டுள்ளன.'

டேவிட் லோவென்தால், பல்கலைக்கழகக் கல்லூரி, லண்டன்

'வரலாற்றை எழுதுவதில் உள்ள அடிப்படைச் சிக்கல்களை தெளிவான இலகுவான நடையில் எடுத்துரைக்கும் இந்நூல் ஆர்வமூட்டக்கூடியதாக, உயிர்ப்புடையதாக, மிக இலகுவாக படிக்கக்கூடிய வகையில் அமைந்துள்ள அதிக ஈடுபாட்டைத் தூண்டும் ஒன்று. வரலாற்றை வாசிக்கத்தூண்டும் இதன் அழைப்பு தவிர்க்க முடியாத ஒன்றாகத்தான் உள்ளது.'

பீட்டர் பர்கே, இம்மானுவல் கல்லூரி, கேம்ப்ரிட்ஜ்

'சில ஆயிரமாண்டுகளின் நிகழ்வுகளும் லட்சக்கணக்கான நூல்களும் மறைந்துபோயின, எண்ணற்ற வாழ்க்கைகள் முடிந்துபோயின, சொல்லுவதற்கு முடிவற்ற கதைகள் உள்ளன. வரலாறு: எங்கிருந்து தொடங்கப்படக்கூடியது? ஜான் அர்னால்டின் வரலாறு: மிகச் சுருக்கமான அறிமுகம் இதற்காக அருமையான ஒரு சிறு பதில். தெளிவாகவும் கருத்துச் செறிவோடும் எழுதப்பட்டுள்ள இந்நூல் தமக்கான வரலாற்று விடைகளைத் தேடும் மாணவர்களுக்குள் நம்பிக்கையைத் தூண்டும்.'

டோரோதி போர்ட்டர், பிர்க்பெக் கல்லூரி, லண்டன்.

'வரலாறு ஏன் முக்கியப்படுகிறது, அதனை வாசிப்பதில் உள்ள உள்ளார்ந்த சிக்கல்கள் எவை என்பதைப் பற்றி விவாதிப்பதில் இந்நூல் தனித்தன்மை உடையதாகவும் கவர்ச்சியான தாகவும் அமைந்துள்ளது. விளக்கமாகவும் சிந்தனையைத் தூண்டும் வகையிலும் அமைந்துள்ள இந்நூல் பாராட்டிற்குரியது.'

பால் ஃபிரீட்மன், யேல் பல்கலைக்கழகம்.

மிகச் சுருக்கமான அறிமுகங்கள், புதிய துறைகளை அறிந்திட ஆர்வத்தைத் தூண்டும் இலகுவான வழி; முக்கியமான விஷயங்களைக் கற்க விரும்பும் எல்லோருக்கும் தேவைப்படும் அடிப்படையான நூல்கள்; துறை வல்லுநர்களால் எழுதப்பட்டு, உலகம் முழுவதும் இருபத்தைந்துக்கும் மேற்பட்ட மொழிகளில் வெளியிடப்பட்டுள்ளன.

தமிழில் 2005இல் துவங்கும் இத்தொடரில் வரலாறு, தத்துவம், சமயம், அறிவியல் போன்ற பல்வேறு துறைகளின் பரந்த வகைகளிலான தலைப்புக்களில் நூல்கள் வெளிவர உள்ளன. பழங்கால கிரேக்கம், இந்தியத் தத்துவத்திலிருந்து கருத்தாக்கக் கலை, அண்டவியல் வரையிலான எல்லாவற்றிற்குமான இச்சுருக்கமான அறிமுகம் அடுத்த சில ஆண்டுகளில் 200 தொகுதிகளைக் கொண்ட ஒரு நூலகமாக வளரும்.

இப்போது தமிழில் கிடைக்கும் மிகச் சுருக்கமான அறிமுகங்கள்:

சமூக-பண்பாட்டு மானிடவியல்
ஜான் மோனகன், பீட்டர் ஜஸ்ட்
தமிழில்: பக்தவத்சல பாரதி

இந்துமதம் கிம் நாட்
தமிழில்: டி.கே. ரகுநாதன்

பௌத்தம் தாமியென் கோவ்ன்
தமிழில்: சி. மணி

புத்தர் மைக்கேல் கேரிதர்ஸ்
தமிழில்: சி. மணி

பாசிசம் கெவின் பாஸ்மோர்
தமிழில்: அ. மங்கை

ஃப்ராய்ட் அந்தோனி ஸ்டோர்
தமிழில்: சி. மணி

வரலாறு ஜான் எச். அர்னால்டு
தமிழில்: பிரேம்

தத்துவம் எட்வர்டு கிரெய்க்
தமிழில்: சே. கோச்சடை

இறையியல்
டேவிட் எஃப். ஃபர்ட்
தமிழில்: சூசைமாணிக்கம்

அரசியல் கென்னத் மினோக்
தமிழில்: ஆனந்தராஜ்

இலக்கியக் கோட்பாடு
ஜானதன் கல்லர்
தமிழில்: ஆர். சிவகுமார்

கலைக் கோட்பாடு
சிந்தியா ஃப்ரிலேண்ட்
தமிழில்: செ. பாபு ராஜேந்திரன்

உலகமயமாக்கல்
மான்ஃப்ரட் பி.ஸ்டெகர்
தமிழில்: க. பூரணச்சந்திரன்

உளவியல்
கில்லியன் பட்லர்,
ஃபிரிதா மெக்மெனஸ்
தமிழில்: டி.ஐ. ரவீந்திரன்

பின் காலனியம் யூங்
தமிழில்: அ. மங்கை

பின் நவீனத்துவம்
கிறிஸ்தோஃபர் பட்லர்
தமிழில்: பிரேம்

பின் அமைப்பியல்
கேதரின் பெல்ஸி
தமிழில்: அழகரசன்

பயங்கரவாதம்
சார்லஸ் டவுன்செண்ட்
தமிழில்: ஞாநி

தொல்லியல் பவுல் பாஹ்ன்
தமிழில்: சு. ராஜவேலு

ஜனநாயகம் பேனட் க்ரிக்
தமிழில்: த. ஜெயராமன்

அம்மா, அப்பா, ரூத் மற்றும் விக்டோரியாவுக்கு

அறிமுகமும் நன்றியும்

வரலாற்றைப் பற்றி ஒருவர் பொதுவாக மூன்று வகையான நூல்களை எழுத முடியலாம். ஒன்று 'எப்படி எழுதுவது' என்ற வழிகாட்டி நூல். மற்றது அறிவுக் கோட்பாடுகள் பற்றிய தத்து வார்த்தமான ஆய்வு. மூன்றாவது ஒரு குறிப்பிட்ட அணுகு முறையை ஆதரித்து வைக்கப்படும் வாதம். இந்த மூன்று வகையிலிருந்தும் சிறிதளவு எடுத்துக்கொண்டபோதும் வரலாற்று அறிமுகம் என்ற வகையில் இந்நூல் எந்த ஒரு வகையிலும் முழுமையாக அடங்குவதாகக் கொள்ளமுடியாது. இருந்தபோதும் முழுமையாகப் பார்க்கும்போது இந்நூல் ஆர்வமூட்டக்கூடிய ஒன்றாக அமைக்கப்பட்டுள்ளது. இங்கு எழுதப்பட்டுள்ளது வரலாறு என்றால் என்ன; அது எப்படி ஆய்வு செய்யப்பட்டுள்ளது; அது எதற்காக என்பவை பற்றிய எனது அணுகுமுறைகளை எடுத்துரைக்கிறது. என்றாலும்கூட பின்பற்ற வேறுவகையான வழிமுறைகள் உள்ளன என்பது பற்றியும், கண்டுபிடிக்க வேறுவகையான வாதங்கள் உள்ளன என்பது பற்றியும் சுட்டிக்காட்ட நான் எப்போதும் முயன்றிருக் கிறேன். இதனால் இன்னும் கூடுதலாகத் தேடிக்காண வேண்டும் என்ற தூண்டுதல் வாசகருக்கு ஏற்படலாம் என்று நம்புகிறேன்.

இந்நூல் சற்றே நெகிழ்ச்சியான முறையில் மூன்று பகுதி களாக அமைக்கப்பட்டுள்ளது. முதல் மூன்று அத்தியாயங்கள் சில குறிப்பிட்ட கேள்விகளை எழுப்பவும் வாசகர்களின் கவனத்தை ஈடுபடவைக்கவும் கடந்த காலத்தில் வரலாறு

என்னவாக இருந்து வந்திருக்கிறது என்பதைச் சுருக்கமாக விளக்கவும் அமைக்கப்பட்டவை. நான்காம், ஐந்தாம் அத்தியாயங்கள் ஒருவர் வரலாற்றை அணுகும்போது முதலில் ஆதாரங்களை எப்படிக் கையாள்வது; இரண்டாவது விளக்கங் களை எப்படி கண்டறிவது போன்றவை எப்படி அமையலாம் என்பதைப் பற்றி விளக்க முயல்கின்றன. கடைசி அத்தியாயம் வரலாறு, உண்மை ஆகியவற்றின் தகுதி பற்றியும், பொருள் பற்றியும், வரலாறு எவ்வாறு முக்கியம் பெறுகிறது என்பது பற்றியும் சில சிந்தனைகளை அளிக்கிறது.

இந்த அத்தியாயங்கள் முழுமையடைவதற்கு முன்பே பல வாசகர்களைப் பெற்றுவிட்டன. என்னை வெவ்வேறு தலைப்புகளில் மேலும் சிந்திக்க வைத்தவர்களுக்கு நான் கடன்பட்டவனாகியிருக்கிறேன். கிழக்கு நாடுகளில் ஆங்கிலக் குடியேற்றம் பற்றிய துறையில் நிபுணத்துவம் பெற்ற பார்பரா மாக் அல்லன் என்னை ஜியோர்ஜ் பர்டெட் விசாரணை பற்றி வாசிக்கத் தூண்டினார். குறிப்பாக அவருக்கு நன்றிசொல்ல வேண்டும். அவருடைய தாராளமான உதவி கிடைத்திரா விட்டால் 4ஆம் அத்தியாயம் எழுதப்பட்டிருக்காது. மற்ற பிழைகள் அங்கொன்றும் இங்கொன்றும் காணப்படுவதற் கெல்லாம் நானே முழு பொறுப்பு.

இதேபோல் எனது பிழைகளில் பங்கு இன்றி நன்றிக்கு மட்டும் உரியவர்களில் இவர்கள் அடங்குவார்கள்: எட்வர்ட் அக்டோன், காத்தரின் பென் சோன், பீட்டர் பில்லர், ஸ்டீபன் சர்ச், ஷெல்லி காக்ஸ், சிம்சன் க்ராப்ட்ரி, ரிச்சர்ட் க்ரோக்கெட், ஜியோஃப் க்யூபிட், சீமோன் டிச்ஃபீல்ட், விக்டோரியா ஹோவெல், க்ரிஸ் ஹம்பெரி, மார்க் நைட், பீட்டர் மார்டின், சீமோன் மிடில்டன், ஜியோர்ஜ் மில்லர், கரோல் ராகிளிஃப், ஆண்டி வுட் மற்றும் முகமறியாத வாசகர்களைப் பெற்றுத்தந்த ஆக்ஸ்போர்ட் பல்கலைக்கழகப் பதிப்பகம். எனக்கு வரலாறு பற்றிக் கற்பித்தமைக்காக யோர்க் பல்கலைக்கழகத்தின் வரலாற்றுத் துறை மற்றும் மத்திய கால ஆய்வு மையத்தைச் சார்ந்த பேராசிரியர்களுக்கும் மாணவர்களுக்கும் நன்றி சொல்ல வேண்டும், அதேபோல் கிழக்கு அங்கிலியா பல்கலைக் கழக வரலாறு மற்றும் ஆங்கில அமெரிக்க ஆய்வுப் புலப் பேராசிரியர்கள் மற்றும் மாணவர்களுக்கும் நன்றி சொல்ல

வேண்டும். கடைசியாக, எப்பொழுதும் என்னுடன் வரலாறு பற்றி விவாதிப்பதிலும் என்னுடைய பார்வை எப்படிப் பிழையானது என்று சொல்லுவதிலும் விருப்பமுள்ள என் தந்தையாருக்கு நீண்டகாலமாக நான் கொண்டுள்ள நன்றிக் கடனையும் தெரிவிக்க வேண்டும்.

பொருளடக்கம்

விளக்கப்படப் பட்டியல் **xii**
1. கொலை மற்றும் வரலாறு பற்றிய கேள்விகள் **1**
2. டால்ஃபின்களின் வாலிலிருந்து அரசியலின் கோட்டை நோக்கி **21**
3. மெய்யாக அது எப்படி இருந்தது: உண்மை, ஆவணக் காப்பகம், பழம்பொருள் மோகம் **47**
4. பேச்சுக்களும் அமைதிகளும் **79**
5. ஆயிரம் மைல் பயணங்கள் **111**
6. பூனைகளைக் கொல்லுதல் அல்லது கடந்தகாலம் என்பது அயல் நாடா? **133**
7. உண்மையைச் சொல்லுதல் **158**

பார்வை நூல்கள் **179**
விரிவான வாசிப்புக்கு **182**

விளக்கப்படப் பட்டியல்

1 லாங்குதோக் பகுதியின் மத்தியகால வரைபடம் 5
எடுக்கப்பட்ட நூல்: திருச்சபை மறுப்பு, சிலுவைப் போர், திருச்சபைத் தண்டனை, டபிள்யு.எல்.வேக்ஃபீலட், 1974

2 புனித தொமினிக் கதார் சமய திருச்சபை மறுப்பாளர்களுடன் போரிடுகிறார் 13
மியூசோ தெல் பிராதோ, மட்ரிட், புகைப்படம். உரிமை பெற்றது.

3 மனிதனின் ஆறு யுகங்கள் 26
பிரிட்டிஷ் நூலகத்தின் அனுமதிபெற்றது, நூல் எண் ஏட்ஸ் தாம்ப்ஸன் 31, f.76

4 அதிர்ஷ்டச் சக்கரம் 28
வில்லியம் தே பிரஸ்லேயின் கேம்ப்ரிட்ஜ், ஃபிட்ஸ் வில்லியம் அருங்காட்சியகப் பொறுப்பாளர் அனுமதியுடன் பதிப்பிக்கப்பட்டது

5 பேயோ திரை ஓவியம் 30
பேயோ அருங்காட்சியகம், புகைப்படம்: ஏகேஜி லண்டன்/ எரிக் லெஸ்ஸிங்

6 குதிரை மீது வீற்றிருக்கும் பார்த்தோலோமியோ கோலியோனியின் சிற்பம் 39
கம்போதி சான் ஜிவே வன்னி ஏ பவோலோ, வெனிஸ். புகைப்படம்: அர்சிவி அலினரி, ஃப்ளோரன்ஸ்

7 ழான் போதின் 41
பாரிஸ் தேசிய நூலகம். புகைப்படம்: ஏகேஜி லண்டன்

8 ஹெரோடோடஸும் துசிடைடஸ்ஸும் 44
   நேப்பிள்ஸ், தேசிய வரலாற்று அருங்காட்சியகம். புகைப்படம்: அர்சிவி அலினரி

9 லியோபோல் வான் ரங்கே 48
   சிராகஸ் பல்கலைக்கழக நூலகம்

10 ஓலே வோர்ம் பழம்பொருள் அரங்கம்:
   அதிசயங்களின் அறை 52
   பிரிடிஷ் நூலகத்தின் அனுமதி பெற்றது

11 வில்லியம் காம்டென் 56
   தனியார்சேகரிப்பு, புகைப்படம்: கோர்டால்ட் கலை நிறுவனம்

12 காம்டெனின் பிரிட்டானியா தொகுப்பில் உள்ள பிரிட்டனின்
   வரைபடம் 58
   பிரிட்டிஷ் நூலக அனுமதி பெற்றது, புத்தக எண் 577 f.1

13 வோல்தேர் 62
   ஹூல்டோன் கெட்டி

14 எட்வர்ட் கிப்போன் 67
   புகைப்படம் © பிரிட்டிஷ் அருங்காட்சியகம்

15 யார்மௌத் சபைக்குறிப்பிலிருந்து ஒரு பகுதி 87
   நார்ஃபோல்க் பதிவேடுகள் அலுவலகம், Y/C 19/6, f.327r.

16 ஜான் விந்த்ரோப் 97
   நன்றி: அமெரிக்கன் பழம்பொருள் ஆய்வாளர்கள் சங்கம்

17 தலைகீழான உலகம் 125
   பிரிட்டிஷ் நூலக அனுமதிபெற்றது. நூல் எண்: TTE.372 (19)

18 கொடுரத்தின் நான்கு கட்டங்கள் 134
   பியேர்போன்ட் மோர்கன் நூலகம். புகைப்படம்: ஆர்ட் ரிசோர்ஸ், நியூயார்க்

19 சோஜோர்னெர் ட்ரூத் (Sojourner Truth) 162
   நேஷனல் போட்ரெய்ட் காலரி, ஸ்மித்சோனியன் நிறுவனம்

அத்தியாயம் 1

கொலை மற்றும் வரலாறு பற்றிய கேள்விகள்

இது ஓர் உண்மைக்கதை. 1301ஆம் ஆண்டு தரஸ்கோன் பகுதியைச் சேர்ந்த தனது கிராமமான பைரேனியனிலிருந்து கில்கம் தே ரோதே(Guilhem de Rodes) ஃபிரான்ஸின் தென் பகுதி நகரமான பாமியேர்ஸ் நோக்கி விரைந்து சென்றான். அங்குள்ள டொமினிக்கன் மடத்தில் துறவியாக இருந்த தனது சகோதரன் ரெய்மோன்த்தைச்(Raimond) சந்திப்பதற்காகப் போய்க் கொண்டிருந்தான். ஆரியேழ் ஆற்றை ஒட்டிய ஒற்றையடிப் பாதை வழியாக முப்பது கிலோ மீட்டர்களுக்கு மேல் செல்லவேண்டிய பயணம் அது. கால்நடையாகச் சென்றதனால் கில்கம் தான் செல்லவேண்டிய இடத்தை அடைய ஒரு நாளாவது ஆகும். ஆனால் அவனுடைய பயணத் திற்கான காரணமோ அவசரமானது: தாங்கள் இருவரும் கடுமையான ஆபத்தில் சிக்கியிருக்கிறோம் என்று எச்சரிக்கை தரும் கடிதம் ஒன்றை அனுப்பியிருந்தான் அவனது சகோதரன். அவன் உடனே புறப்பட்டு வரவேண்டும்.

பாமியேர்ஸ்ஸில் உள்ள மடத்தை அவன் அடைந்தபோது அவனது சகோதரன் அதிர்ச்சியளிக்கக்கூடிய செய்தியை வைத்திருந்தான். சமீபத்தில் அந்த மடத்திற்குப் பெகுயின்துறவி (துறவி போன்ற, ஆனால் அதிகாரப்பூர்வமான சமயப்பிரிவு எதையும் சாராத சமயப் பணியாளர்) ஒருவர் வந்துசென்றதாக

ரெய்மோன்த் அவனிடம் சொன்னான். கில்கம் தெழான் (Guilhem Dejean) என்று அழைக்கப்பட்டவன், சகோதரர்கள் இருவருக்கும் கடுமையான மிரட்டல் ஒன்றை விடுத்திருந் தான். மோன்த் தேலு பகுதியிலுள்ள பைரேனியன் கிராமத்தைச் சேர்ந்த பியர் மற்றும் கில்கம் அத்திர்(Pierre and Guilhem Autier) என்ற இரு திருச்சபை மறுப்பாளர்களைப் பிடிப்பதற்கு டொமினிக்கன் சபையினருக்கு அவன் உதவி செய்வதாகச் சொல்லியிருந்தான். அந்த மலைப்பகுதி கிராமங்களில் இரவு தங்குவதற்கு இடமளித்த ஒருவன், அவன் திருச்சபை மறுப்பாளர்களின் மார்க்கத்தில் சேர விரும்பலாம் என்ற எண்ணத்தில் அப்பாவித்தனமாக அவர்களை அறிமுகப்படுத்தி வைப்பதாகச் சொன்னான். அதனால் தெழானுக்குத் திருச்சபை மறுப்பாளர்களைப் பற்றித் தெரிந்திருந்தது. தெழான் அத்திர் சகோதரர்களைச் சந்தித்ததுடன் அவர்களின் நம்பிக்கையையும் பெற்றிருந்தான், இப்போது அவனால் அவர்களைக் காட்டிக் கொடுக்கமுடியும்.

ஆனால் திருச்சபை மறுப்பாளர்களுக்கு உளவுவேலை பார்க்கிறவன் அந்த மடத்தில் இருப்பதாகத் தெழான் கூறியதுதான் ரெய்மோன்த்தை உண்மையில் பயமுறுத்தியது. அத்திர் சகோதரர்களின் நண்பனும் வெகுசன சமயத்தின் உறுப்பினனுமான அவனுடைய சகோதரன் மூலம் அந்த உளவாளி திருச்சபை மறுப்பாளர்களுடன் தொடர்பு வைத் திருப்பதாகப் பெகுயின் துறவி சொல்லியிருந்தான். அந்தச் சகோதரன் கில்கம் தே ரோதே; சந்தேகத்திற்குரிய அந்த உளவாளி ரெய்மோன்த் தே ரோதே. இது உண்மையா? – பயந்து போயிருந்த ரெய்மோன்த் கேட்டான். 'திருச்சபை மறுப்பாளர் களுடன் உனக்கு ஏதும் தொடர்பு இருந்ததா?' கில்கம் தே ரோதே 'இல்லை' என்று பதில் சொன்னான். 'அந்தப் பெகுயின் துறவி ஒரு பொய்யன்'.

இதுவே ஒரு பொய். கில்கம் தே ரோதே திருச்சபை மறுப்பாளர்களை 1298ஆம் ஆண்டின் இளவேனிற் காலத்தில் முதன்முதலாகச் சந்தித்தான். அவர்களுடைய போதனைகளை அவன் கேட்டான். அவர்களுக்கு உணவும் உறைவிடமும் அளித்தான். உண்மையில் அவன் அவர்களுக்கு உறவுக் காரனும்கூட. அவர்கள் அவனுடைய சிறிய தந்தையர்கள்.

அத்திர் சகோதரர்கள் முன்பு ஆரியேழ் ஆற்றையொட்டிய சிறு கிராமங்களில் போதனை செய்ததன் மூலம் குறிப்பிடப்படும் படியாக அடையாளம் காணப்பட்டவர்கள். சமீபத்தில் அவர்கள் லோம்பார்தியிலிந்து திரும்பி வந்திருந்தார்கள். லோம்பார்தியில் இருந்தபோது பதின்மூன்றாம் நூற்றாண்டில் ஃபிரான்ஸில் செல்வாக்குடன் இருந்த கதார் சமயத்திற்கு அவர்கள் மாறியிருந்தார்கள், ஆனால் திருச்சபை தண்டனைப் படையினரின் கவனிப்பால் சமீப காலத்தில் அந்தச் சமயம் மறைந்து போயிருந்தது. பியர் மற்றும் கில்கம் அத்திர் சகோதரர்கள் மீண்டும் அதனை வளர்த்தெடுக்கும் பணியைத் தொடங்க இருந்தார்கள்.

கதாரிசம் என்பது கிறித்துவ சமயத்திற்குள் ஒரு கலகப் பிரிவு. அச்சமய நம்பிக்கையைப் பின்பற்றியவர்கள் தங்களை உண்மையான கிறிஸ்தவர்கள் என்று அழைத்துக் கொண்ட துடன் அப்போஸ்தலர்களின் இறைப்பணியைச் செய்யக் கூடிய உண்மையான வழித்தோன்றல்கள் தாங்களே என்றும் நம்பினார்கள். மேலும் அவர்கள் இரு கடவுள்கள் இருப்ப தாகவும் நம்பினார்கள். ஒருவர் ஆவியைப் படைத்த தூய கடவுள்; மற்றவர் பொருட்கள் அனைத்தையும் படைத்த தீயகடவுள். இந்த இருமை நம்பிக்கையானது சம்பிரதாயமான ரோமன் கத்தோலிக்க நம்பிக்கைக்கு எதிர்க்கோட்பாடாக இருந்தது. இதோடு இல்லாமல் கதார் சமயத்தினர் ரோமன் கத்தோலிக்கத் திருச்சபை சீரழிந்துவிட்டது என்றும் நம்பினர். அதனை 'பாபிலோனின் வேசி' என்று அழைத்தனர். பதின் மூன்றாம் நூற்றாண்டின் தொடக்கக் காலத்தில் ஃபிரான்ஸின் தெற்குப் பகுதியில் பல்லாயிரக்கணக்கான கதார் சமயத்தினர் இருந்தனர். மேலும் அதன் மீது நம்பிக்கை கொண்டவர்கள் இன்னும் அதிகமாக இருந்து வந்தனர். பதினான்காம் நூற்றாண் டின் தொடக்கத்தில் எப்படியோ பதினான்கு கதார் சமயத்தினர் மட்டுமே பிழைத்திருந்தனர். அவர்களில் பலர் பைரேனியன் கிராமங்களில் பதுங்கி இருந்தனர். இருந்தபோதும் அது போன்ற நம்பிக்கைகள் சம்பிரதாயமான சமய அதிகாரத்தால் பொறுத்துக்கொள்ள முடியாதனவாகவே இருந்தன. அதனால் தான் அத்திர் சகோதரர்களைப் பிடிப்பதில் பாமியேரின் டொமினிக்கன் சபையைச் சேர்ந்தவர்கள் காட்டிய அந்த

அக்கறையும், கில்கம் தெழான், தே ரோதே சகோதரர்கள் மீது சுமத்திய அந்த ஆபத்துமாகும்.

கில்கம் தே ரோதே தன் சகோதரனை விட்டுப் புறப்பட்டுப் பைரேனீசில் இருந்த தன் வீட்டுக்கு வந்தான். தெழான் பற்றி ரெய்மோன்த் அத்திரை (திருச்சபை மறுப்பாளர்களின் சகோதரன்) எச்சரிப்பதற்காக அக்ஸ் (தராஸ்கோனிலிருந்து மேலும் முப்பது கிலோ மீட்டர் தொலைவில் இருந்தது) என்ற கிராமத்திற்குச் சென்றான். தன் கிராமத்திற்குத் திரும்பி வந்தவுடன் கியே என்ற பக்கத்துக் குடியிருப்புப் பகுதியில் வாழ்ந்து வந்த கில்கம் தே அரியா என்ற பெயருடைய மனித னையும் எச்சரித்தான். பின்னால் தெரியவந்த நிகழ்ச்சிகளை இதுபோல் திட்டமிட்டு அமைக்கும் உள்நோக்கம் அவனுக்கு இருந்ததா என்பது நமக்குத் தெரியாது.

கில்கம் தே அரியா கதார் சமயத்தின் தீவிர ஆதரவாளன். அவன் உடனடியாகப் பெகுயின் துறவி தெழானைத் தேடிக் கண்டுபிடித்து அத்திர் சகோதரர்களை அவன் தேடிக் கொண்டி ருக்கிறானா என்று கேட்டான். தெழான் 'ஆம்' என்று பதில் சொன்னான்; அதனால் அவர்கள் இருக்குமிடத்தைத் தான் காட்டித் தருவதாக *கில்கம் தே அரியா* அவனிடம் சொன்னான். மகிழ்ச்சியடைந்து எந்தச் சந்தேகமும் கொள்ளாமல் பெகுயின் துறவி அதை ஒப்புக்கொண்டான். அவர்கள் இருவரும் மலை யின் உட்பகுதியில் இருந்த லர்னா என்ற கிராமத்தை நோக்கிச் சென்றார்கள்.

கில்கம் தே ரோதே பின்னர் அன்றிரவு கேட்டறிந்தது போல லர்னாவின் வெளிப்பகுதியில் இருந்த பாலத்தைப் பெகுயின் துறவி அடைந்தபோது *ஃபிலிப் தே லர்னா, பியர் தே அரியா* (கில்கம் தே அரியாவின் சகோதரன்) ஆகிய இரு நபர்கள் அங்கு வந்தார்கள். அப்போது இதுதான் நடந்தது:

> திடீரென அவனை (தெழான்) இழுத்து அடித்தார்கள். அதனால் அவனால் கத்தமுடியவில்லை. லர்னாவைச் சுற்றியுள்ள மலைப்பக்கத்திற்கு அவனை இழுத்துச் சென்று திருச்சபை மறுப்பாளர்களைப் பிடிக்க அவன் திட்டமிட்டி ருக்கிறானா என்று கேட்டனர். அவன் அதை ஒப்புக் கொண்டவுடன் ஃபிலிப்பும், பியரும் அவனை அந்த உயர மான மலையிலிருந்து கீழே தள்ளிவிட்டனர்.

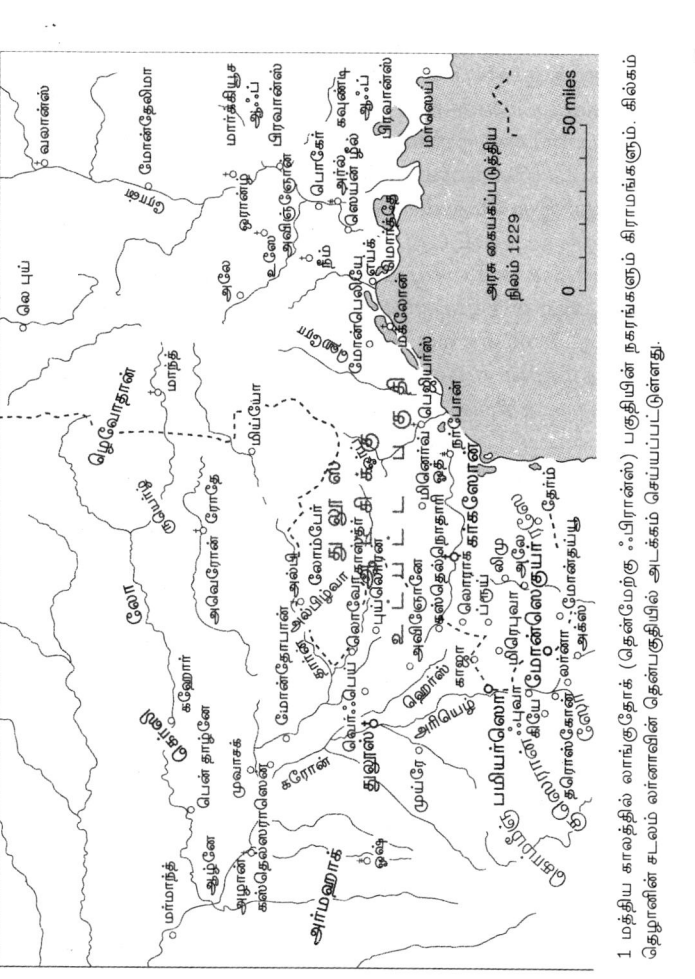

1 மத்திய காலத்தில் லாங்குதோக் (தென்மேற்கு ஃபிரான்ஸ்) பகுதியின் நகரங்களும் கிராமங்களும். கில்கம் தெழானின் சடலம் லர்னாவின் தென்பகுதியில் அடக்கம் செய்யப்பட்டுள்ளது.

இக்கொலை பல ஆண்டுகளுக்கு ரகசியமாக இருந்தது. கில்கம் தே ரோதே, ரெய்மோன்த் தே ரோதே மற்றும் அத்திர் சகோதரர்கள் அந்த நேரத்திற்குப் பாதுகாப்பாக இருந்தனர்.

நெடுங்காலம் மறக்கப்பட்ட இந்தக் கொலையிலிருந்து நாம் என்ன புரிந்துகொள்வது? 1308ஆம் ஆண்டு கில்கம் தே ரோதோ திருச்சபை குற்றவிசாரணைக் குழுவின்முன் ஒப்புதல் வாக்குமூலம் அளித்துத் திருச்சபை எதிர்ப்பு மற்றும் திருச்சபை மறுப்பாளர்கள் பற்றித் தனக்குத் தெரிந்தவைகளைக் கூறினான். திருச்சபை விசாரணைக் குழுவின் பதிவேட்டில் இது பதிவாகி யுள்ளது. இது மேலும் மூன்று சாட்சிகளின் மூலம் மறுபடியும் உறுதிசெய்யப்பட்டது. கதார் சமயத்துடன் கொண்டிருந்த தொடர்புக்காக கில்கமுடன் மேலும் அறுபது பேருக்குச் சிறை தண்டனை விதிக்கப்பட்டது. இது பதினான்காம் நூற்றாண்டி லிருந்து கிடைத்த ஒரு சிறு, இருண்ட, ஆர்வமூட்டும் காட்சி யாக நம்முன் எஞ்சியுள்ளது. இதுதான் வரலாறு என்பது. வெகுகாலத்திற்கு முன் நிகழ்ந்து நிகழ்காலத்தில் மீண்டும் சொல்லப்பட்ட ஓர் உண்மைக்கதை. கடந்த காலம் மீண்டும் உயிர்ப்பிக்கப்பட்டுள்ளது. முந்தையதுக்கும் தற்போதைக்கு மிடையேயான சமச்சீரற்ற உறவு மீண்டும் நிறுவப்பட்டுள்ளது. இப்படியாக ஒரு வரலாற்றாசிரியனோ வரலாற்றாசிரியையோ அவர்களுடைய பணியிலிருந்து விடுவிக்கப்படுகிறார்களா?

சொற்கள் சற்றே குழப்பமாக இருக்கலாம். வரலாறு என்பது கடந்தகாலம் என்பதையும் வரலாற்றாசிரியர்கள் கடந்த காலம் பற்றி எழுதுவதையும் குறிப்பிடுகிறது. வரலாற் றாக்கம் என்பது வரலாற்றை எழுதும் செயல்பாடு, அல்லது அச்செயல்பாட்டைப் பற்றிய ஆய்வு இரண்டையுமே குறிப்பிட முடியும். இந்த நூலில் நான் 'வரலாற்றை எழுதும் செயல்பாட்டை' 'வரலாற்றாக்கம்' என்றும்; இச்செயல் பாட்டினால் உருவாக்கப்படும் ஒன்றை 'வரலாறு' என்றும் பொருள் தரும்படி பயன்படுத்துகிறேன். நாம் பார்க்கப் போவதுபோல, 'வரலாறு' என்பதற்கும் 'கடந்தகாலம்' என்பதற்கும் அடிப்படையிலேயே வேறுபாடு உள்ளது என்று இந்நூல் வாதிடுகிறது.

வரலாறு பற்றிய இச்சுருக்கமான அறிமுகம் இத்துடன் முற்றுப் பெறுகிறதா?

இவ்வளவு சீக்கிரமாக நம்முடைய பயணத்தை முடித்து விடக்கூடாது. கில்கம் தெழான் கொலையுடன் தொடர்புடைய கேள்விகள் இன்னும் உள்ளன. மொத்தமாக வரலாறு பற்றிக் கேட்கப்படுவதற்கான கேள்விகளும் இன்னும் காத்திருக் கின்றன. இந்த நூல் விளக்கப்போவதைப் போல வரலாற்றை எழுதும் செயல்பாடு (வரலாற்றாக்கம்) என்பதே முழுக்கக் கேள்விகளால் நிரம்பியது. ஏற்கனவே மனதில் எழுந்திருக்கக் கூடிய சில கேள்விகளைப் பரிசீலிக்க இந்த முதல் அத்தி யாயத்தை பயன்படுத்திக்கொள்வோம். பலவகைகளில் வரலாறு கேள்விகளில் தொடங்கிக் கேள்விகளிலேயே முடிகிறது. அது எப்போதும் முற்றுபெறக்கூடியதல்ல; மாறாக ஒரு தொடர்ச் செயற்பாடு.

பிறகு எப்படி மேலே குறிப்பிடப்பட்ட கதை இந்தப் பக்கங் களில் வந்தது? இதற்குப் பல்வேறு மாறுபட்ட பதில்கள் உள்ளன. மிக எளிதான பதிலிலிருந்து தொடங்குவோம். ஜியேஃப்ருவா தப்லிஸ் (Geoffroi d'Ablis) என்ற திருச்சபை குற்ற விசாரணை அதிகாரிமுன் 1308 ஆண்டு வாக்கில் நான்குமுறை வந்துகில்கம் தே ரோதே வாக்குமூலம் அளித்திருக்கிறான். போப்பின் கட்டளைப்படி பைரேனீஸ் பகுதியின் திருச்சபைக் கெதிரான கலக நடவடிக்கையை விசாரிக்க தப்லிஸ் அங்கு வந்திருக்கிறார். அதிகாரபூர்வமான திருச்சபை பற்றிய கருத்தைத் தம்முன் வந்து கூறும்படி யாரை வேண்டுமானாலும் கட்டளையிடும் அதிகாரம் அவருக்கு வழங்கப்பட்டிருந்தது. அத்துடன் தங்களுடைய நடவடிக்கைகளைப் பற்றி மட்டு மின்றி உயிரோடுள்ள அல்லது இறந்துபோன வேறு எந்த நபருடைய நடவடிக்கைகளைப் பற்றியும் ஒப்புதல் வாக்கு மூலம் வழங்கும்படி யாருக்கும் கட்டளையிடும் அதிகாரமும் அவருக்கு வழங்கப்பட்டிருந்தது. அவர்களுடைய வாக்கு மூலங்களைக் கேட்டுத் திருச்சபைக் குற்ற விசாரணை அதிகாரி அவர்களுக்குக் கட்டாய நோன்போ தண்டனையோ அளிக்க முடியும். அந்தத் தண்டனை முறை ஒருவர் திருச்சபை எதிர்ப்புக் குற்றம் செய்தவர் என்பதைப் புலப்படுத்தும்படி மஞ்சள் நிறச் சிலுவையை அணிந்துகொள்ளச் செய்வதிலிருந்து சூன்யக்காரி

என்று உயிரோடு எரிக்கப்படுவதுவரை பல வகையாக இருந்தன.

கில்கம் தே ரோதேவை சிக்க வைத்த குற்றவிசாரணையை முதலில் தொடங்கி வைத்தவன் கில்கம் சகோதரர்களில் மற்றொருவனான ழெருத் தே ரோதேதான். அவன் திருச்சபைக் குற்றவிசாரணைக் குழுவின் முன் தன்னிச்சையாக வந்து கதார் குழுவுடன் தொடர்பு வைத்திருந்த பலரைப் பற்றிக் கூறினான். அவனுடைய வாக்குமூலம், கில்கமுடைய வாக்குமூலமும் மற்றும் வேறு பதினைந்துபேருடைய வாக்குமூலங்களும் திருச் சபைக் குற்றவிசாரணைப் பதிவேட்டில் எழுதப்பட்டுள்ளன. தப்லிஸால் கேட்கப்பட்ட கேள்விப் பட்டியலுக்குச் சாட்சி யங்கள் பதில் அளித்ததுடன் அவர்களே மேலும் சில விபரங் களைத் தெரிவித்திருந்தனர். அவர்களுடைய பதில்கள் அனைத்தும் திருச்சபை எழுத்தர்களால் பதிவுசெய்யப்பட்டு ஆவணப் பாதுகாப்பில் மற்றவகைப் பயன்பாடுகளுக்காகப் பத்திரப்படுத்தப்பட்டன. அவற்றில் சில ஆவணங்கள் இன்னும் உள்ளன. அதன் மூலமே பதினான்காம் நூற்றாண்டைச் சேர்ந்த அந்தப் பேச்சுக்கள் நமக்குக் கிடைக்கின்றன. இந்தக் குறிப்பிட்ட பதிவேடு நவீன வரலாற்றாசிரியர் ஒருவரால் தொகுக்கப் பட்டு வெளியிடப்பட்டது. அதிலிருந்து சில பகுதிகளை கில்கம் தெழானின் கதையைக் கூற நான் பயன்படுத்திக் கொண்டேன்.

இருந்தபோதும் கேள்விகள் இத்துடன் முடிவடைய வில்லை. பின்வரும் அத்தியாயங்களில் சான்றுகள் அவற்றின் பயன்கள் மற்றும் அவற்றில் உள்ள சிக்கல்கள் பற்றி மேலும் கூறுவேன். தற்போது அக்கதையை மீண்டும் கவனியுங்கள். அது உங்களை ஈடுபாடுகொள்ள வைத்திருக்கும். என்னை அது உண்மையில் ஈடுபாடுகொள்ள வைத்தது. அதனால்தான் அதை நான் தெரிவு செய்தேன். அது நம் கவனத்தைப் பற்றிக் கொள்கிறது. அது கொலையைப் பற்றியதாக இருப்பதுகூட காரணமாக இருக்கலாம். திகில் கதைகள் தரும் குற்றம் நிறைந்த மகிழ்ச்சியைப் பற்றி நமக்குத் தெரியும். தொடக்கம், நடுப்பகுதி, முடிவு என்பவற்றைக் கொண்டிருப்பதால் இதுவும்கூட ஒரு கதையே. இன்னும் திருப்தியளித்திருக்கக் கூடிய வடிவத்தில் மத்தியகாலத்து மனிதர்கள் இதுபோன்ற

செயல்களில் ஈடுபட்டிருந்தார்கள் என்பது நமக்கு முன்பே தெரியாமல் இருந்திருந்தால் இது நமக்கு ஆர்வமூட்டக் கூடியதாகவும் அதிசயமானதாகவும் இருக்கலாம். இக்கதை களில் வரும் நபர்கள் அரசர்களோ, இளவரசர்களோ, புனிதர் களோ, புகழ்பெற்ற எழுத்தாளர்களோ அல்லர்; அவர்கள் சாமான்ய மக்கள். அவர்களைப் பற்றி எதுவுமே தெரியாமல் இருக்கிறோம் என்பதைக் கண்டறிவதன் மூலம் நாம் சற்றே திசை தடுமாறிப் போகலாம்.

என்றாலும் இதில் உள்ள விநோதமான தன்மையால் இக்கதை நமது கவனத்தை ஈர்க்கிறது. ‘கடந்த காலம் என்பது ஓர் அயல்நாடு; அங்குள்ளவர்கள் எதையும் வேறுமாதிரி செய்கிறார்கள்’ என்று சொல்லப்பட்டுள்ளது (சொன்னவர் எழுத்தாளர் எல்.பி.ஹார்ட்லி – L.P.Hartley). அறிவியல் புனைக் கதை எழுத்தாளர் டக்ளஸ் ஆடம்ஸ் முற்றிலும் வேறு மாதிரி யான ஒன்றை முன்வைக்கிறார்: கடந்த காலம் ஓர் அயல்நாடு; அங்குள்ளவர்கள் எதையும் நாம் செய்வதைப் போலவே செய்கிறார்கள். இவ்விரு கருத்துகளுக்குமிடையே எங்கேயோ பிடிபடாத ஒரு கூறு கடந்தகாலத்தை நோக்கி நம்மை ஈர்க் கிறது, வரலாற்றைப் படிக்கும்படித் தூண்டுகிறது. இவ்விரு வாசகங்களுக்கும் பதில் கூறுகிறது மேலே சொல்லப்பட்ட கதை. கடிதங்கள் அனுப்புவது, உறவினர்களைப் பார்ப்பது, வெளியூருக்குப் பயணம் செய்வது போன்றவற்றை நாம் புரிந்துகொள்கிறோம்; தொடர்புபடுத்திப் பார்க்கிறோம். தண்டிக்கப்படுவதன் பயம் பற்றி நமக்குத் தெரியும்; நாமே நேரடியாக அவற்றை அனுபவித்ததில்லை என்றபோதும் கொலைபற்றி நமக்குத் தெரியும். கதைமாந்தர்களின் பெயரை உங்கள் வட்டார மொழிக்கு நான் மொழிபெயர்த்திருந்தால் அது இன்னும் நெருக்கமாக உங்களுக்கு இருந்திருக்கலாம் (கில்கம் என்பது ஆங்கிலத்தில் வில்லியம் ஆகும்). நான் பயன்படுத்தியுள்ள பெயர்கள் அக்காலகட்டத்தில் வழக்கி லிருந்த ஓசிதான் என்ற மொழியில் உள்ளவை. உண்மையில் நான் சிறிய ஏமாற்று வேலை செய்திருக்கிறேன்; பதிவேடுகள் லத்தீன் மொழியில் உள்ளன, அதனால் அதே மொழியில் கில்லேல்மஸ் என்றுதான் நான் குறிப்பிட்டிருந்திருக்க வேண்டும்.

ஆனால் வேறு வழியில் இப்பெயர்கள் நமக்கு வினோதமாக உள்ளன. பல நபர்கள் கில்கம் என்று அழைக்கப்பட்டதை அறியும்போது வினோதமாகத் தோன்றுகிறது; நாம் பிறந்த இடத்தின் பெயரைக் குடும்பப்பெயராகப் பொதுவாகப் பயன்படுத்துவதில்லை (தே ரோதே என்றால் ரோதே என்ற இடத்தைச் சேர்ந்தவன் என்று பொருள்). நமக்கு மதம் பற்றித் தெரியும். ஆனால் திருச்சபை எதிர்ப்புப் பற்றி, திருச்சபைக் குற்ற விசாரணை பற்றி, இரு கடவுள் நம்பிக்கை பற்றி நமக்குப் பொதுவாகப் பரிச்சயமில்லை. இதை ஒரு விபரீதமான மூட நம்பிக்கை என்று நாம் பார்க்கிறோமா? அல்லது தேவனின் குமாரன் மண்ணுக்கு வந்து சிலுவையில் மரித்து மீண்டும் உயிர்ப்பிக்கப்பட்டது என்பதைவிட இதுவொன்றும் விபரீத மான கதையாகத் தோன்றவில்லையா? திருச்சபை எதிர்ப்பு என்பது சம்பிரதாயமான திருச்சபை என்ற ஒன்று இருக்கும் போதுதான் சாத்தியப்படும். மத்தியகால கத்தோலிக்கர் களும் கதார் சமயத்தினர் இருவருமே தாங்கள்தான் உண்மை யான கிறிஸ்தவர்கள் என்று கூறிக்கொண்டனர். நம்முடைய தத்துவங்களும் மத நம்பிக்கைகளும் எதுவாக இருந்த போதும் இவ்விரு குழுக்களுடனும் நமக்கு உண்மையான உறவு உள்ளது என்று நாம் உரிமைகொண்டாட முடியுமா?

பதிவேடுகளை மேலும் படித்தால் இன்னும் பல வேறு பாடுகளும் நம் மனதைத் தாக்கும். கில்கம் தே ரோதேவும் அவனுடைய சகோதரனும் நன்றாக எழுதவும் படிக்கவும் தெரிந்தவர்கள் என்றாலும்கூட(அவர்கள் கடிதத் தொடர்பு வைத்திருக்கிறார்கள்) அவர்கள் முற்றிலும் மாறுபட்டவர் களாகவே உள்ளனர். அந்தக் காலத்தில் பெரும்பாலான மக்களுக்குக் கல்வியறிவு பெறுவதற்கான வசதிகள் இல்லை. உண்மையில் படிப்பறிவு என்றால் பதினான்காம் நூற்றாண்டில் வேறு பொருள். நீங்கள் ஒரு படிப்பாளி என்று கூறப்பட்டால் உங்களுக்கு லத்தீன் எழுதப்படிக்கத் தெரியும். புனித நூல் களுக்குப் பொருள் சொல்லத் தெரியும் என்றுதான் அர்த்தம். வட்டார மொழியறிவு என்பது படிப்பறிவு என்று கொள்ளப் படவில்லை; அந்தப் படிப்பறிவு எந்த அளவுக்குப் பயனுடைய தாக இருந்திருக்கும் என்பது வேறு விஷயம். ஓசிதான் மொழியை (அல்லது ஜெர்மன், பிரெஞ்சு, ஆங்கிலம் இன்னும்

பல மொழிகள்) எழுதப்படிக்கத் தெரிந்தால்கூட நீங்கள் படிப்பறிவற்றவர் என்றுதான் சொல்லப்படுவீர்கள். இது போன்ற தெரிந்த மற்றும் புதிதான விஷயங்கள் மேலும் சில கேள்விகளைத் தூண்டலாம்.

திருச்சபை தண்டனைப் பதிவேடுகளில் எழுதப்பட்டிருப்பது கில்கம் தெழான் கொலை ஒன்று மட்டும்தான் என்றில்லை. 1301 இல் பைரனீஸில், தெற்கு பிரான்ஸில், ஐரோப்பாவில் அல்லது பொதுவாக உலக அளவில் நடந்தது இந்த ஒரு நிகழ்ச்சி மட்டுமல்ல என்பது தெளிவான ஒன்று. வரலாற்றா சிரியர்கள் கடந்த காலத்தில் நடந்த எல்லாக் கதைகளையும் சொல்லமுடியாது. அவற்றில் சிலவற்றை மட்டும்தான் சொல்லமுடியும். கிடைத்த ஆவணங்களில் பல பகுதிகள் விடுபட்டுள்ளன(தப்லிஸ் பதிவேட்டில் சில பக்கங்கள் காணாமல்போயுள்ளன). சில நிகழ்ச்சிகளுக்கு ஆதாரங்கள் கிடைக்கவில்லை. ஆனால் நமக்குக் கிடைத்த சான்றுகளைக் கொண்டே நமக்குக் கிடைத்துள்ள இடஅளவை விட அதிகமானவற்றை விவாதிக்க முடியும். வரலாற்றாசிரியர்கள் தவிர்க்கமுடியாமல் எவற்றைச் சொல்ல முடியும் அல்லது சொல்ல வேண்டும் என்பதைத் தீர்மானிக்கிறார்கள். எனவே வரலாறு என்பது (வரலாற்றாசிரியர்கள் சொல்லும் கடந்த காலம் பற்றிய உண்மைக் கதைகள்) நவீன மனத்திற்குத் திரும்பத்திரும்பச் சொல்ல வேண்டும் என்று நாம் ஏற்கனவே தீர்மானித்துக்கொண்ட நம்முடைய கவனத்துக்குக் கிடைத் தவைகளைக் கொண்டு மட்டும் ஆக்கப்பட்டதாகும். பின்வரும் அத்தியாயத்தில் நாம் பார்க்கப்போவதுபோல வரலாற்றா சிரியர்கள் தமது உண்மைக்கதைகளைக் கூறத் தேர்ந்தெடுத்துக் கொண்ட ஆதாரங்கள் காலப்போக்கில் மாறி வந்திருக்கின்றன.

திரும்பவும் சொல்ல தெழானின் கொலை பற்றிய கதையை நாம் தேர்ந்தெடுத்துக்கொண்ட நிலையில், ஒருவிதமான பின்னணியில் எந்த வகைப் பங்கை அது ஆற்றும் என்பதை நாமும் முடிவுசெய்துகொள்ள வேண்டும். மேலே குறிப் பிட்டது போன்ற ஒரு சிறுகாட்சியைத் தந்துவிட்டு வேறு எதையும் கூறாமல் போவது என்பது ஒரு நவீன வரலாற்றா சிரியரைப் பொறுத்தவரை இயல்பானதாக இருக்காது. பத்தொன்பதாம் நூற்றாண்டிலும் இருபதாம் நூற்றாண்டின்

முற்பகுதியிலும் சில வரலாற்றாசிரியர்கள் வரலாற்றாதாரங்களைத் திரட்டிப் பரவலான வாசிப்புக்கு உகந்ததாக இருக்கும் என்று அவர்கள் நினைத்த பகுதிகளை மொழிபெயர்த்துத் தரும் பணியைச் செய்திருக்கிறார்கள். அந்த வகை நூல்கள் மதிப்புமிக்க கருவூலங்களாக இருந்து மற்ற வரலாற்றாசிரியர்கள் விரிவான நூல்களை எழுதக் காரணமாக இருந்திருக்கின்றன. அவை வாசிப்பதற்கு இன்பமாக அமையக் கூடியவை; கடந்த காலத்தின் மீதான ஆர்வத்தை வாசகர்களிடமும் தூண்டக் கூடியவை; ஆனால் பெரும்பாலான வரலாற்றாசிரியர்களுக்கு இது போதுமானதல்ல. கடந்த காலத்தை அப்படியே சித்திரிப்பது என்பதைவிட அதற்குப் பொருள் விளக்கம் தர வேண்டியிருக்கிறது. ஒரு நிகழ்ச்சிக்கு விரிவான பின்புலத்தைத் தேடுவதென்பது என்ன நடந்தது என்பதை மட்டும் சொல்லுவதற்கான முயற்சி அல்ல. மாறாக அதற்குப் பொருள் என்னவென்று கூறுவது.

தெழானின் கொலையை எந்த விரிவான பின்புலத்தில் நாம் பொருத்த முடியும்? பலவகையான சாத்தியங்கள் உள்ளன. திருச்சபைத் தண்டனை மற்றும் திருச்சபை எதிர்ப்புப் பற்றிய விரிவான வரலாற்றில் இது உறவுடையது என்பது மிகவும் தெளிவான ஒன்று. இக்கதை கதார் சமயத்தைப் பின்பற்றிய மக்களைப் பற்றியும் அவர்களுடைய நம்பிக்கைகள், செயல்களைப் பற்றியும் கூறுகிறது. இது கதார் சமயப் பிரிவின் வரலாற்றையே கூடக் கூறுகிறது. தப்லிஸ் பதிவேட்டைப் படிக்கும்போது அத்திர் துறவிகளால் எத்தனை பேர் சமய மாற்றம் செய்யப்பட்டார்கள் என்பதைக் கண்டறிகிறோம். சாட்சி கூறியவர்கள் திருச்சபைத் தண்டனை முறையைப் பற்றிப் பேசாமல் திருச்சபைக் குற்ற விசாரணை செய்பவர்களைப் பற்றி மட்டுமே பேசுவதை நாம் கவனிக்க முடிகிறது. இது ஏனென்றால் திருச்சபைத் தண்டனை என்பது அக்கால கட்டத்தில் அதிகாரபூர்வமான நிறுவனமாக இருக்கவில்லை; அப்போது தனிப்பட்ட திருச்சபைக் குற்றவிசாரணை செய்பவர்கள் (ஜெஃப்ருவா தப்லிஸ் போல) மட்டுமே சில குறிப்பிட்ட வேலைகளைச் செய்து முடிக்கும் பொருட்டு செயல்பட்டார்கள் (இந்நிகழ்ச்சியின் விசாரணை பைரேனிய கிராமங்களின் திருச்சபை எதிர்ப்புப் பற்றியது). திருச்சபைக்

2. புனித தொமினிக், கதார் திருச்சபை மறுப்பாளர்களுடன் போராடுகிறார் (வலதுபுறம் உள்ளவர்). புத்தகங்கள் தீயில் வீசப்பட்டன: திருச்சபை மறுப்பு நூல்கள் எரிந்துபோயின, ஆனால் திருச்சபை மரபு நூல்கள் அதிசயமாக மேலெழுந்தன. உண்மையில் தொமினிக் திருச்சபை தண்டனை வழங்குபவரல்ல (அவருடைய பிரிவைச் சேர்ந்த மற்றவர்கள் அப்படி இருந்தபோதும்); ஆனால் நெருப்பால் எரிக்கப்படுதல் என்பது அடிபணியாத திருச்சபை எதிர்ப்பாளர்களுக்கான இறுதித் தண்டனையாக இருந்தது.(பெட்ரோ பெர்ருகுவேத், பதினைந்தாம் நூற்றாண்டின் பிற்பகுதி.)

குற்ற விசாரணை என்பது தப்லிஸஃம் மற்றும் பலரும் எடுத்த சட்டபூர்வமான நடவடிக்கைகள். பதின்மூன்றாம் நூற்றாண்டின் முற்பகுதியில் திருச்சபை எதிர்ப்புக்கு எதிரான ஒரு போர் முறையாக இது நிறுவப்பட்டிருந்தது. இவருடைய பதிவேடு, திருச்சபைத் தண்டனை முறையானது அக்காலகட்டத்திலிருந்து எப்படி மாறிவந்திருக்கிறது என்பதையும், அது விசாரணைகள் செய்த முறை, திருச்சபை எதிர்ப்பு நடவடிக்கைகளைப் பதிவு செய்த முறை போன்றவற்றையும் தெரிவிக்கிறது. 1240களில் தரப்பட்ட வாக்குமூலம் ஒன்றுடன் கில்கம் தே ரோதேவின் வாக்குமூலத்தை ஒப்பிட்டால், அதற்கு முற்பட்ட காலத்துச் சாட்சியங்களைவிட கில்கம் மிக விரிவாகவும் நிறைய விபரங் களுடனும் பேச அனுமதிக்கப்பட்டதை நாம் அறியமுடியும். திருச்சபை எதிர்ப்பு உருவாக்கிய அச்சுறுத்துதலும் திருச்சபைத் தண்டனையின் சட்ட நடவடிக்கையும் மாறியிருந்ததுதான் இதற்குக் காரணம்.

இன்னொரு வகையில் தெழானின் கொலையைக் குற்ற வியல் வரலாற்றுடன் நாம் பொருத்திப் பார்க்க முடியும். மத்திய காலத்தில் நடந்த கொலைகள் பற்றி வேறுபல ஆவணங்கள் உள்ளன. அவற்றில் சில மிகவும் பிரபலமானவை. இந்நிகழ்ச்சி யை 1170இல் நடந்த தோமாஸ் பெக்கட்'டின் கொலையுடனோ அல்லது 1304இல் வில்லியம் வால்லஸுக்கு (William Wallace) நிறைவேற்றப்பட்ட மரண தண்டனையுடனோ அல்லது இங்கிலாந்தின் ரிச்சர்ட் III செய்ததாகக் கூறப்பட்ட கொலை யுடனோ பொருத்திப் பார்க்க முடியும். அல்லது வேறு வகையான நீதிமன்றப் பதிவேடுகளில் இருந்து சமூகத்தின் கீழ்மட்டத்திலிருந்த மக்களிடையே நடந்த குற்றங்களைப் பற்றித் தெரிந்துகொள்வதில் நாம் கவனம் செலுத்தமுடியும். அதன் மூலம் மத்திய காலத்தில் அதிகமாக நடந்த வன்முறை களைப் பற்றியும் அவை நிகழ்த்தப்பட்ட முறைகள் பற்றியும் குற்றவாளிகளின் நோக்கங்கள் பற்றியும் அவற்றின் மீது நிகழ்த்தப்பட்ட விசாரணைகள், விதிக்கப்பட்ட தண்டனைகள் போன்றவை பற்றியும் நாம் பேசமுடியும். இருந்தபோதும் இந்த நிகழ்ச்சி லாங்குதோக் வரலாற்றின் ஒரு பகுதியாகவும் இருக்க முடிகிறது. லாங்குதோக் என்றால் ஓக் மொழி என்று பொருள். இந்தப் பெயர் தெற்கு பிரான்ஸின் ஒரு பகுதிக்கு

வழங்கி வந்தது. ஏனென்றால் அங்கிருந்த மக்கள் 'ஆம்' என்பதைக் குறிக்க 'ஓக்' என்ற சொல்லைப் பயன்படுத்தி வந்தனர், வடக்குப் பகுதியினர் பயன்படுத்தி வந்த 'யுய்' என்பதிலிருந்து இது மாறுபட்டது. லாங்குதோக் பகுதியில் திருச்சபை எதிர்ப்புப் பரவியிருந்த காரணத்தால் பதின்மூன்றாம் நூற்றாண்டின் தொடக்கக் காலத்தில் அப்பகுதிக்கெதிராகப் போப் சிலுவைப் படைத்தாக்குதலுக்குக் கட்டளையிட்டிருந்தார். அதற்கு முன்பு பாரிஸை சுற்றியிருந்த பகுதிகளைவிட காட்டலோனியாவுடன் அதிக உறவுடைய ஒரு தனி நாடாக லாங்கு தோக் இருந்தது. திருச்சபை எதிர்ப்புக்கெதிரான இந்தச் சிலுவைப் போரின் விளைவாக பிரான்ஸின் வடபகுதி தென்பகுதியின் மீதான அரசியல் ஆதிக்கத்தைக் கையில் எடுத்துக்கொண்டது. லாங்குதோக் தனது புதிய அரசியல் சூழலுடன் பொருந்திப்போகப் பழகுவதற்கு வெகுகாலத்திற்கு முன்பு இது நடந்தது. இன்றும்கூட பிரான்ஸின் தென்பகுதி பலவகைகளில் வடபகுதியான பாரிஸிடமிருந்து தன்னை மிகவும் வேறுபட்டதாகவே பார்க்கிறது. கதார் சமயத்தின் தற்காப்புத்தன்மை (ஒருவகையில் தெழான் கொலையும் இதிலடங்கியுள்ளது) பிரான்ஸின் அரசியல் வரலாற்றுக்குள் கலந்துபோனது.

கடைசியாக இந்நிகழ்ச்சி சொல்லப்பட்ட முறையை மறந்துவிட்டுச் சிறுசிறு விபரங்கள் மீது நாம் கவனம் செலுத்தலாம். கல்வியறிவு பற்றி நான் முன்பு குறிப்பிட்டிருக்கிறேன். வெகுசனப் பிரிவினரிடையே கல்வியின் நிலை பற்றி ஆர்வமுடைய வரலாற்றாசிரியருக்கு இது மிகவும் பயனுள்ள மூலப்பொருள். தெழான் லர்னா கிராமத்தின் வெளிப்பகுதியில் அமைந்திருந்த பாலத்தின்மீது தாக்கப்பட்டான், பதிவேட்டில் உள்ள மற்ற பகுதிகளைப் படிக்கும்போது தரஸ்கோன் கிராமத்திற்கு வெளிப்புறத்திலும் மற்ற கிராமங்களிலும்கூட பாலங்கள் இருந்ததை நாம் அறியமுடிகிறது; இது அப்பகுதியின் புவியியல் பற்றியும் சிலவற்றை நமக்குத் தெரிவிக்கிறது. கில்கம் தே ரோதே தனது ஒப்புதல் வாக்குமூலத்தின் ஒரு இடத்தில், திருச்சபை எதிர்ப்பாளர்களை ஒருமுறை தானியக் களஞ்சியத்திற்குக் கீழ்ப்பகுதியில் இருந்த அறையில் தான் பதுக்கி வைத்திருந்ததாகக் குறிப்பிடுகிறான். இன்னொரு முறை

எதிர்ப்பாளர்கள் தரஸ்கோன் என்ற இடத்தில் கில்கமுக்குச் சொந்தமான வயலில் இருந்த குடிசையில் தங்கியிருந்தார்கள். இவற்றின் மூலம் நாம் விவசாயம் மற்றும் கட்டிட அமைப்பு பற்றிச் சிலவற்றைத் தெரிந்துகொள்ள முடியும். ஓரிடத்தில் கில்கம் தான் வியாபாரம் தொடர்பாக அக்ஸ் என்ற கிராமத் திற்குச் சென்றதாகவும், வேறொருமுறை ஃபுவா பிரபுவின் இடத்தில் போர்ப்பயிற்சிக்காகச் சென்றிருந்ததாகவும் குறிப் பிடுகிறான். இதிலிருந்து கில்கமுடைய நடவடிக்கைகள் பற்றியும் அவனுடைய வர்க்கத்தைச் சேர்ந்த மற்றவர்களின் நடவடிக்கைகள் பற்றியும் நாம் தெரிந்துகொள்கிறோம். அவன் சொன்ன நிகழ்ச்சிகள் நடந்த தேதிகளைக் குறிப்பிடும்படி கில்கம் அடிக்கடிக் கேட்டுக்கொள்ளப்படுகிறான். பொதுவாக அவன் ஒரு புனிதரின் தினத்தையே குறிப்பிடுகிறான். எடுத்துக்காட்டாகச் சொல்வதென்றால் 'அது புனித யோவான் ஞானஸ்நானகர் விருந்துக்குப் பதினைந்து நாட்களுக்குப் பிறகு' (ஜூன் மாதத்தில் ஒருநாள்) கில்கம் கால அளவை எப்படிக் கணக்கிட்டான் என்பதும், திருச்சபை எதிர்ப்புக்கு ஆதரவு தெரிவித்த ஒருவருக்குக் கூட புனிதர்கள் எவ்வளவு முக்கியத் துவம் உடையவர்களாக இருந்தார்கள் என்பதும் இதன்மூலம் விளங்குகிறது. திருச்சபை விசாரணைப் பதிவேடுகளை இன்னும் தோண்டிப்பார்த்தால் இதுபோல் பல பயனுள்ள தகவல்கள் குவிந்துகிடக்கும். கில்கமுடைய ஒப்புதல் வாக்கு மூலத்தைச் சுற்றி ஓர் உலகமே இருக்கிறது. அது அவனைப் பொறுத்தவரை சாதாரண உலகம்; நமக்கு அரிதான கவர்ச்சி யுடைய துண்டுகளாகவும் துணுக்குகளாகவும் புலப்படும் உலகம்.

தெழான் கொலை நிகழ்ச்சியின் பின்புலங்களாக அமையச் சாத்தியமென எனக்குத் தோன்றிய சில காட்சிகள் இவை. வேறு வாசகர்கள் வேறு வகையான பின்புலங்களைச் சிந்திக்கக் கூடும். பின்பு நாம் பார்க்க இருப்பதுபோல, வேறு காலத்தைச் சேர்ந்த வரலாற்றாசிரியர்கள் இந்நிகழ்ச்சிக்கு வேறு விதமாக விளக்கம் தருவார்கள். சிலர் இதை முக்கியமுடையதென்றோ உள்ளர்த்தம் உடையதென்றோகூட நினைத்திருக்க மாட் டார்கள். இந்த வகைத் தேர்ந்தெடுப்பு எதேச்சையானதோ புத்திசாலித்தனத்துடன் தொடர்புடையதோ அல்ல; மாறாக

நம்முடைய ஈடுபாட்டுடன் உறவுடையது. வரலாற்றாசிரியர் களைப் போலவே நாமும் நமது ஈடுபாடுகள், ஒழுக்க விதிகள், அறவுணர்வுகள், தத்துவங்கள், உலகம் செயல்படும் விதம் பற்றியும் மனிதர்கள் ஒரு செயலை ஏன் செய்கிறார்கள் என்பது பற்றியுமான நமது கருத்துகள் ஆகியவற்றின் தொகுப்புக்குள் சிக்கியிருக்கிறோம். சான்றுகளின் பதிவுகள் உண்மையில் நமக்கு விளக்கமான காட்சிகளையும் புதிர்களையும் சவால் களையும் தருகின்றன. கில்கம் தே ரோதே அவனுடைய கதை யில் எல்லா விபரங்களையும் விளக்கமாகச் சொல்வதில்லை. எடுத்துக்காட்டாக அவனுடைய சகோதரனைத் துறவிகள் மடத்தில் உள்ள யாரும் ஏன் கேள்வி கேட்கவில்லை, அல்லது கில்கம் தெழானின் உண்மையான நோக்கம் என்ன (அவன் உண்மையான திருச்சபை விசுவாசியா அல்லது டொமினிகன் திருச்சபையின் அங்கீகாரம் கிடைக்கும் என்று எதிர்பார்த் தானா) அல்லது கில்கம் தே அரியாவையும் அவனுடைய கூட்டாளியையும் தெழானை இருண்ட மலைப்பள்ளத்தாக்கில் தள்ளத் தூண்டியது என்ன (அவர்கள் அத்திர் சகோதரர்களைக் காப்பாற்ற நினைத்தார்களா அல்லது தங்களைத் தாங்களே காப்பாற்றிக்கொள்ள நினைத்தார்களா?). இவை பற்றி எனக்குச் சில கருத்துகள் உண்டு, ஆனால் அவை 'என்னுடைய' கருத்துகள். பின்னால் வரும் பகுதிகளில் வரலாற்றாசிரியர்கள் எப்படி இந்த வெற்றிடங்களை நிரப்புகிறார்கள் என்பது பற்றியும் யூகித்துச் சொல்லும் கலை பற்றியும் நாம் விரிவாகப் பேச இருக்கிறோம்.

யூகித்தல் என்று கூறும்போது, அது வரலாறெழுதுதலின் செயல்பாட்டில் உள்ள ஓரளவிற்கான நிச்சயமற்ற தன்மை யைக் குறிப்பிடுகிறது. வரலாற்றாசிரியர்கள் சில நேரங்களில் தவறாகப் புரிந்துகொள்ளலாம் என்பதைக் கூட அது குறிப்பிடக் கூடும். உண்மையில் அப்படி நடக்கவும் செய்கிறது. இதனால் எல்லோரையும் போலவே வரலாற்றாசிரியர்களும் தவறாக வாசிக்கவும், தவறாக நினைவுகொள்ளவும், தவறாகப் பொருள் உரைக்கவும் அல்லது தவறாகப் புரிந்துகொள்ளவும் செய்கிறார் கள். ஆனால் ஒரு விரிவான அர்த்தத்தில் வரலாற்றாசிரியர்கள் எப்பொழுதுமே தவறாகவே புரிந்துகொள்கிறார்கள். முதலில் இதுதான் நடக்கிறது, ஏனென்றால் முழுமையாகச் சரியானதை

எப்பொழுதும் நாம் பெறமுடிவதில்லை. ஒவ்வொரு வரலாற்று நிகழ்விலும் இடைவெளிகள், சிக்கல்கள், முரண்பாடுகள், நிச்சயமற்ற பகுதிகள் உள்ளன. ஒருவருடைய கருத்துடன் மற்றவர்கள் ஒத்துப்போக முடிவதில்லை என்பதாலும் நாம் தவறாகப் புரிந்துகொள்கிறோம்; நாம் நம்முடைய சொந்த முறையில் தவறாகப் புரிந்து கொள்ளவேண்டியுள்ளது (இருந் தாலும்கூட நாம் பார்க்க இருப்பதுபோல நிகழ்வுகளுக்குப் பொருள் விளக்கம் சொல்லும் வகையில் வெவ்வேறு குழுக் களாகச் சேர்ந்து விடுகிறோம்). என்றாலும் வரலாற்றாசிரியர்கள் தவறாகப் புரிந்துகொள்ளும்போதே சரியானவற்றைக் காண முயற்சி செய்கிறார்கள். சான்றுகள் உண்மையில் என்ன சொல்கின்றன என்று நினைக்கிறோமோ அவற்றைச் சார்ந் திருக்க நாம் முயற்சிசெய்கிறோம்; என்ன நடக்கிறது என்பதை முழுமையாகப் புரிந்துகொள்வதற்காகக் கிடைக்கக்கூடிய எல்லா ஆதாரங்களையும் தேட முயற்சி செய்கிறோம். நாம் எப்பொழுதும் உண்மைகளை இட்டுக்கட்டுவதில்லை. வரலாற்றாசிரியர்கள் தங்களுடைய எழுத்தை இலக்கியத்தி லிருந்து சிலநேரங்களில் வேறுபடுத்திக்காட்ட விரும்பு கிறார்கள். ஒரு புனைகதை எழுத்தாளர் பாத்திரங்களையும் இடங்களையும் நிகழ்ச்சிகளையும் உருவாக்க முடியும். ஆனால் வரலாற்றா சிரியர்கள் சான்றுகளின் துணையைச் சார்ந்து இருக்கவேண்டியிருக்கிறது. இந்த ஒப்பீடு வரலாற்றை ஏதோ ஒரு வகையில் வறண்ட கற்பனை வளமற்ற ஒன்றாகத் தோன்றச்செய்கிறது. எவ்வாறாயினும் நாம் பார்த்தது போலவும் இன்னும் ஆராயவிருப்பது போலவும் வரலாறுக்கும் ஆதாரங் களை அணுகும்முறையில், அதைச் சொல்லும் வகையில், அதை விளக்கும் தன்மையில் கற்பனை வளம் தேவைப் படுகிறது. உண்மையில் என்ன நடந்தது; அதற்கு என்ன அர்த்தம் இருக்கலாம் என்பதுதான் ஒவ்வொரு வரலாற்றாசிரியருக்கும் சவாலாக இருப்பது. உண்மையைக் கண்டறியும் இந்த நிச்சய மற்ற முயற்சியில் ஒரு கிளர்ச்சி உள்ளது. இந்த உண்மை எந்தவொரு கட்டத்திலும் மாயமானது என்று புலப்பட்டு விடலாம்.

இந்த ஐயங்கள் வரலாறு என்பது நீடித்திருப்பதற்கு அவசிய மானவை. இடைவெளிகளும் சிக்கல்களும் இல்லாமல் கடந்த

காலம் கிடைத்திருக்கும் என்றால் வரலாற்றாசிரியர்கள் செய்து முடிக்க எந்த வேலையும் இல்லாமலே போயிருக்கும். கிடைக்கக்கூடிய ஆதாரங்கள் வெளிப்படையாகவும் உண்மை யாகவும் தெளிவாகவும் நம்மிடம் பேசியிருந்தால் வரலாற்றா சிரியர் செய்ய எந்த வேலையும் இல்லாமல் போயிருக்கும் என்பது மட்டுமல்ல நாம் ஒருவரோடொருவர் விவாதித்துக் கொள்ளவும் எந்த வாய்ப்பும் இல்லாமல் போயிருக்கும். வரலாறு என்பது எல்லாவற்றுக்கும் அப்பால் ஒரு விவாதம்; வேறுபட்ட வரலாற்றாசிரியர்களுக்கு இடையேயான ஒரு விவாதம்; கடந்த காலத்திற்கும் நிகழ்காலத்திற்கும் இடை யிலான விவாதம்; உண்மையில் நிகழ்ந்துவிட்டதற்கும் அடுத்து நடக்க இருப்பதற்கும் இடையில் உள்ள ஒரு விவாதம். விவாதங்கள் முக்கியமானவை; அவை மாற்றங்களுக்கான சாத்தியங்களை உருவாக்குகின்றன.

இந்தக் காரணத்தினால்தான் இந்த அத்தியாயத்திலும் இந்த நூல் நெடுகிலும் வரலாறு பற்றிப் பேசும்போது 'உண்மைக் கதைகள்' (true stories) என்ற தொடரையே நான் பயன்படுத்தி யிருக்கிறேன். இந்த இடத்தில் ஒரு சிக்கல் உள்ளது. வரலாறு உண்மை என்றால் அது தனது சான்றுகளுடன் தான்சொல்லும் உண்மை விபரங்களுடன் பொருந்தியிருக்க வேண்டும். இல்லை யென்றால் அந்த விபரங்கள் ஏன் தவறானவை; மறுபரிசீலனைக் குரியவை என்பதைத் தெளிவுபடுத்த வேண்டும். அதே சமயம் இது ஒரு கதை, உண்மை விபரங்களை விரிவான பின்புலத் திலோ அல்லது கதையாடலிலோ பொருத்திக் கூறப்படும் பொருள் விளக்கம். வரலாற்றாசிரியர்கள் கதை கூறுகிறார்கள், உங்களைச் சிலவற்றை நோக்கித் தூண்டுகிறார்கள் (தங்களை யும்) என்ற வகையில், தூண்டுவதற்கான அவர்களுடைய வழி முறை ஓரளவு உண்மையைச் சார்ந்துள்ளது. சம்பவங்களைக் கற்பனை செய்து கொள்வதோ, இல்லாதவற்றைக் கூறுவதோ அவர்கள் செய்யமுடியாது. ஆனால் கடந்த காலம் பற்றி ஆர்வ மூட்டக்கூடிய முரண்பாடற்ற பயனுள்ள கதையாடலையும் அவர்கள் உருவாக்க வேண்டும். கடந்த காலம் என்பதே ஒரு கதையாடல் அல்ல. அதன் முழுமையான அளவில் வாழ்க்கையைப் போலவே பெருங்குழப்பமும் ஒழுங்கின்மை யும் சிக்கலும் நிறைந்தது. வரலாறு என்பது அவ்வகைக்

குழப்பத்திலிருந்து அர்த்தத்தை உருவாக்குவது, பெரிய சுழலிலிருந்து ஒழுங்கை, அர்த்தத்தை, கதையைக் கண்டு பிடிப்பது அல்லது உருவாக்குவது.

நாம் சில தொடர் கேள்விகளுடன் தொடங்கினோம். நான் சில விடைகளை முன்வைத்திருக்கிறேன்: வரலாறு என்பது ஒரு தொடர் நிகழ்வு, ஒரு விவாதம், அது கடந்த காலம் பற்றிய உண்மைக் கதைகளால் கட்டப்பட்டது. நூல் முழுக்க இன்னும் அதிகமாக இக்கருத்துகள் ஆராயப்பட்டுள்ளன. ஆனால் கடைசியாக ஒன்று: வரலாற்றைப் பற்றி சிந்திப்பது (இங்கு நாம் செய்வது போன்றது) என்பது நமக்கு வாய்ப்புகளைத் தருகிறது அதேபோல ஆபத்துக்களையும் தருகிறது. கடந்த காலத்துடன் நமக்குள்ள உறவின் மீது எதிர்வினையாற்றிட அது நம்மை அனுமதிக்கிறது, கடந்த காலம் பற்றிச் சொல்ல நாம் தேர்ந் தெடுத்தக் கதைகளைப் பரிசீலனை செய்ய அனுமதிக்கிறது, அக்கதைகளை நாம் அடைந்த வழியைப் பற்றியும் அவற்றைக் கூறுவதன் மூலம் ஏற்படும் விளைவுகள் பற்றியும் அறிய நமக்கு வாய்ப்பளிக்கிறது. நிகழ்காலத்திற்குள் கடந்தகாலம் மறு பிரவேசம் செய்யும்போது அவ்விடம் மிக்க ஆற்ற லுடையதாகிறது. வரலாறு பற்றிச் சிந்தித்தல் என்பது ஓரளவு எதற்கானது; யாருக்கானது இந்த வரலாறு என்பது பற்றிச் சிந்திப்பது. இந்த ஆய்வைத் தொடங்கும் நிலையில் பின்னோக்கிப் பார்ப்பது என்பதும் கடந்த காலத்தில் 'வரலாறு' என்பது என்னவாக இருந்தது என்பதைப் புரிந்துகொள்ள முயற்சிப்பதும் பயனுடையதாக இருக்கலாம்.

அத்தியாயம் 2

டால்பின்களின் வாலிலிருந்து அரசியலின் கோட்டை நோக்கி

கி.பி. ஆறாம் நூற்றாண்டில் நபோநிடஸ்(Nabonidus) என்ற பாபிலோனிய மன்னன் ஒருவன் எ-பப்பார்(E-babbar) என்ற பழமையானதோர் ஆலயத்தைத் தேடும் பணியை நடத்தினான்; மிகத் தொடக்ககால அகழ்வாராய்ச்சி என்று இதை நாம் கூறலாம். அதைக் கண்டுபிடித்தபின் அதைப்பற்றி அவன் எழுதினான்:

> பர்ன புரியாஷுக்கு(Burnaburiash) எழுநூறு ஆண்டுகளுக்கு முன்பே ஷமாஷ் தெய்வத்திற்குப் பழங்கால டேமனோஸ் பகுதியில் எ-பப்பார் ஆலயத்தைக் கட்டிய பழங்கால அரசன் ஹம்முராபியின்(Hummurabi) கல்வெட்டினைச் நான் படிந்தேன். உடல் பரவசத்தில் நடுங்க அதை நான் நேசித்தேன்...

பர்னபுரியாஷ் மன்னன் வாழ்ந்தது கி.மு.பதினான்காம் நூற்றாண்டு. நபோநிடஸால் கண்டுபிடிக்கப்பட்ட ஷமாஷ் தெய்வத்திற்கான ஆலயம் அதைவிட எழுநூறு ஆண்டுகள் பழமையானது. அப்படியென்றால் அந்த ஆலயம் நபோநிட ஸுக்கு முன்பு இரண்டாயிரம் ஆண்டுகளுக்கும் பழமை யானது. இந்த நம்பமுடியாத கால இடைவெளி நபோநிடஸை நமக்கு நெருக்கமானவனாக ஏதோ ஒருவகையில் தோன்றச் செய்கிறது. அவனுடைய கண்டுபிடிப்பையும் எழுத்தையும் நம்முடைய கதையின் தொடக்கமாகவும், நமக்குத் தெரிந்த வரலாற்றின் முதல் காட்சியாகவும் கொண்டால் இந்த அத்தியாயத்தின் கதைப்போக்கிற்கு அவன் ஆதாரமாக

அமைந்த வகையில் அவனுடனான நெருக்கவுணர்வு மேலும் உறுதிப்படலாம். இந்த வகைத் தொடர்புணர்வு பயனுடையது. ஆனால் நமக்குப் பிரச்சினையையும் உருவாக்கக் கூடியது. எ-பப்பார் ஆலயத்தை நபோநிடஸ் கண்டுபிடிப்பதற்கு ஆர்வம் காட்டியதற்கான காரணம் அவனது அரச பரம்பரையுடன் அது அவனுக்கு ஏற்படுத்தித் தந்த உறவும், அந்த உறவின்வழி உறுதிப்பட்ட அதிகாரமும் ஆட்சி ஆதிக்கமும் ஆகும். அந்தக் கண்டுபிடிப்பை அவன் புரிந்துகொண்ட விதமும் அதைப் பதிவு செய்வதற்கான நோக்கமும் நாம் வரலாற்றின் மீது கொண்டுள்ள ஆர்வத்தைப் போல இருக்கமுடியாது.

இந்த வகையில் 'வரலாறு' என்பதன் தொடக்கத்தை ஒரு செயற்பாடு என்று பார்க்கமுடியுமா? இந்தக் கேள்வி சிக்க லானது. இதைக் கேட்கும்போது உண்மையில் நம்முடைய தற்கால வரலாற்றின் மீதான விசாரணையில் நாம் ஈடுபட்டிருக் கிறோம். வரலாற்றையே வரலாற்றாக்கம் செய்யும் செயல் பற்றி நாம் மறுபரிசீலனை செய்ய முடியும்; அதாவது அதன் வேர்கள் எவை; எங்கிருந்து அது தோன்றியது; அது எவ்வாறு மாற்றப்பட்டது; வெவ்வேறு காலங்களில் வெவ்வேறு இடங் களில் எவ்வாறு அது பயன்படுத்தப்பட்டது என்பன பற்றி. இந்தச் சுருக்கமான அறிமுகத்தில் நம்முடைய முக்கிய நோக்கப் புள்ளியாக இருக்கவேண்டியது நிகழ்காலம். நாம் தற்போது செய்வதை ஒப்பிட்டுப் பார்க்கவும் ஓர் அறிவுப்புலம் என்ற வகையில் காலத்திற்கேற்ப வரலாறு மாறிவந்திருக்கிறது; மற்றும் இன்னும் மாறும் என்றால் அதை நினைவுப்படுத்திக் கொள்ளவும் கடந்தகால வரலாற்றைப் பயன்படுத்தும் பொழுதும் இவற்றின் விளைவாகப் பின்வரும் கதையில் மிகப் பெரும் இடைவெளிகள் இருக்கும். இருந்தபோதும் நான் விளக்க விரும்புவதன் ஒரு பகுதி என்னவென்றால், எல்லாவித மான வரலாறும் ஏதோ ஒருவகையில் அதன் தற்காலம் பற்றிச் சிலவற்றைக் கூற விரும்புகிறது.

ஒரு நூற்றாண்டு முன்னே சென்று முதல் கிரேக்க வரலாற்றா சிரியரைக் காணலாம். ஹெரோடோடஸ்(Herodotus) (கி.மு. 484-425) கிரேக்கர்களுக்கும் பெர்சியர்களுக்கும் இடையே ஏற்பட்ட மோதல்களுக்கான வரலாற்றுக் காரணங்களை எழுதினார், இதையே முன்பு ஹோமர் தனது கவிதையில்

கையாண்டார். ஹெரோடோடஸ் இவ்விரு மக்களும் ஏன் மோதிக்கொண்டார்கள் என்பது பற்றிய பழைய கதைகளை விவரித்து தனது வரலாற்று எழுத்துக்களைத் தொடங்குகிறார். பெர்சியரின் கோணத்திலிருந்து அதை விவரிக்கிறார். கிரேக்க மன்னனின் மகளான லோ-வை பொனிசியர்கள் கடத்திச் செல்கிறார்கள். பொனிசிய மன்னனின் மகளான யூரோப்பாவைக் கிரேக்கர்கள் கடத்திச் செல்கின்றனர்; பிறகு மற்றொரு இளவரசியான மெடியாவையும் கடத்துகின்றனர். பிரியாம் என்றழைக்கப்பட்ட பொனிசிய மன்னனின் மகனான பாரிஸ் இக்கதைகளின் மூலம் தூண்டுதல் பெற்று ஹெலனைக் கடத்திச் சென்று தனது மனைவியாக்கிக் கொள்கிறான். பொனிசியர்களின் பார்வையில் இது கொடுமையான ஒன்றாகத் தோன்றவில்லை. பெண்களைக் கடத்துவது சரியில்லைதான், ஆனால் இதில் மிகவும் அதிர்ச்சியடைவதற்கும் ஒன்றுமில்லை. ஒரு பெண் விரும்பாதபோது தன்னைக் கடத்திச்செல்வதை அவள் அனுமதிப்பதில்லை என்பதும் வெளிப்படையானதுதானே. இருந்தாலும் கிரேக்கர்கள் தேவைக்கதிகமாக எதிர்வினையாற்றினார்கள்; டிராய் நகரத்து ஹெலனை மீட்கப் பெரும் படையொன்றைத் திரட்டிச் சென்று பிரியாமின் பேரரசினையே அழித்தனர். பெண்கள் கடத்தப்பட்டதற்கு பழிவாங்குவதே இவ்வளவும் நிகழக் காரணம். ஆனால் பொனிசிய வரலாற்றாசிரியர்கள் இந்த நிகழ்ச்சியைப் பொய்யென்று கூறுகின்றனர்; (முதலில் குறிப்பிடப்பட்ட பெண்) லோ கட்டாயப்படுத்திக் கடத்திச்செல்லப்படவில்லை. பொனிசிய கப்பலின் தலைமை மாலுமி ஒருவனால் கருவுற்ற அவள் தனது பெற்றோர்களுக்கு அவமானத்தைத் தேடித்தருவதைவிட அவனுடனேயே சென்றுவிடலாம் என்று முடிவு செய்துவிட்டாள்.

ஹெரேடோடஸ் எழுதுகிறார்:

> பெர்சியர்களும் பொனிசியர்களும் சொல்லும் இவ்வளவும் உண்மையா பொய்யா என்று தீர்ப்பு வழங்கும் நோக்கம் எனக்கு இல்லை. என் சொந்த அறிவைக் கொண்டு உண்மையில் யார் கிரேக்கர்களை முதலில் தாக்கியது என்பதையே சொல்ல விரும்புகிறேன். பிறகு பெருமைவாய்ந்த சிறிய நகரங்களின் கதையைக் கூறி வரலாற்றை நானே சொல்லிச் செல்வேன். ஒருகாலத்தில் பெருமைவாய்ந்தவையாக

விளங்கிய பெரும்பாலான நகரங்கள் இன்று சிறியனவாக உள்ளன; முற்காலத்தில் சிறியனவாக இருந்த பல நகரங்கள் எனது வாழ்நாளிலேயே பெருமைபெற்று வளர்ந்திருக்கின்றன. நான் எழுதும் நகரங்கள் பெரியவையா சிறியவையா என்பது பெரிய விஷயமல்ல. இந்த உலகில் எவரும் நீண்ட காலத்திற்கு வளமுடனேயே நிலைத்திருப்பதில்லை.

பெர்சிய பழங்கதைகளை மறுத்துரைக்கப் போலி நம்பிக்கைகளை விட 'உண்மைத்தகவல்'களைச் சார்ந்திருப்பதையே ஹெரோடோடஸ் தேர்வு செய்கிறார். இவருடைய நூலின் பின் பகுதியில் ஹெலனும் பாரிஸூம் உண்மையில் டிராயை அடையவில்லை. எகிப்திலேயே தங்கவைக்கப்பட்டார்கள் என்பதை நிறுவ வாய்மொழி வரலாற்றிலிருந்து ஒரு சம்பவத்தைப் பயன்படுத்துகிறார்; மாபெரும் கவிஞர் ஹோமர் இதைப் பற்றி உண்மையில் தெரிந்தவராகவே இருப்பார் என்ற வாதத்தை முன்வைக்க அவருடைய சில கவிதைகளை ஆராய்கிறார், ஆனால் அவர் இங்கு தேர்ந்தெடுப்பதோ ஒரு புனைவான கதை. ஹெலனின் வரலாற்றைப் பற்றி ஹெரோடோடஸ் கூறும் புதிய தகவல்களை நாம் நம்பினாலும் நம்பாவிட்டாலும், உண்மையான வரலாற்று நிகழ்வுகளைப் புனைவான கதைகளிலிருந்து வேறுபடுத்திக்காட்ட ஆதாரங்களைப் பயன்படுத்தும் அவருடைய முயற்சியானது அவரை இருபதாம் நூற்றாண்டு வரலாற்றாசிரியர் போலவே தோன்றச் செய்கிறது. இவருடைய வரலாற்றுக் குறிப்புகள் வெறுமையாகத் தன்னுடைய சொந்தச் சூழலுடன் மட்டும் உறவுடையவையல்ல (நபோநிடஸ் மற்றும் ஏ-பப்பார் போல). மாறாக, பரந்துபட்ட வாசகர்களை நோக்கி வைக்கப்படுவது; விரிவான நோக்கம் உடையது (கடந்த காலத்தைப் பதிவு செய்வது, விளக்குவது) என்ற உண்மை இவரை நாம் இன்று அறிந்த வரலாற்றுத்துறையின் நிறுவனர் என்றே உணர்த்துகிறது. உண்மையில் இவர் 'வரலாற்றின் தந்தை' என்றே அடையாளப்படுத்தப்படுகிறார்.

ஆனால் மீண்டும் நாம் இங்கு கவனமாக இருக்கவேண்டும். ஹெரோடோடஸின் ஒருபகுதி தெளிவானதாகவும் நவீனமானதாகவும் தோன்றலாம்; மற்ற பகுதிகள் அப்படி அல்ல. அவர் சொல்லும் நிறைய வரலாறுகள் நம்மால் நம்ப முடியாத கதை

களை அடிப்படையாகக் கொண்டவை. டால்பினின் வால்மீது ஏறிப் பயணம் செய்த அரியோன்; தனது தந்தையையே எதிர் பாராதவிதமாக முதலில் கொலை செய்துவிடும் அராஸ்டசுக்கு குரோயிசஸ் மன்னன் அடைக்கலம் தந்தது; பிறகு எதேச்சை யாக குரோயிசஸின் மகனையும் அவனே கொன்றுவிடுவது; இவற்றையெல்லாம் முன்னறிந்து கூறும் டெல்ஃபிக் முக்காலத் தரிசியின்(oracle) வாக்குகள் எப்போதும் மெய்யாகிவிடுவது போன்றவை. இவையும் இவற்றைப் போன்ற மற்ற கதைகளும் கிரேக்கர்களுக்கும் பெர்சியர்களுக்கும் இடையே எப்படி போர் மூண்டது என்பது பற்றிய ஆதாரபூர்வமான அரசியல் வரலாறு என்று நாம் அடையாளம் காண்பவற்றுடன் கலந்து கிடக்கின்றன. அரசியல் நிகழ்ச்சிகளை நமக்குச் சொல்வதி லிருந்து விலகிக் குறிப்பிட்ட மக்களின் தனிப்பட்ட பழக்க வழக்கங்கள் பற்றியும், பயங்கரமான, அதிசயமான வேற்று இட விலங்குகள் பற்றியும் அவரைக் கவர்ந்த அபூர்வ மான கதைகளையும் கூறுவதில் ஹெரோடோடசுஸுக்கு எப்போதுமே ஆனந்தம் உண்டு. அதனால் ஹெரோடோடஸ் 'பொய்களின் தந்தை' என்றும் கூட அறியப்படுகிறார். ஆனால் இந்த வகைத் தகவல்களுக்கிடையே உள்ள வேறுபாட்டை அவர் அறிந்திருக்கமாட்டார், உண்மையில் அவர் தான் சொல் பவை அனைத்தும் அவற்றை உறுதிப்படுத்தும் சான்றுகளின் காரணமாக நம்பப்படக்கூடியவையே என்பதை வலியுறுத்து வதற்கு எப்போதும் கடுமையாக முயற்சிசெய்கிறார்.

ஹெரோடோடஸை நம்மிலிருந்து வேறுபட்டவராகக் காண வேறு காரணங்களும் உள்ளன. ஹெரோடோடஸ் தனது வரலாற்றெழுத்து அடிப்படையிலேயே பிற எழுத்துக்களிட மிருந்து வேறுபட்டது என்று தவறாகக் கண்டார் என்பது ஒரு காரணம். 'ஹிஸ்டரி' என்று மாறிய கிரேக்கச் சொல் அடிப் படையில் 'ஆய்ந்தறிதல்' என்ற பொருளைத் தரக்கூடியது. இன்னும் குறிப்பாக முரண்பட்ட தகவல்களிலிருந்து உண்மை யை மதிநுட்பத்தோடு கண்டறியும் ஒருவரைக் குறிக்கக் கூடிய தாக இருந்தது. இதை அடிப்படையாகக் கொண்டு கடந்த காலம் பற்றி எழுதப்படுதலை நோக்கினால், இது கவிதையும் அல்ல தத்துவமும் அல்ல என்றே அர்த்தப்பட்டது. கிரேக்கர் களைப் பொறுத்தவரை இவ்வகை எழுத்து குறைந்த முக்கியத்

3. அகஸ்தினின் மனிதரின் ஏழு யுகங்கள் என்பவை வட்டமாக இங்கு சித்திரிக்கப் பட்டுள்ளன. இதே போன்ற விதியின் சக்கரம் படம் 4இல் சித்திரிக்கப்பட்டுள்ளது. இனி வர இருக்கும் ஏழாவது காலம் என்பது ஊழிக்காலமாகும்.

துவம் உடையது. இவ்வகை எழுத்து 'வரலாறு' என்ற ஒரு குறிப்பிட்ட வகைமை உடையதாக இருந்ததா என்பது தெளிவாகத் தெரியவில்லை. அதைவிடப் பெரிய அளவில் இருந்த 'தத்துவம் சாராத எழுத்துகள்' என்ற வகையில் வைத்துத்தான் இது பார்க்கப்பட்டது. ஹெரோடோடஸ் வரலாற்றை எழுதுவதற்கான காரணம் நபோநிடஸ் எழுதியதைப் போல் இல்லாமல் நம்முடையதுபோல் இருந்தாலும்கூட அது வேறுபட்டதாகவே உள்ளது. ஹெரோடோடஸ் நிகழ்காலத்தின் தேவைக்கேற்பச் சூழ்நிலைகளையும் பாத்திரங்களையும் சித்திரிக்கக் கடந்தகாலத்தைப் பயன்படுத்துகிறார். காலம் என்பதை ஒரு சுழல் வட்டமாகக் காண்பதனால் இதை அவர் செய்கிறார். திரும்பத் திரும்ப எழும் ஒரே வித சிக்கல்களையும் கருப்பொருள்களையும் கொண்டவாறு வரலாறு சுற்றிச்சுற்றி வருகிறது. இவருடைய வரலாற்றில் இடம்பெறும் நிகழ்வுகள் எப்போதும் தனிநபர்களின் பண்புக் குறைபாட்டினால் ஏற்படுகின்றன. ஆனால் இந்தப் பண்புக் குறைபாட்டிற்குப்பின் விதியின் சுழல்சக்கரம் (மேலே அவர் குறிப்பிட்டது போன்றது) உள்ளது. இது மேலெழுந்து நகரங்களையும் மக்களையும் ஒன்றேபோல கீழே இழுத்துக்கொள்கிறது. எடுத்துக்காட்டாக இவர் குரோயிசஸ் பற்றிக் கூறுகிறார். கனவில் எச்சரிக்கை தோன்றியும் தனது மகனின் சாவை இவனால் தடுக்க முடியவில்லை (அவன் அராஸ்டசால் எதிர்பாராதவிதமாகக் கொல்லப்படுகிறான்). மேலும் தனது பேரரசு முழுவதையும் அவன் இழந்துவிடுகிறான்; எல்லாம் அவனது பேராணவத்தால்; (ஒருவனது சாதனைகளினால் உருவாகும் ஆணவம் கடவுள்களின் சீற்றத்தைத் தூண்டுகிறது). இருபதாம் நூற்றாண்டு வரலாற்றாசிரியர்களில் சிலர் சில குறிப்பிட்ட நிகழ்ச்சிகள் வரலாற்றில் திரும்பத்திரும்ப நடப்பதாக நம்பலாம். ஆனால், யாரும் விதியின் சுழலே காரணகாரியங்களை இயக்குகிறது என நம்புவதாக நான் நினைக்கவில்லை.

காலம் பற்றிய இந்தக் கோட்பாடு கிறிஸ்தவ சமயம் தனது முதல் வரலாற்றாசிரியரை உருவாக்கிய உடனே ஓரளவு மாறிவிட்டது. கிறிஸ்தவ நம்பிக்கை விதிச்சுழல் என்பதை அடிப்படையாகக் கொண்டதல்ல; மாறாகப் படைப்பு, ஊழி என்ற இரண்டு நிரந்தர புள்ளிகளுக்கு இடையே உலகம்

படம்:4 வில்லியம் தே பிரஸ்லேயின் அதிர்ஷ்டச் சக்கரம் (1235)

தடையின்றி இயங்கிக்கொண்டிருப்பதாகக் கண்டது. பழைய ஏற்பாட்டை அடிப்படையாகக் கொண்டு ஆரம்பகால வரலாற்றாசிரியர்கள் மனித குலத்தின் ஏழு யுகங்கள் என்பதை முன்வைத்தனர். அவர்கள் எழுதிக்கொண்டிருந்த காலத்திலேயே முதல் ஐந்து யுகங்கள் முடிந்து மனிதகுலம் ஆறாவது யுகத்தில் நுழைந்துவிட்டிருந்தது. இது கிறிஸ்துவின் பிறப்பு முதல் அவரது இரண்டாவது வருகை வரை உள்ள காலமாகும். இன்னும் மீதமிருப்பது ஏழாவது யுகமான ஊழிக் கால கட்டமும் வரலாற்றின் முடிவும். இந்த விளக்கம், வரலாற்றின் அர்த்தம் என்னவாக இருக்கலாம் என்பது பற்றியும் அதை ஒருவர் எப்படி அணுக வேண்டும் என்பது பற்றியும் வித்தியாசமான கருத்தைத் தோற்றுவித்தது.

இருந்தபோதிலும், செவ்வியல் காலத்திற்கும் ஆரம்பகால கிறிஸ்தவ யுகத்திற்கும் இடையே மிகத்தெளிவான எல்லைக் கோட்டை ஒருவர் வரைந்துவிடக்கூடாது: விதிச்சக்கரம் என்ற படிமம் உண்மையில் கிறிஸ்துவப் பண்பாட்டிற்குள் தொடர்ந்து கொண்டிருந்தது. ஏழு யுகங்கள் என்ற கோட்பாடு கிறிஸ்தவ வரலாற்றுத்துறையில் எழுதப்பட்ட அனைத்தையும் வழிநடத்த வில்லை. எனினும் வரலாற்றுத் துறையில் ஏற்பட்ட ஒரு மாற்றம் என்னவென்றால், வரலாற்றுக்குப் புதியதான உறுதியான நோக்கம் என ஒன்று உருவானது. யூசேபியஸ் எழுதிய 'திருச்சபை வரலாறு' (கி.பி.325 வாக்கில் எழுதப் பட்டது) என்ற நூலின் நோக்கம், கிறிஸ்தவர்கள் மற்ற புறச் சமயத்தினர்(pagan) யாவரிடமும் கிறிஸ்தவம் புறச்சமயங்களை விட மிகத் தொன்மையானது; மிகப் பகுத்தறிவு அடிப்படை கொண்டது; மிகவும் ஒழுக்கநெறி சார்ந்தது; மிகவும் நம்பகத் தன்மை கொண்டது என்று வலியுறுத்திக் கூறுவதுதான். ஆரம்ப காலக் கிறிஸ்தவர்கள் வரலாற்றைக் கடந்த காலம் பற்றிய எதிர்வாதக் கருத்துக்களின் விவரணைய எழுதினர். தொடக்கத் தில் சில நூற்றாண்டுகள் கிறிஸ்தவர்கள் ரோமானிய ஆட்சி யாளர்களால் கொடுமைப்படுத்தப்பட்ட சமய நம்பிக்கையைத் தற்காத்துக்கொள்ள வேண்டிய நிலையில், தாக்குதலுக்குள் சிக்கிய மக்களாக இருந்ததுதான் இதற்குக் காரணம். தமது சமய நம்பிக்கைக்கு ஆதரவான (பிற சமய நம்பிக்கைகளுக்கு எதிரான) வரலாற்றை உருவாக்கிய நிகழ்வு மேலாதிக்கம் பெறுவதற்கான ஒரு முயற்சியாக இருந்தது. ஹிப்போவைச் சேர்ந்த அகஸ்தின் என்பவர் தனது 'கடவுளின் நகரம்' (சி.426இல் எழுதப்பட்டது) என்ற நூலில் தனது திருச்சபையின் போராட் டத்தை ஆன்மீகத்திற்கும் தீமைக்கும் இடையில் நடக்கும் முடிவற்ற போருடன் இணைத்துக்காட்ட முயற்சி செய்தார். இது மிகப்பெரிய அளவில் இறையியலையும் வரலாற்றையும் இணைப்பதாக இருந்தது. ஆனால் உடனடி விளைவை ஏற்படுத் தாத மிக நீண்டகாலம் எடுக்கக்கூடிய மிகச் சிக்கலான வழி முறையாக இருந்தது. இருந்தபோதிலும் அகஸ்தினின் மாணவ ரான ஒரோசியஸ்(Orosius) எளிமையான அதிக எதிர்வாதக் கருத்துக்களையுடைய 'பேகன்களுக்கு எதிரான வரலாறு' என்ற நூலை எழுதினார். இது மிகவும் பிரபலமாக அறியப்பட்டது.

5. பேயோ திரை ஓவியமானது இங்கிலாந்து நார்மன்களால் வெற்றிகொள்ளப்பட்டதை விளக்குகிறது. அதனால் எழுத்து மட்டுமே வரலாற்றைப் பதிவு செய்வதற்கான முறை இல்லை என்பதை நமக்கு நினைவூட்டுகிறது.

யூசேபியசும் ஒரோசியசும் வேதாகமத்தின் வரலாற்றுத் துல்லியத்தை வலியுறுத்தியதோடு, தமது திருச்சபையின் வரலாற்றைக் காலவரிசைப்படியான செம்மையான பாரம்பரிய வரலாற்றுடன் இணைத்துக் கூறி, தமது கருத்துகளுக்கு ஆதரவான மூல ஆவணங்களைப் படியெடுப்பதன் மூலம் பலமான வரலாற்றை உருவாக்கும் முயற்சியில் ஈடுபட்டனர். அவர்களுக்கு முன்னோடியாக இருந்த வரலாறெழுதுதல் துறையின் ஒரு கூறான புலப்பாடு(rhetoric) அவர்களுடைய முயற்சிக்கு உதவியாக இருந்தது. ரோமானிய எழுத்தாளர்களான சல்லுஸ்டும் சிசரோவும் எல்லாவித எழுத்துகளுக்கும் சில விதிமுறைகளும் வரையறைகளும் உள்ளன என்றும் வரலாறு எழுதுவதற்கு மிகக் குறிப்பிட்ட விதிமுறைகள் உள்ளன என்றும் வாதிட்டனர். புலப்பாட்டாளர்/ விவரிப்பாளர்(rhetor / narrator) பிறருடைய மனதைப் புண்படுத்தும் என்ற நிலையில்கூட நடுநிலையுடன் உண்மையைக் கூற வேண்டும்; நிகழ்ச்சிகளைக் கால வரிசைப்படியும் நிலவியல் அடிப்படையிலும் ஒழுங்குபடுத்தவேண்டும்; வரலாற்றுப் பாத்திரங்கள் அவர்களின் வாய்ப்புகள் இவற்றை உள்ளடக்கிய காரணகாரிய அடிப்படையில் நிகழ்த்தப்பட்ட பெருஞ்செயல்களைச் சொல்லவேண்டும்; உணர்ச்சிவசப்படாத இலகுவான மொழியோட்டத்துடன் எழுதவேண்டும். எழுதப்படும் வரலாறு மனதைத் தூண்டுவதாகவும் நன்கு வாசிக்கப்படுவதாகவும் இருக்கவேண்டும் என்பதுதான் இவ்விதிமுறைகளின் மையக் கருத்தாகும். ரோமானியர்களால் உருவாக்கப்பட்டு கிறிஸ்தவர்களால் வளர்த்தெடுக்கப்பட்ட இந்த புலப்பாட்டுக் கூறு வரலாற்றியலில் நீண்ட பாரம்பரியமுடையது.

1067ஆம் ஆண்டு பெயர் தெரியாத ஒரு நூலாசிரியர் 'பாவ மன்னிப்புக் கோரிய எட்வர்ட்டின் வாழ்க்கை(The Life of Edward the Confessor)' என்ற நூலை எழுதிமுடித்தார். இவர் தனது நூலை தன்னுடைய புரவலரும் ஆங்கிலப் பேரரசரின் மனைவியுமான எடித் மகாராணிக்குக் காணிக்கையாக்கினார். இவருடைய எழுத்தின் நோக்கம் அரச குடும்பத்தின் புகழ்பாடுவதும் அதனோடு எடித் அரசியின் புகழைப்பாடுவதும் ஆகும். இவருடைய பணியோ எட்வர்ட் ஆட்சி நாசமுற்று முடிந்துபோனதால் தடைப்பட்டுவிட்டது, எடித்தின் சகோதரர்கள் ஹாரோல்ட்டும்

டோஸ்டிக்கும் கடுமையாகச் சண்டையிட்டுக் கொண்டது ஆட்சி முடிவதற்குக் காரணமாக அமைந்தது. இவருக்கு இரு வகையான தீர்வுகள் கிடைத்தன. முதலாவது, வாழ்க்கை வரலாற்று நூலின் இரண்டாம் பாகம் எட்வர்டுடைய சமய வாழ்க்கையைப் பற்றியது. மறுவுலகில் அடையும் மீட்பு நோக்கி அவரின் வாழ்க்கைப் பாதை சென்றது என்று குறிப்பிடுகிறது (இவ்வாழ்க்கையில் ஏற்பட்ட பிரச்சினைகளைத் தீர்ப்பதைவிட). இரண்டாவது, குடும்பத்தகராறே பேரரசிற்கு ஏற்பட்ட அழிவிற்குக் காரணம் என்று கடுமையாகக் குற்றம் சாட்டுகிறது. இதன் மூலம் நூலாசிரியர் ஓர் எதிர்மறையான பெருமை கூறும் முறையைப் பயன்படுத்துகிறார். குடும்பம் எவ்வளவு முக்கியமாக இருந்திருக்கவேண்டும் என்றும் அதன் உள் பிரச்சினைகளே மற்ற பெரும் அழிவுகளை நோக்கிக் கொண்டு சென்றன என்றும் கூறுகிறார். எவ்வாறாயினும் அந்த 'வாழ்க்கை' நூல் எதைச் சொல்லாமல் விடுகிறதெனில், 1066ஆம் ஆண்டு நார்மன் இங்கிலாந்தின் மீது வெற்றி பெற்றதை.

மத்திய கால வரலாற்றின் மீதான ஆய்வுகளைச் செய்த சிறந்த வரலாற்றாசிரியரான ரிச்சர்ட் சதர்ன் நார்மன்களின் வெற்றி பற்றிக் குறிப்பிடாமலேயே 1066ஆம் ஆண்டு நடந்த அழிவுகள் பற்றி ஒருவர் எழுதமுடியும் என்றால் அவரை வரலாற்றாசிரியர் என்று சொல்ல முடியாது என்பது சாதாரண தெரு நியாயம் பேசுபவர்களின் அறிவுக்குக் கூட தெளிவாகத் தெரியும் என்று குறிப்பிடுகிறார். உண்மையில் அப்படியல்ல! 'வாழ்க்கை' நூலை எழுதிய ஆசிரியர் (சதர்ன் குறிப்பிட்டது போல) இந்த விமர்சனத்தினால் தாக்கப்படமாட்டார். எட்வர்டின் அரசாட்சியை எந்த வகையிலும் சிறுமைப்படுத்தி விடக்கூடாது என்ற நோக்கத்தினால் அவர் அந்த வெற்றியைப் பற்றிக் குறிப்பிடவில்லையென்றாலும்கூட வரலாற்று எழுத்தின் புலப்பாட்டினைக் கடைபிடிக்கவே செய்கிறார். உண்மைகளைக் கையாள அவர் பயன்படுத்தும் புலப்பாடு ஒரு தந்திரமோ போலி நடிப்போ அல்ல; வரலாறு எழுதுதலின் நியாயமான ஒரு முறையே. மத்திய கால வரலாற்றாசிரியர்களைப் பரிசீலிக்கும் நவீன வரலாற்றாசிரியர்கள் அவர்களை எந்த அளவுக்கு நம்பலாம் என்று எப்போதும் கவலைப்படுவார்கள் (ஆதாரங்கள்

மற்றும் நம்பகத்தன்மை பற்றிய முக்கியத்துவம் பற்றிப் பின் வரும் ஒரு அத்தியாயத்தில் காணலாம்). ஆனால் 'வாழ்க்கை' யை எழுதியவர் இதை ஒரு தேவையற்ற கேள்வியென்றே நினைத்திருப்பார். அவருடைய சொந்த அறிவின் ஒளியில் அவர் சொல்வது உண்மை. எழுதப்பட்ட வரலாறு அது செய்ய வேண்டிய பணியைச் செய்து முடிக்கும்படியான வரலாறு எழுதுதலின் புலப்பாட்டினைக் கடைபிடிப்பதைவிட அதிக மான நம்பகத்தன்மை என்ன இருந்துவிட முடியும்?

உண்மையில் முதலாம் ஆயிரமாவது ஆண்டின் பிற்பகுதி யில் எழுதப்பட்ட பல வரலாறுகளைவிட 'வாழ்க்கை' அதிக நம்பகத்தன்மை வாய்ந்ததாகவே நமக்குத் தோன்றுகிறது. சில வரலாற்றாசியர்கள் புலப்பாடு பற்றிய கருத்தால் மட்டு மன்றிச் செவ்வியல் நூல்களின் விரிவான வழிமுறைகளாலும் பாதிப்புப் பெற்றுள்ளனர். ரெய்ம்ஸ் பகுதியின் ரெய்ச்சர் என்ற துறவி (மறைவு c.998) பூர்வ பிரெஞ்சு நாட்டினர் பற்றிய ஒரு வரலாற்றை எழுதினார். அவருக்கு ஆதாரமாக இருந்தது அவருடைய மடத்தில் இருந்த ஃப்ளோதோவார் என்ற சற்று முற்பட்ட காலத்தின் வரலாற்றாசிரியர் எழுதிய ஆவணங்கள். சிசரோவும் சல்லுஸ்டும் பரிந்துரைத்த இலகுவான மொழி நடையை நோக்கமாக வைத்து ஃப்ளோதோவாரின் எழுத்தைச் 'செவ்வியல்' நடையில் மீண்டும் எழுதுவதுதான் அவருடைய முறையாக இருந்தது. உண்மைத் தகவல்கள் ஃப்ளோதோவார் தந்ததுபோலவே முடிந்த அளவு அப்படியே விடப்பட்டன. அழகான செவ்வியல் நடையில் அமைந்த எடுத்துக்காட்டுகள் வரும்போது, ரெய்ச்சர் சலிப்பூட்டும் யதார்த்தத் தகவல் களுடன் அவை விரவி வரும்படி விட்டுவிட்டார். பழங்கால கப்பேத்தியன் அரசர்கள் ரோமன் நாட்டுச் சீசர்களைப் போல சித்திரிக்கப்பட்டனர், பேரரசின் சட்ட அதிகாரிகள் ரோமானிய அங்கியை அணிந்துகொண்டிருந்தனர் (உண்மையில் அவை அழுக்கடைந்த அவ்வளவு செப்பமடையாத ஆடையாக இருந் திருக்கும்). ரெய்ச்சர் தனது நடை உள்ளடக்கத்தைக் கடந்து செல்வதில் எந்தச் சிக்கலும் இருப்பதாக அறிந்துகொள்ளவே இல்லை. இதுதான் முக்கியமானது: அவர் (மற்ற பல வரலாற்றாசிரியர்கள் போலவே) களிப்பூட்டுவதற்காகவே கதைகளைச் சொல்லிக்கொண்டிருந்தார்.

மத்திய காலத்தின் தொடர்ந்துவந்த பகுதிகளில் புலப்பாடு வரலாறெழுதுதலில் இணைந்திருந்தது. ஆனால் வேறுபல கூறுகளும் வளரத்தொடங்கிவிட்டன. எழுதப்பட்ட நிகழ்ச்சிக் குறிப்புகள், வரலாற்று ஆவணங்கள், மற்ற காலவரிசைப் பதிவுகள் போன்றவற்றை அடிப்படையாகக் கொண்டு கடந்த காலத் தகவல்களைச் சேகரித்துச் செவ்வியல் தன்மையான கட்டமைப்புடனும் புலப்பாட்டுடனும் எழுதுவது என்பது மத்திய கால வரலாற்றாசிரியத் தொழிலின் அங்கீகரிக்கப் பட்ட கருவிகளாக இருந்தன. வரலாறு எழுதுதல் என்பது ஒருவரின் நோக்கத்திற்குப் பயன்படக்கூடிய, ஒப்புக்கொள்ளப் பட்ட கடந்தகாலக் கூறுகளை வெறுமனே ஒன்றுசேர்த்துத் தைப்பது என்பதாகவே பெரும்பாலும் இருந்தது. எவ்வாறா யினும் நிலைமைகள் மாறத்தொடங்கின. மால்மெஸ்பரி யின் வில்லியம்(William of Melmesbury – 1095-1143) என்ற மால்மெஸ்பரி துறவிகள் மடத்தில் நூலகராக இருந்த ஒருவர் ஏராளமான வரலாற்று நூல்களை எழுதினார். அவருடைய எழுத்துமுறையில் உள்ள நவீனத்தன்மையே வெளிப்படையாக இதை நமக்குச் சொல்லக்கூடும். அவர் ஆதாரங்களையும் ஆவணங்களையும் தேடி ஆராய்ந்து (ஒரு வரலாற்றாசிரியர் செய்யவேண்டிய முறைப்படி அவற்றை மேற்கோள் காட்டி) சமீபகால நிகழ்ச்சிகளைப் பற்றி மேலும் நுணுகி ஆராயும்படி மக்களிடம் கூறினார். அவர் விமர்சனப்பார்வை உடைய வராகவும் சந்தேக நோக்கு உடையவராகவும் இருந்தார். இவை இரண்டுமே நவீன வரலாற்றாசியர்களுக்கான நற்தகுதிகள். ''என்னுடைய வாசகர்களின் எதிர்பார்ப்புகளை ஆடம்பரமான கற்பனைகள் மூலம் நான் திருப்திப்படுத்தாதது போலத் தோன்றலாம். எல்லா ஐயத்துக்குரிய செய்திகளையும் விட்டு விட்டு திடமான உண்மைகளுக்கிடையே உள்ள உறவுகளை நோக்கியே நான் செல்வேன்'' என்று வில்லியம் எழுதுகிறார்.

வில்லியமுடைய நோக்கம் உணர்வு சாராத பார்வையும் முன்முடிவற்ற தகவலும் கொண்டது. இரு விஷயங்கள் இதைக் குலைத்துவிடுகின்றன: ஆதாரங்களைப் பற்றிய விமர்சனப் பார்வையுடன் இருந்தபோதும் அவற்றையே பின்பற்ற வேண்டியிருப்பதால் அவர் அறியாமல் அவற்றின் முன்முடிவுகளை உள்வாங்கிக் கொள்கிறார். என்ன நிகழ்ந்தது

என்பதைக் கூறுவதைவிட அதை விளக்கிச்சொல்லவும் வில்லியம் விரும்பினார். இதற்கு யூகங்கள் தேவைப்பட்டன (யூகித்தறிவதற்கான நல்ல திறன் நவீன வரலாற்றாசிரியர் களுக்கான மூன்றாவது நற்தகுதி). யூகங்களுக்கு மனித இயல்புகள் பற்றிய கோட்பாடு தேவைப்பட்டது. மனிதர்கள் இயல்பாகத் தமது சுய ஆர்வத்தின் அடிப்படையில் செயல்படு கிறார்கள் என வில்லியம் நம்பினார். இதற்காக மனிதர்களை அவர் கண்டிக்கவில்லை, மாறாக நிகழ்வுகளின் பின்னணியாக இருக்கும் காரணங்களை விளக்க அவ்வப்போது இதைப் பயன்படுத்திக்கொள்கிறார். இதுவும் நவீன வரலாற்றாசிரியர் களுக்குப் பழக்கமானதே (நாம் யாரையும் நம்புவதில்லை). இந்த சந்தேக நோக்கு என்பது உணர்வுசாராத நோக்கைப் போன்றதல்ல. மனித இயல்புகள் பற்றிய வில்லியமுடைய பார்வையும்கூட நம்மிலிருந்து வேறுபட்டது. மனித இயல்பைப் பற்றிக் கடுமையான முறையில் இவர் விவரித்தபோதும், இவருடைய கதைமாந்தர்கள் தமது முயற்சிகளையும் மீறி விதியினால் பணியவைக்கப்படுகிறார்கள் என்றும் ஒரு நல்ல கிறிஸ்தவர் செய்யவேண்டியதுபோல் தமது மரணப்படுக்கை யில் தம்மை விடுவித்துக்கொள்கிறார்கள் என்றும் அவ்வப் போது சித்திரிக்கிறார். எல்லா மனிதச் செயல்களுக்கும் காரண மாகி நின்று இயக்கும் ஆற்றல் தேவனே என்பதைத்தான் அவர்களுடைய வரலாற்று விவரணைகளின் பகுதியானது உணர்த்துவதாக இவர் நம்பினார்.

செவ்வியல் வரலாற்றியல் முறையிலிருந்து விலகிய ஒரு போக்கினைப் பதின்மூன்றாம், பதினான்காம் நுற்றாண்டுகள் கண்டன. வேகமாக வளர்ந்துகொண்டிருந்த சமயம் சார்ந்ததும் சமயம் சாராததுமான கல்வி கற்றவர்கள் குழு வரலாறுகளை எழுதத் தொடங்கியது. 'தேசிய' வரலாறுகள் 'உலக' வரலாறுகள் (பொழுதுபோக்கு அம்சமும் முன்முடிவு அம்சங்களும் கொண்ட மாத்யூபாலிஸ் எழுதியவை போன்றவை), புனிதப் போர் வீரர் களின் வரலாறு(பதினைந்தாம் நூற்றாண்டில் ழான் ப்ரோய்சார் (Jean Froissart) எழுதிய காலவரிசை நூல் போன்றவை) போன்றவற்றையும் உள்ளடக்கக்கூடிய விரிவான துறையாக வரலாற்றியல் துறை மெல்ல வளர்ந்தது. அப்போதும் கூட வரலாறு சில குறிப்பிட்ட நோக்கங்களுக்காகவே எழுதப்

பட்டது (ஒரு புரவலரை மகிழச் செய்தல், ஒரு நகரத்தைப் பெருமைப்படுத்தல், ஒரு அரசரின் புகழ்பாடுதல்). ஆனால் அந்நோக்கங்கள் மேலும் விரிவானவைகளாகவும் பலதிறப் பட்டவைகளாகவும் பெருகிக் கொண்டிருந்தன. நடையும் எழுதும் முறையும்கூட மாற்றமடைந்தன. ஃப்ரோய்சார் தமது பிரபுகுலத்தவர்களை மகிழ்வூட்டவும் களிப்படையச்செய்யவும் வேண்டி எழுதியதால் அவருடைய நூல் முழுக்கப் புனை வாகவே தோன்றுகிறது. ஃப்ளான்டர்ஸ் பிரபுவின் கொலை பற்றி எழுதிய கல்பேர் ஆஃப் புருஷே(Galbert of Bruges) தனது நாட்டிற்கு நடந்தது பற்றிய உள்ளார்ந்த அர்த்தத்தைப் புரிந்து கொள்ள முயற்சி செய்ததால் அவருடைய எழுத்து மிகவும் கவனம் நிறைந்ததாகவும் துல்லியமானதாகவும் உள்ளது.

பதினான்காம் நூற்றாண்டு பற்றித் தற்போது பார்க்கலாம்:

> *ஜியோவன்னி (வில்லானி) என்ற ஃப்ளோரன்ஸ் குடி மகனான நான்... பெரும் புகழ்பெற்ற இந்நகரத்தின் வேர்களைப் பற்றியும் அதன் தொடக்கம் பற்றியுமான நினைவுகளை மறுபடியும் சொல்லத்தொடங்குகிறேன். அதன் கடந்த காலத்தில் ஏற்பட்ட மகிழ்ச்சியானதும் துயர மானதுமான மாற்றங்களைப் பற்றிச் சொல்லத் தொடங்கு கிறேன். மாற்றங்களுக்கும் நடந்துமுடிந்து போனவை களுக்கும் பிறகு இனி வரப் போகின்றவர்களுக்கு அவற்றிற் கான காரணங்களையும் பின்புலங்களையும் பற்றிய எடுத்துக்காட்டுகளைத் தரப்போகிறேன். தீமைகளை ஒதுக்கி உயர்பண்புகளைக் கைக்கொள்ளவும் வலிமையான ஆன்மாவுடன் துயரங்களைத் தாங்கிக்கொண்டு நன்மையை யும் திடத்தன்மையையும் நமது குடியரசுக்குக் கொண்டுவர வேண்டும் என்ற நோக்கத்திற்காகவும் இதைச் சொல்லத் தொடங்குகிறேன்.*

இத்தாலி – குறிப்பாக ஃப்ளோரன்ஸ் – மீண்டும் பண்டைய கிரேக்கத்தின் மீதும் ரோம் மீதும் காதல் கொள்ளத் தொடங்கி யிருந்தது. உண்மையில் செவ்வியல் மரபு எப்போதும் மறைந்துபோய் விடவில்லை, ஆனால் முந்தைய நூற்றாண்டு களில் இல்லாத அளவுக்குத் தொன்மையான ஞானத்தின் பெருமையைத் தான் மறுகண்டுபிடிப்பு செய்து புதுமெருகு ஊட்டிவந்ததாகப் பதினான்காம் நூற்றாண்டின் பிற்பகுதி

தொடங்கி இத்தாலி நம்பிக் கொண்டிருந்தது. இந்நம்பிக்கை வரலாற்றியலைப் பல வழிகளில் பாதித்தது. முதலாவது, ஃப்ளோரன்ஸ் பற்றிய வரலாற்றின் அறிமுகத்தில் வில்லானி சொல்லியிருப்பது போல், கடந்த காலத்திலிருந்து தத்துவ பாடங்களைக் கற்பது என்னும் கருத்து மீண்டும் வலிமை பெற்றது. பிற்கால இத்தாலிய வரலாறுகளைப் படிக்கும்போது நிகழ்வுகளை விதியே தீர்மானிக்கிறது என்னும் கருத்து; பணக் காரர்களையும் பிரபலமானவர்களையும் பெருமைப்படுத்தக் கூடாது என்ற மனநிலை; வரலாறு என்பது அரசியல்வாதிகள், அரசர்களுக்கான சான்றுகளைத் தரும் களஞ்சியம் என்னும் பார்வை; சிசரோவின் புலப்பாடு, வரலாறு எழுதுபவர் களுக்கு அத்தியாவசியமானது என்னும் கோட்பாடு போன்ற செவ்வியல் சிந்தனையின் வேறு சில கூறுகளும் மறுபடியும் செல்வாக்குப்பெற்றதைக் காணமுடிகிறது. ஒவ்வொரு நகரமும் பண்டைய வரலாற்றுடன் தன்னைப் பிணைத்துக் கொள்ள வேண்டும் என்று விரும்பியதால் வரலாற்று நூல்களின் உற்பத்தி வேகமாகப் பெருகியது.

உண்மையில் நாம் 'Renaissance' என்ற மறுமலர்ச்சி காலத்தைப் பற்றித்தான் பேசிக்கொண்டிருக்கிறோம். அவர் களுடைய காலத்தைப் பற்றி எழுதிய எழுத்தாளர்கள் இந்தத் தொடரைப் பயன்படுத்தவில்லைதான். ஆனால் அவர்களுடைய 'நவீன காலம்' என்பது பழம்பெருமையுடன் கொண்டிருந்த பிணைப்பின் மூலம் அதற்கு முன்பிருந்த காலத்திலிருந்து அடிப்படையிலேயே வேறுபட்டது என்று அவர்கள் நம்பினார் கள். ஃப்ளோரன்ஸ் நகரம் பண்டைய ரோமின் நேரடி வழித் தோன்றல் என்றும் இத்தாலிய குடிமக்கள் பண்டைய சிந்தனை யின் உண்மையான வாரிசுகள் என்றும் நிறுவ வரலாற்றா சிரியர்கள் முனைந்தார்கள். வரலாறு எழுதுவதற்கான இந்தப் புதிய உந்துதல் - ஏறக்குறைய எதேச்சையாக - கடந்த காலம் பற்றிய பார்வையில் பல அதிரடியான மாற்றங்களைக் கொண்டுவந்தது. வரலாற்றாசிரியர்கள் அவர்களுடைய காலத்தை மனித குலத்தின் ஏழாவது யுகத்திற்கு முந்திய ஒரு யுகமாகப் பார்ப்பதை விட்டுவிட்டார்கள். அப்போது அவர்கள் (நாமும்) மூன்று கால கட்டங்களைப் பற்றிப் பேசினார்கள்: பண்டையகாலம், இடைக்காலம், நவீனகாலம். இடைக்காலம்

- இருண்ட யுகம் - என்பது விரும்பப்படாத ஒன்றாக இருந்தது. அவை தந்த பண்டையகாலம் பற்றிய தகவல்களுக்காக மத்தியகால வரலாறுகள் மீண்டும் பதிவு செய்யப்பட்டுப் பதினைந்தாம் பதினாறாம் நூற்றாண்டுகளில் நூலாக்கப் பட்ட போதும் நான்காம் நூற்றாண்டு முதல் பதினான்காம் நூற்றாண்டுவரை முக்கியமானவை எவையும் நிகழ்ந்துவிட வில்லை என்ற பொது உணர்வே நிலவிவந்தது.

பண்டைய அறிவைக் கற்பதில் ஏற்பட்ட மறுஎழுச்சி வரலாற்றைத் தவிர பல்வேறு துறைகளையும் பாதித்தது. உண்மையில் வரலாற்றியல் மறுபடியும் தத்துவம் மற்றும் கவிதையின் துணைக்கணமாக(Subset) மீண்டும் மாறிக் கொண்டிருந்தது. பதினாறாம் நூற்றாண்டை நோக்கும்போது புலப்பாடு உயர்ந்த ஒரு சிந்தனைத் துறை என்ற நிலையினைப் பெறுகிறது. நடை என்பது உள்ளடக்கத்தைவிட மேலானது என்னும் நிலை மீண்டும் உருவானது. வரலாறு அழகாக எழுதப்பட்டால் மட்டும் போதாது. தனது உயர்தகுதிக்கேற்ற சம்பவங்களையும், மாந்தர்களையும் அது பேசவேண்டும். சிறந்த ஓவியர்கள்தாம் விவசாயப் பெண்களை ஓவியமாக வரைவதில் கவனம் செலுத்தினார்களே தவிர வரலாற்றா சிரியர்கள் 'தினசரி வாழ்க்கை' பற்றி எந்தக் கவனத்தையும் அப்போது செலுத்தவில்லை.

புலப்பாடு, சில குறிப்பிட்ட வகையான மாதிரி வடிவங் களை உருவாக்கித் தந்தது (பரோக் இசையில் உள்ள incandenza என்ற வடிவம் போல). செவ்வியல் வடிவத்தைத் தீவிரமாகப் பின்பற்றிய வரலாற்றாசிரியர்கள் சிறந்த நாயகர்களின் பாத்திரப்படைப்புகளையும், கற்பனையான அமானுஷ்ய போர்க்காட்சிகளையும், முக்கியமாகச் சிறந்த சொற்பொழிவு களையும் விரிவாக எழுதினார்கள். மறுமலர்ச்சி கால வரலாற்று நாயகர்கள் குறிப்பாகப் போர்க்களம் புகுமுன் ஷேக்ஸ்பியரின் கதாநாயகர்கள் போலவே மிக நீண்ட பேச்சாற்றல் மிக்க சொற்பொழிவுகளை நிகழ்த்தினார்கள். ஒரு வரலாற்றாசிரியர் படைத்தலைவன் ஒருவன் இப்படிப் பேசுவதாக அமைக்கிறார்:

கடமையுணர்வு கொண்ட வீரர்களே, எனது நல்ல நண்பர்களே, வார்னாவில் நீங்கள் அடைந்த தோல்வியின்

22728 - VENEZIA - Monumento a Colleoni - Verrocchio - Ripr. int. **Anderson Roma**

6. *பார்தோலோமியோ கோலியோனி* என்ற இத்தாலியப் படைத்தலைவனின் இச்சிலை காவியநாயகர்கள் மீதான மறுமலர்ச்சிகால மோகத்திற்கு எடுத்துக்காட்டு. (ஆந்திரேயா தேல் வெர்ரோச்சியோ, 1496)

மூலம் ஏற்பட்ட தெய்வ நிந்தனையின் ரத்தக்கறையைத் துடைத்தெறிய இதுதான் உங்களுக்கு நேரம். உங்கள் கடமை உணர்வையும் வீரத்தையும் மீட்டெடுத்து, தெய்வ நம்பிக்கையற்ற அந்த முகமதியர்கள், துருக்கியர்கள் கை களால் நீங்கள் அடைந்த சிறுமைகள் மற்றும் புண்களுக்குப் பழிக்குப் பழிவாங்குவதற்கு இதுதான் தக்க தருணம்.

கொடுங்கோன்மை, சுதந்திரம், மனைவிகள், குழந்தைகள், பிறந்தமண், கடவுள் என்பவற்றையெல்லாம் நினைவூட்டி இதேபோல் அவன் தொடர்ந்து பேசுகிறான். துருக்கியர்களோ இந்த நீண்ட பேச்சு முடியட்டும் என்று போர் தொடங்கு வதற்காகப் பொறுமையாகக் காத்திருக்கிறார்கள்; அல்லது அதேபோல் ஒரு வீரப் பேச்சை அவர்களுக்கிடையேயும் நிகழ்த்தி மகிழ்கிறார்கள் என்பது போலத் தோன்றுகிறது.

பதினாறாம் நூற்றாண்டின் சீர்திருத்தத்தின் காரணமாகக் கிறித்துவ சமயத்திற்குள்ளாகவே பிரிவுகள் உண்டான பின் புலப்பாட்டியல் மீண்டும் விவாதங்களின் இணைந்த பகுதி யானது. புரோடஸ்டன்ட் வரலாற்றாசிரியர்கள் வரலாற்றை இரு நோக்கங்களுக்காகப் பயன்படுத்தினார்கள். முதல் நோக்கம் அவர்களுடைய சமயம் லூதருக்கு முன்பே மிகப் பழமையான முன்னோடிகளைக் கொண்டிருந்தது என்று நிறுவுவது (மத்தியகால திருச்சபை மறுப்பாளர்கள் போல). இரண்டாவது, ரோமன் கத்தோலிக்கத் திருச்சபை நீண்ட காலமாகவே சீரழிந்துபோய் இருக்கிறது என்று கூறுவது. கத்தோலிக்க வரலாற்றாசிரியர்கள் வேறொரு திசையில் இதை நகர்த்தினார்கள். சில குறிப்பிட்ட துறைகளில் உண்மையில் இந்த வரலாற்றெழுத்தியல் போர் எப்போதுமே ஓய்ந்த தில்லை. ஆனால், 'வரலாறு' என்பது அதை எழுதுபவர்களின் தேவைக்கேற்ப பயன்படுத்தப்பட்டு வந்தது.

மீண்டும் பார்த்தோமென்றால், இது போன்ற வரலாற்றா சிரியர்களுக்கு முழுநோக்கமே அதுவாகத்தான் இருந்தது. ஆனால் அவர்களுடைய காலத்திலேயே அதற்கெதிரான விமர்சனங்களும் உருவாகத் தொடங்கிவிட்டன. வரலாறு என்பது புனைவாகவோ முன்முடிவுகளைச் சார்ந்ததாகவோ மாறிக்கொண்டு இருந்திருக்குமானால் 'உண்மை விபரங்கள்'

7.'வரலாற்றைப் புரிந்துகொள்ள எளியமுறை' எழுதிய ழான் போதின்.

என்ற அலுப்பூட்டக்கூடிய விஷயத்தைப் பற்றிக் கொண்டு அது தொங்குவதில் என்ன அர்த்தம் இருக்கமுடியும்? தத்துவார்த்த மாக அது இருக்க வேண்டும் என்றால் என்ன நிகழ்ந்ததோ அதைவிட மேலான உண்மையாகக் கவிதை இதனை ஏற்கனவே சிறப்பாகச் செய்துகொண்டிருக்கவில்லையா? இந்தச் சந்தேகங்கள் பழங்கால வரலாற்றாசிரியர்கள் மீதும் எல்லா வரலாற்று நூல்கள் மீதும் இன்னும் ஆரம்பகால நவீன எதிர்வாதக் கருத்தாளர்கள் மீதும்கூட எழுப்பப்பட்டன. ‘வரலாற்றாசிரியர் எலி தின்று மிஞ்சிய பழைய ஆவணங் களைக் குவித்துவைத்துக் கொண்டு, தன்னைத் தானே வரலாற்றின் அதிகாரியாக நியமித்துக்கொண்டு இருக்கிறார், இவருடைய மாபெரும் அதிகாரம் புகழ்பெற்ற கட்டுக்கதை களை அடிப்படையாகக் கொண்டு எழுப்பப்பட்டது’ என்று சர் பிலிப் சிட்னி(Sir Philip Sidney – 1554-1586) கேலியாக எழுதினார். வரலாறு ஏதோ ஒருவித ஆபத்தில் சிக்கியிருந்தது.

இதற்குப் பதில் கூறுமுகமாக வரலாற்றுக்கு ஆதரவான கருத்துகள் தொடர்ந்து வெளிவந்தன. இதிலிருந்து ழான் போதின் எழுதிய ‘வரலாற்றைப் புரிந்துகொள்ள எளிய முறை’ (1599) என்ற ஒன்றைக் காண்போம்.

> வரலாற்றைத் துதிபாடுபவர்கள் பலர் இருந்தாலும்... அதனை ‘வாழ்வின் பெருநாயகன்’ என்று கூறியவரைப் போல உண்மையாகவும் மிகச் சரியாகவும் வர்ணித்தவர் வேறு யாரும் இல்லை.

இது ஓர் அறைகூவல்! தனது நீண்ட விபரமான, தீவிரமான முறையியலையுடைய நூல்முழுக்கச் சரியான போர் முறைகள் பற்றியும், அரசியல் நடவடிக்கைகள் பற்றியும், அரசாங்கம் பற்றியும் சமூகத்திற்குப் போதிக்க வரலாறு மிக அவசியமானது என்று போதின் வாதிட்டார். இந்தக் கருத்துப் புதியதல்ல - ஹெரோடோடஸை நினைவு கொள்ளவும்- ஆனால் கோட் பாட்டு விளக்கம் முழுத்தீவிரத்துடன் இருந்தது. இந்நூலில் இறைமை, இயற்கை, மனிதகுல வரலாறு இவற்றிற்கிடையே உள்ள உறவு விரிவாகப் பேசப்பட்டிருந்தது. உலகம் சார்ந்த பார்வையிலிருந்து மிகக் குறிப்பிட்ட ஒன்றை நோக்கி ஒருவர் செல்லவேண்டும் என்ற கோட்பாட்டை அடிப்படையாகக் கொண்டு ஒருவர் எவற்றை வாசித்தறிய வேண்டும் என்பதை

முடிவு செய்வதற்கான வழிமுறை விளக்கப்பட்டிருந்தது. பழைய ஏற்பாடு முதல் அக்கால எழுத்தாளர்கள் வரை (சில சந்தேகத் திற்கிடமான மத்தியகால நூல்களும் கூட சேர்க்கப்பட்டிருந்தன) வரலாற்றாசிரியர்கள் பற்றிய விரிவான, தலைப்புகளின் அடிப்படையில் வரிசைப்படுத்தப்பட்ட ஒரு பட்டியலும் தரப்பட்டிருந்தது. எல்லாவற்றையும் விட முக்கியமாகக் கடந்த கால வரலாற்றாசிரியர்கள், அவர்களுடைய நோக்கங்கள், முறைகள், முன்முடிவுகள் பற்றியெல்லாம் ஒரு வாசகர் எந்த அளவுக்கு சந்தேகபூர்வமாக அணுகவேண்டும் என்பதை விளக்கும் ஒரு அத்தியாயம் அதில் இடம் பெற்றிருந்தது.

ஐயத்துடன் அணுகுதல் என்ற தகுதியின் மூலம் போதின் மிக நவீனமாகத் தோன்றுகிறார். ஆனால் இதிலும் பல்வேறு வேறுபாடுகள் உள்ளன: 'வரலாற்றைப் புரிந்துகொள்ள எளிய முறை' நூலின் பெரும்பகுதி வேறுபட்ட மக்களின் அடிப் படையான நிலவியல் சார்ந்த பண்புக்கூறுகளை வரலாறு, வானவியல், பாரம்பரியத் தொடர்ச்சி, எண்கணித சோதிடம் போன்றவற்றின் அடிப்படையில் நுட்பமாக விளக்குவதில் அக்கறை காட்டுகிறது. போதின் தனது முறையியல் மூலம் கண்டறிய விரும்பும் உண்மை என்பது தேவனின் புனிதத் திட்டத்தைப் புரிந்துகொள்வது என்பதே. இதை அவர் பிற்கால மறுமலர்ச்சியுக அறிவியல் கல்வி என்ற உருப்பெருக்கி மூலம் கண்டுபிடித்துக் கூறும்போது நமக்குத் தற்போது பெரும் விபரீதமாகத் தோன்றுகிறது. ஆனால் இவற்றிற்கெல்லாம் மேல் உண்மை என்பதைத் தனது திட்டத்தின் மறுபக்கமாக வைத்திருக்கிறார் போதின்.

எனவே பதினாறாம் நூற்றாண்டின் முடிவில் வரலாறு மறுபடியும் கடந்தகாலம் பற்றிய உண்மையான கதையாக இருப்பதைத் தனது நோக்கமாகக் கொண்டது. கடந்த காலத்தை அணுக ஒவ்வொரு காலத்திலும் ஓவியங்கள், இசை, பயன் பாட்டுப் பொருட்கள், கவிதை, இலக்கியம் என மக்கள் வேறு பல வழிமுறைகளையும் கொண்டிருந்தார்கள் என்பதை நினைவில் வைத்துக்கொள்வது அவசியம்.

வரலாற்றை எழுதுவதற்கான அடிப்படைக் கூறுகளில் சில எங்கிருந்து கிடைத்தன என்று விளக்குவதற்கானது இந்த

8. ஹெரோடோடஸ், துசிடைடஸ் இருவரின் இணைந்த மார்பளவுச் சிலை. இருவரும் பழங் கிரேக்கத்தின் வரலாற்றாசிரியர்கள். ஹெரோடோடஸ் கதைகள் மீதும் மக்கள் மீதும் ஆர்வம் கொண்டிருந்தார். துசிடைடஸ் அரசியல் மற்றும் அரசுகள் மீது ஆர்வம் கொண்டிருந்தார்.

அத்தியாயத்தின் ஒரு பகுதி. இன்னொரு பகுதி வெவ்வேறு மக்களுக்கு வரலாறு என்பது வெவ்வேறு விதமாகப் பொருள் தந்து வந்திருக்கிறது என்பதைக் காட்டுவதற்கானது.

வளர்ச்சி பற்றிச் சொல்வதாகவோ, கடந்த காலத்தைப் பற்றி எழுதுவதில் மனிதர்கள் செப்பம் அடைந்து புத்திக்கூர்மை பெற்றதைப் பற்றிக் கூறுவதாகவோ இந்த அத்தியாயம் புரிந்துகொள்ளப்படக் கூடாது. அப்படிப் புரிந்துகொள்வது முக்கியமான உட்பொருளைத் தவறவிட்டுவிடும். கடந்த காலத்தை முழுமையாகப் புரிந்துகொள்வது சாத்தியம் என்று நம்பிய இந்த வரலாற்றாசிரியர்கள் அனைவரும் தம்மால் முடிந்த அளவு அதைப் புரிந்துகொள்ள முயற்சிசெய்து கொண்டிருந்தனர். தற்போதைய நமது நிலையிலிருந்து இவற்றில் சில முயற்சிகள் மற்றவற்றைவிடச் சரியாக இருப் பதாக நமக்குத் தோன்றலாம். ஆனால் அதுவும்கூட உண்மை என்றால் என்ன என்பது பற்றி நாம் கொண்டிருக்கும் கருத்துக் களின் மூலம் உருவாகும் தோற்றமே. கடந்த கால மக்கள் உண்மை பற்றி வேறுவித கருத்துக்களைக் கொண்டிருந்தனர். கடந்த காலம் பற்றிய உண்மையான கதையை எழுத்தில் கொண்டுவர முடியும் என்பதுதான் இங்கு முக்கியமானது.

இதன் ஒருபகுதி, ஒவ்வொரு வரலாற்றாசிரியரும் வர லாற்றை எழுதுவதற்குத் தாங்கள் கொண்டிருந்த குறிப்பிட்ட நோக்கத்திலிருந்து உருவாகிறது. வரலாற்றை எழுதுவது என்பது இயற்கையானதும் அவசியமானதுமான செயல்பாடு என்று கூறப்பட்டுள்ளது: தனிமனிதர்களுக்கு நினைவைப் போல சமூகத்திற்கு வரலாறு பயன்படுகிறது. வரலாறு என்பது உண்மையில் மிக ஆற்றல் வாய்ந்ததுதான்; ஆனால் நபோநிடஸையோ, யூசோபியசையோ அல்லது பர்ஜேஸின் கல்பேரரையோ அல்லது ஜியோவன்னி வில்லானியையோ நாம் மறுபடி நோக்கும்போது, மனிதர்கள் தமது குறிப்பிட்ட சூழ்நிலைக்கும் தமது காலத்தின் தேவைக்கும் ஏற்பத்தான் தமது கடந்த காலத்தை எழுதுகிறார்கள் என்பது நமக்குத் தெரிகிறது. பதினொன்றாம் நூற்றாண்டின் இறுதியிலும் பதினேழாம் நூற்றாண்டின் இறுதியிலும் வரலாற்று எழுத் துகள் அந்த அளவுக்குப் பெருகியோடியதற்குக் காரணம் அக்காலகட்டத்திலிருந்த பெருங்குழப்பங்களும், அல்லல்

களும்தான் என்று ரிச்சர்ட் சதர்ன் குறிப்பிட்டிருக்கிறார். அங்கு வரலாறு ஒரு நோக்கத்திற்குப் பயன்பட்டது. மக்களுக்கு ஓர் அடையாளத்தை வழங்கியது. இந்தப் பொருளில் அது நினைவுபோன்றது. ஆனால் யாருடைய நினைவுகள்? நினைவு கொள்ள வேண்டியவை என்னென்ன?

இந்த அத்தியாயத்தில் இடம்பெற்ற வரலாற்றாசிரியர்கள் அனைவரும் ஒரு குறிப்பிட்ட பகுதி பற்றிய நினைவுகளை எழுப்ப முயன்றவர்களே – பெருமைமிக்க மனிதர்கள், திருச்சபை, அரசாங்கம், அரசியல் ஒருவகையில் இந்த வடிவம் கிரேக்கர்களால் உருவாக்கப்பட்டது; ஹெரோடோடஸால் அல்ல. இவர் விதவிதமான பொருட்களின் மீது ஆர்வம் காட்டியவர். இவருக்குப் பின்னால் வந்த 'பெலோபோன்னிசிய போரின் வரலாறு' என்ற நூலை எழுதிய துசிடைடஸ்தான் (Thucydides – கி.மு.460-400) இதைத் துவக்கிவைத்தவர். துசிடைடஸ் அவர் காலத்தில் நடந்த நிகழ்ச்சிகளின் மீதுதான் கவனம் செலுத்தினார். இதன் மூலம் மிகத் தந்திரம் நிறைந்த கடந்தகால எழுத்து ஆவணங்களைத் தவிர்த்துவிட்டுப் போரை நேரில் பார்த்த சாட்சியங்களையும் தனது நேரடி அனுபவங் களையும் மட்டுமே அவர் சார்ந்திருக்க முடிந்தது. 'உண்மை யில் பெரும்பாலானவர்கள் உண்மையைக் கண்டறிவதற்கு எந்தச் சிரமமும் எடுத்துக்கொள்வதில்லை, ஆனால் அவர்கள் கேட்ட முதல் கதையையே அதிகமாக நம்புவதற்குத் தயாராக இருப்பார்கள் என்று தனக்கு முன்னிருந்த வரலாற்றாசிரியரின் எழுத்துக்களுக்குத் திருத்தம் சொல்வதன்மூலம் மறைமுகமாக இவர் ஹெரோடோடஸை விமர்சித்தார். வரலாறு என்பது அரசியலையும் அரசையும் தவிர வேறு எதுவும் இல்லை என்று வெளிப்படையாக இவர் குறிப்பிட்டார். அரசியல் வரலாறு என்ற கோட்டைக்குள் தன்னைத்தானே அடைத்துப் பூட்டிக்கொண்ட துசிடைடஸ் நம் எல்லோரையும்கூட அதற்குள் அடைத்துவிட விரும்பினார் என்று அர்னால்டோ மோமிக்லியானோ (ஒரு நவீனகால எழுத்தாளர்) குறிப்பிட்டி ருக்கிறார். அந்தக் கோட்டைக்குள் அடைபடுவதிலிருந்து நாம் எப்படித் தப்பித்தோம் என்பதை அடுத்த அத்தியாயம் ஆராய்கிறது.

அத்தியாயம் 3

மெய்யாக அது எப்படி இருந்தது: உண்மை, ஆவணக் காப்பகம், பழம்பொருள் மோகம்

*1885*ஆம் ஆண்டு தனது தொண்ணூறாவது வயதில் பெர்லினில் இருந்த தனது அறையில் *லியோபோல் வான் ரங்கே*(Loepola Van Ranke) அவரது கடைசி வரலாற்று நூலை எழுதிக்கொண்டிருந்தார். அவரால் படிக்க முடியாது; அவரது நினைவாற்றல் குறைந்திருந்தது; எழுதுவதும்கூட மிகச் சிரமமாக இருந்தது. ஒரு வரலாற்றாசிரியராகத் தான் வாழ்ந்தது பற்றிய சுருக்கமான விவரணையைச் சொல்ல, அதனை அர்ப்பணிப்பு நிறைந்த உதவியாளர் ஒருவர் எழுதிக்கொண்டிருந்தார். இளைஞனாகத் தான் இருந்தபோது எப்படி வரலாற்றின்மீது ஆர்வம் ஏற்பட்டது என்பது பற்றிச் சொன்னார். அவருடைய பல்கலைக் கழக விரிவுரையாளர்கள், தத்துவம் சார்ந்த அவரது படிப்பு, சர் வால்டர் ஸ்காட் எழுதிய வரலாற்று நாவல்களை அவர் சுவைத்துப் படித்தது போன்றவை பற்றியெல்லாம் பேசினார். சர் வால்டர் ஸ்காட் நாவல்கள் பற்றிக் குறிப்பிடும்போது அவர் சொன்னார்:

> அந்த நாவல்களை நான் மிகுந்த ஈடுபாட்டுடன் படித்தேன்; அதேசமயம் அவற்றின் மீது எனக்கு மறுப்பும் இருந்தது. பல்வேறுபட்ட முரண்பட்ட கருத்துகளுக்கு நடுவே வீர சார்லஸ் பற்றியும் பதினொன்றாம் லூயி பற்றியும் எழுதப் பட்டிருந்த முறை என் மனதைப் புண்படுத்தியது. அவை வரலாற்று ஆதாரங்களுக்கு முற்றிலும் மாறாக எழுதப் பட்டிருந்தவை என்று தோன்றியது. நான் அக்காலகட்டத்து வரலாற்றுப் பதிவுகளைப் படித்து வீர சார்லஸூம் பதி

னொன்றாம் லூயியும் ஸ்காட் சித்திரித்தது போல எப்போதும் இருந்ததில்லை என்பதைப் புரிந்து கொண்டேன். இந்த ஒப்பீட்டு வாசிப்பின் மூலம் கற்பனைக் கதைகளை விட வரலாற்று ஆவணங்கள் அழகானவை என்பதோடு எல்லா வகையிலும் சுவாரசியமானவை என்பதையும் தெரிந்து கொண்டேன். கதைகள் வாசிப்பதை விட்டு முழுமை யாக விலகிவந்த நான் என்னுடைய எழுத்தில் எந்தவித மான உள்நோக்கத்தையும் கற்பனையையும் தவிர்த்து விட்டு உண்மைத் தகவல்களை மட்டுமே பின்பற்ற வேண்டும் என்று தீர்மானித்துக்கொண்டேன்.

நவீன வரலாற்றியலின் தந்தை என ரங்கே அடிக்கடி குறிப்பிடப்படுகிறார். இக்கற்பனை தந்தையின் மையப்

9. குடும்பத் தலைவரும் வயதான அறிஞருமான லியோபோல் வான் ரங்கே

பொருளாக இருப்பது 'சான்று'க்கான இவரது வேண்டுகோள்; வரலாற்றாசிரியர்கள் 'அறிவியல்பூர்வ'மான, 'புறவய'மான வரலாற்றைச் சொல்லக் கூடியவர்கள் மட்டுமல்ல; சொல்ல வேண்டியவர்கள் என்று அவர் கோரினார். அதிகம் மேற்கோள் காட்டப்படும் வரலாறு பற்றிய அவரது தத்துவம் செறிவூட்ட முள்ள சுருக்கமான ஒன்று: 'உண்மையில் நடந்தது என்ன என்பதை மட்டும் சொல்லவும்.'

இந்த அத்தியாயத்தில் ரங்கேவை நமது இலக்காகவும் அதேசமயம் தொடக்கப் புள்ளியாகவும் பயன்படுத்திக் கொள்வோம். ரங்கேவின் தந்தை ஸ்தானத்தைக் கேள்விக் குள்ளாக்குவதற்குப் பல முக்கிய காரணங்கள் உள்ளன (நாம் பார்க்க இருப்பது). அவர் செலுத்திவரும் தந்தைவழித் தாக்கத் திலிருந்து தப்ப வேண்டும் என்ற தேவைக்கும் உண்மையில் தக்க காரணங்கள் உள்ளன (நான் முன்வைக்க இருக்கும் வாதங்களின்படி). சான்றுகளுடைய உண்மைகளை மட்டுமே விட்டுக் கொடுக்காமல் தீவிரமாகப் பின்பற்றி வந்ததாகத் தனது பெருவாழ்வைப் பற்றி நினைவு கொள்ளும் முதியவரான ரங்கே பயனுடைய ஒரு மையப்புள்ளியைத் தொட்டுக் காட்டுகிறார். புறவயத்தன்மை உடைய வரலாற்றின் மீது அவர் கொண்டுள்ள நம்பிக்கைகள் முன் அத்தியாயத்தில் நாம் சந்தித்த எழுத்தாளர்களிடமிருந்து இவரை வேறுபடுத்தி, மறுக்கமுடியாத அளவுக்கு நவீனமானவராகத் தோன்றச் செய்கிறது. இந்தச் சுருக்கமான வரலாறு பற்றிய குறிப்பைச் சொல்ல நவீன வரலாற்றியலின் தொடக்கமாக ரங்கேவைப் பயன்படுத்திக் கொள்வோம்; பின்வரும் அத்தியாயங்களை ரங்கேவுக்குப் பிறகான வரலாற்றியல் சிந்தனைகளைச் சொல்லப் பயன்படுத்திக்கொள்வோம்.

இந்த அத்தியாயம் பதினாறாம் நூற்றாண்டிற்கும் இருபதாம் நூற்றாண்டிற்கும் இடைப்பட்ட காலத்தில் வரலாற்றியலில் ஏற்பட்ட சில வளர்ச்சிகளைப் பற்றிச் சொல்கிறது. இது ஒரு சிக்கலான கதை. தங்களை வரலாற்றாசிரியர்கள் என்று அடையாளம் காட்டிக்கொள்ளாத பல அறிஞர்களை நாம் சந்திக்க இருக்கிறோம். ஆனால் அவர்கள், இன்று நாம் 'வரலாறு' என்று கூறும் துறைக்குச் சில குறிப்பிட்ட கூறு களைப் பங்காகத் தந்திருக்கிறார்கள். எனவே நமது பணியைச்

சற்றே எளிதாக்கிக்கொள்ள நமது பாதையின் 'அடையாளக் கற்களாக' சில குறிப்பிட்ட கருப்பொருள்களை எடுத்துக் கொள்வோம்: உண்மை பற்றிய கேள்வி; வரலாற்று ஆவணங் களை எப்படிப் பயன்படுத்தவேண்டும் என்பது; நிகழ்காலத் திற்கும் கடந்த காலத்திற்கும் இடையே உள்ள வேறுபாடு போன்றவை. இந்த ஒவ்வொரு கருப்பொருளையும் ஆழமாகப் பின்வரும் அத்தியாயங்களில் ஆய்வு செய்யலாம். இப்பொழுது நமது ஆய்வின் பாதையை இவை அடையாளம் காட்டுபவை யாக இருக்கும்.

முன் அத்தியாயத்தின் இறுதிப் பகுதியில், வரலாற்றைத் துல்லியமற்றதாகவும் பயனற்றதாகவும் கண்ட அவநம்பிக்கை வாதிகளின்(Sceptics-Pyrrhonists) தாக்குதலுக்குப் பதினாறாம் நூற்றாண்டு அளவில் வரலாறு உட்பட்டிருந்தது. அவர்கள் நிராகரித்த வரலாறு என்பது பெரும்பாலும் அலங்கார நடையில் எழுதப்பட்ட வரலாறாகவே இருந்தது. இவ்வகை வரலாறுகள் செவ்வியல் கால இலக்கிய எழுத்து முறையால் வழிநடத்தப் பட்டவைகளாகவும், நுட்பவேலைப்பாடு கொண்ட மொழி நடையுடன் கடந்த கால அரசியல் நிகழ்வுகளிலிருந்து நிகழ் காலத்திற்கு உயர்ந்த அறநெறி எடுத்துக்காட்டுகளைத் தருகிறவைகளாகவும் இருக்கவேண்டியவை என்ற நோக்கங் களைக் கொண்டவைகளாகவும் இருந்தன. மூரன் போதின் வரலாற்றுக்கு ஆதரவாகத் தெரிவித்த கருத்தானது தத்துவம் மற்றும் இறையியல் சார்ந்தது. ஆனால் வேறு பாதையைப் பின்பற்றி வரலாற்றை முன்னெடுத்துச் சென்ற மற்ற பலரும் இருந்தார்கள். இவர்களுடைய முறையியலும் நோக்கமும் பல வகைகளில் ரங்கேவின் வரலாற்றாதாரம் சார்ந்த துல்லியம் என்ற விருப்பத்திற்கு முன்னோடிகளாக இருந்தன.

முதலில் வரலாற்றில் உண்மையின் பாத்திரம் பற்றிய ஆதரவான கருத்தை முன்னெடுத்துச் சென்றது சமய முரண்பாடு (கிறிஸ்தவ யுகத்தின் தொடக்கக் காலத்தைப் போன்று). புறவய மான உண்மைகளை உருவாக்குவதற்கான கருவிகளை வடிவ மைத்துத் தந்தது. 'முன்முடிவு சார்ந்த முழு நம்பிக்கை'யை அடிப்படையாகக் கொண்ட சமயம் என்றால் அது வினோத மாகத் தோன்றலாம். ஆனால் பதினாறாம், பதினேழாம் நூற்றாண்டுகளை உற்றுநோக்கும் போது; உண்மைத்தகவல்

சார்ந்த மெய்ம்மை, சமயமெய்ம்மை இரண்டும் பிரிக்க முடியாத அளவுக்குப் பிணைந்துள்ள தொடர்ச்சிகள் என்று நம்பியிருந்த கலாச்சாரங்களைக் காணமுடிகிறது. இதில் மைய மாக இருந்தது கடந்தகாலம் பற்றிய உண்மை மட்டுமல்ல; கடவுள் பற்றிய உண்மையும்கூட.

அதிகாரத்தின் மீது தமக்கிருந்த உரிமையை நிலைநாட்ட புரோடஸ்டண்டுகள், கத்தோலிக்கர்கள் ஆகிய இருவருமே வரலாற்றைத் தமது ஆதாரமாகப் பயன்படுத்தினார்கள். காலத்தால் முற்பட்டவர்கள் என்று கூறிக்கொள்வதன் மூலமோ அல்லது ரோமன் திருச்சபை கண்டனத்திற்குரியது என்று நிறுவுவதன் மூலமோ தமது பிரிந்தியங்கும் உரிமையை நிலைநாட்டிக் கொள்வதற்கான கருவியாக புரோடஸ்டன்டு களால் வரலாறு பயன்படுத்திக்கொள்ளப்பட்டது. மிகவும் பாதுகாப்பான கடந்த காலத்தைக் கொண்ட கத்தோலிக்க மதமோ தனது அதிகாரபூர்வமான மரபுரிமைக்கு ஆதாரமாகத் தனது கடந்தகால வரலாற்றை முன்வைத்ததன்மூலம் தனது சமய நம்பிக்கையை மேலும் வலுப்படுத்திக்கொண்டு வரலாற்றைத் தனக்குச் சாதகமாகப் பயன்படுத்தியது. இரு அணிகளைச் சேர்ந்த எழுத்தாளர்களுமே தமது ஆதாரங் களுக்குச் சான்றாக ஆவணங்களைப் பயன்படுத்திக்கொள்ளத் தொடங்கினார்கள். சான்றாகப் பதினாறாம் நூற்றாண்டின் இடைப்பகுதியில் ஃப்ளேசியஸ் இல்லிரிகஸ்(Flacius Illyricus) என்ற புரோடஸ்டன்டு அறிஞர் பணியாளர் குழு ஒன்றைத் திரட்டினார். ரோமன் கத்தோலிக்கச் சபை மிக நீண்டகாலமாகச் சீரழிந்து உள்ளது என்பதற்கு ஆதாரமான ஆவணங்களையும் புரோடஸ்டன்டுகள் லூதருக்கு முன்பே இருந்து வருகிறார்கள் என்பதற்கான சான்றுகளையும் மத்தியகால ஆவணங்களில் இருந்து படியெடுத்தும் வரிசைப்படுத்தியும் அவர்கள் எழுதி னார்கள். கத்தோலிக்கர்கள் பகுதியிலிருந்து போலாந்தியர்கள் மாரிஸ்டுகள் என்று அழைக்கப்பட்ட திருச்சபை வல்லுநர் குழுவினர் அக்டா சாங்டோரம் (புனிதர்களின் வாழ்க்கை) போன்ற மிக முக்கியமான திருச்சபை வரலாற்று நூல்களை யும் சமயப் போர்த் தியாகிகளின் வாழ்க்கை வரலாற்றையும் எழுதினர். இவர்களும் இவர்களைப் போன்ற பிற ஆய்வாளர் களும் ஆவணச் சான்றுகளைப் பெரிய அளவில் பயன்படுத்திக்

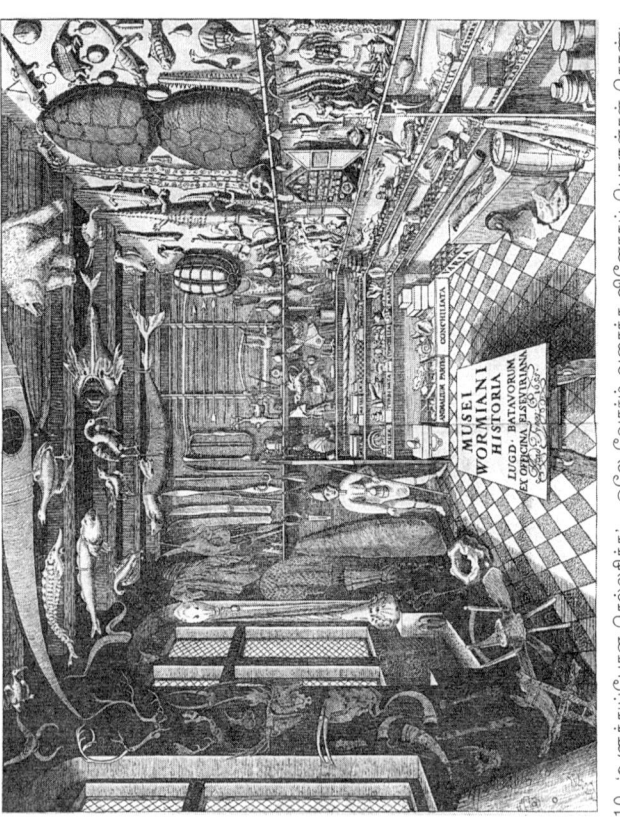

10. 'உளுத்துப்போன செல்லரித்த' - ஒலே வோர்ம் வரைந்த வினோதப் பொருள்கள் கொண்ட பழம்பொருள்கூடம் (1655).

கொண்டார்கள். இருந்தாலும் அவர்களுடைய முறையியல் ஒப்பீட்டளவு முதிர்ச்சியற்றதாகவே இருந்தது. தமது எதிரிகளின் தாக்குதலுக்கெதிராக மலைபோன்று சான்றுகளைச் குவித்துத் தடையரண் ஏற்படுத்திக்கொள்வதுதான் அவர்கள் செய்தது.

இதைவிடப் பழம்பொருள் ஆய்வாளர்கள்(antiquarians) ஆவணங்களைப் பகுத்தாயப் பயன்படுத்திய முறை கூடுதல் பக்குவப்பட்டதாக இருந்தது. பழம்பொருள் ஆய்வாளர் என்ற சொல் தற்காலத்தில் அறியாமை நிறைந்த அல்லது பக்குவமற்ற கடந்தகால மோகம் கொண்ட ஒருவரைக் குறிக்கும் எதிர்மறைப் பொருளில் பயன்படுத்தப்படுகிறது. இந்த எதிர்மறையான பார்வை முற்காலத்திலும்கூட சிலமுறை நிலவியிருக்கிறது. ஜான் ஏர்ல் என்ற ஒருவர் 1628 இல் 'பழம் பொருள் ஆய்வு என்பது முதுமையில் ஏற்படும் மனப்பிரமை நோய் போன்றது; உளுத்துப்போன செல்லரித்த எல்லாப் பொருள்களின் மீதும் மோகம் கொள்ள வைப்பது' என்று (கேலியாக) குறிப்பிட்டார். பழம்பொருள் ஆய்வாளர்கள் கடந்த காலத்தை நேசித்தார்கள். இந்த இடத்தில் வரலாற்றாசிரியர் என்பவருக்கும் பழம்பொருள் ஆய்வாளர் என்பவருக்கும் இடையே முக்கியமான வேறுபாடு உள்ளது. இவர்கள் தங்களுக்கிடையே ஒருவருக்கொருவர் எழுதிக்கொள்வார்கள் என்றும் தங்களைப் பொதுச்செயல்பாடுகளில் ஈடுபட்டவர்கள் என்றும் அடையாளம் கண்டனர். என்றாலும்கூட பழம்பொருள் ஆய்வாளர்கள் என்ற சொல் தனித்தன்மை கொண்ட ஆய்வாளர்கள் குழு ஒன்றைக் குறிப்பதாக நாம் கற்பனை செய்துகொள்ளக்கூடாது. விரிவான பொருளில் சொல்வதென்றால் வரலாற்றாசிரியர்கள் சிசரோனிய முறையான, விரிவான போதனை செய்யும் வரலாற்றெழுத்து என்ற வகையால் உந்தப்பட்டு விரிவான மனமகிழ்வூட்டும் வரலாற்று நூல்களை எழுதிக்கொண்டிருந்தனர். பழம்பொருள் சேகரிப்பாளர்களோ இதற்கு மாறாக எந்தக் காலகட்டத்தைச் சேர்ந்ததாக இருந்தாலும் பழங்காலத்துடன் தொடர்புடைய தங்களைக் கவர்ந்த எல்லாவிதமான பொருள்களையும் ஒன்றாகச் சேகரித்தார்கள். அவர்களிடம் வெளிப்படுத்த பெரும் பற்று இருந்த அளவுக்குச் சொல்லுவதற்குப் பெரிய கதைகள் எதுவுமில்லை.

ஆனால் பல்வேறு துறைகளில் தனிச்சிறப்பறிவு கொண்ட இந்தப் பழம்பொருள் ஆய்வாளர்கள்தான் கடந்த காலத்தை ஆவணங்கள் வழியாகவும் எஞ்சிய பழம்பொருள்கள் வழியாகவும் அறிந்துகொள்வதற்கான கருவிகளை உருவாக்கித் தந்தார்கள். இந்த இடத்தில் நமது இரண்டாவது பேசுபொருளான ஆவணங்களின் பயன்பாடு என்பது இடம்பெறுகிறது. மாற்றத்திற்கான முக்கிய உந்துதலாக அமைவது மறுபடியும் சமயம்தான். 1439இல் லோரென்சோ வல்லா (1406-1457) கிறிஸ்துவுக்குப் பின் பதினைந்து நூற்றாண்டுகளில் மிகப் புகழ்பெற்ற ஆவணம் ஒன்றின் மீதான மிகப் பிரபலமான பகுப்பாய்வு ஒன்றை எழுதினார். அது நான்காம் நூற்றாண்டில் ரோமானிய அரசர் தமது பெயரால் கிறிஸ்துவ திருச்சபைக்கு வழங்கிய சன்மானங்கள், உரிமைகள் பற்றிய விபரங்களை உள்ளடக்கிய 'கான்ஸ்டன்டைன் நன்கொடை' என்ற சாசனம் ஆகும். மத்திய காலத்தில் திருச்சபையின் படைக்கலத்தில் இருந்த மிகப் பலம் வாய்ந்த ஆயுதமாக அந்த சாசனம் இருந்தது. வல்லா அதனைப் போலி சாசனம் என்று நிரூபித்தார்.

பன்னிரண்டாம் நூற்றாண்டு தொடங்கியே பலர் அந்த நன்கொடை சாசனம் பற்றிய சந்தேகங்களை எழுப்பி உள்ளனர். ஆனால் வல்லா தனது விமர்சனத்தைப் புதிய முறையில் அமைத்தார்(போப் அதிகாரத்தைச் சிறுமைப்படுத்தவேண்டும் என்ற முழுநோக்கத்தால் உந்தப்பட்டது என்பது குறிப்பிடப்பட வேண்டியது). அந்த சாசனத்தின் மொழிநடை மீது தனது பார்வையைச் செலுத்தினார். அதன் லத்தீன் மொழியமைப்பைப் பகுத்து ஆராய்ந்ததிலிருந்து கிடைத்த விபரங்களைக் கொண்டு பொங்கியெழும் உணர்வுடன் அவர் அது ஓர் இடைக் காலப் போலி ஆவணம் என்ற முடிவுக்கு வந்தார்:

இந்தத் துதிபாடியிடம் (போலிச்சாசனம் எழுதியவர்) காட்டுமிராண்டித்தனமான மொழிநடை பற்றிக் கூற வேண்டும். இவருடைய முட்டாள்தனமான மொழிநடை மூலம் இவருடைய பூதாகாரமான திமிர் தெளிவாகப் புலப்படுகிறது, இவருடைய பொய்யும்கூட.

வல்லா ஒரு 'மொழி வரலாற்றறிஞர்'; மொழிகளைப் பற்றிய ஆய்வாளர்; நன்கொடை சாசனத்திலுள்ள லத்தீன்

மொழியானது அது எழுதப்பட்டதாகக் குறிக்கப்பட்டுள்ள நான்காம் நூற்றாண்டைச் சார்ந்த 'செவ்வியல்' நடையில் இல்லை என்று அவர் குறிப்பிட்டார். அந்தச்சாசனத்தின் லத்தீன் மொழியைக் 'காட்டுமிராண்டித்தன'மானது என்று வல்லா விவரித்தார். ஏனென்றால் பெரும்பாலான மறுமலர்ச்சி கால கல்வியாளர்களைப் போலவே வல்லாவும் முன்னைப் பழங் காலத்திற்கும் தமது காலத்திற்கும் இடைப்பட்ட காலத்தில் எல்லாத் துறைகளிலும் புலமையும் நயமும் சீரழிந்து இருந்த தாகக் கண்டார். வல்லா இரண்டு விதமான முன் முடிவுகளால் இயக்கப்பட்டார்: சமயம் மற்றும் மொழித்தூய்மை. ஆனால் மொழிவரலாற்றியல் மூலம் வரலாற்றாவணங்களை ஆராய்வதற்கான இந்த வழிமுறை கடந்த காலத்தை அணுகுவதற்கு இரு புதிய கருத்துக்களை வழங்கியது. ஓர் ஆவணத்தை அதன் அகக் கட்டமைப்பை வைத்தே ஒருவர் விமர்சிக்க முடியும் என்பதால், அந்த வரலாற்றுப் பதிவேட்டின் உண்மையைக் கட்டமைக்கும் கூறுகளை அறிவதற்கான வழிமுறையை உருவாக்க முடியும் என்பது முதலாவது கருத்தாகும். மொழி (அதனால் கலாச்சாரம்) ஒவ்வொரு வரலாற்று காலகட்டத் திற்கும் மாறி வந்துள்ளது; ஆட்சியாளர்களான மேட்டுக்குடி யினரின் பெருமை சிறுமைகள் மட்டுமல்ல; மக்களின் வாழ்க்கை முறையும் பேச்சு முறையும்கூட வரலாற்றுக் காலத்திற்கேற்ப மாறிவந்துள்ளது என்பது இரண்டாவது கருத்தாகும்.

ரோமன் திருச்சபையைத் தாக்குதல் என்பதை மீறி இந்தக் கருத்துக்களுக்கு வேறு பயன்பாடுகளும் இருந்தன. இந்தப் பயன்பாடு, கடந்த காலம் எப்படி நிகழ்காலத்திலிருந்து வேறு படுகிறது என்னும் நம்முடைய மூன்றாவது பேசுபொருளுடன் தொடர்புடையது. சமூகத்தை வடிவமைப்பதில் மொழி மிக உயர்ந்த பங்கு வகிக்கிறது என வல்லா கண்டார். லத்தீன் மொழி பேசப்படும் எங்கும் எல்லா இடத்திலும் ரோமானியப் பேரரசே நிலவுகிறது என்று அவர் புரிந்து வைத்திருக்கிறார். ஏனென்றால் ரோமானியர்களைத் தனிச்சிறப்புடையவர்களாக வைத்திருந்த அடிப்படைக்கூறுகள் அவர்கள் பேசிய மொழி யுடனும் அவர்கள் உலகைப் புரிந்துகொண்ட முறையுடனும் பிணைந்து இருந்தன. இந்த வகையில் வில்லா ஆவணங்களை ஆராயும் தீவிர வழிமுறையின் பாதையில் இன்னுமொரு

11. பழம்பொருள் ஆய்வாளர் வில்லியம் கேம்டன்

மைல்கல்லை மட்டும் வைக்கவில்லை. வரலாற்றில் மொழி மற்றும் கலாச்சாரம் பற்றிய ஆய்வுகளின் தேவையையும் அறிமுகப்படுத்தினார். வரலாறு என்பது அரசியல் நிகழ்வுகளுக்கப்பால் வேறு பலவற்றையும் உள்ளடக்குவது என்ற கருத்து, துசிடைடஸின் அரசியல் வரலாறு என்ற கோபுரத்திலிருந்து கிடைத்த முதல் தப்பிப்பாக இருந்தது.

இந்தக் கருத்துக்களும் இவற்றின் பயன்பாடுகளும் வல்லாவிடமிருந்து முழுமையாகத் தோன்றிவிடவும் இல்லை; வரலாறு எழுதுதலில் உடனடியாக எந்தப் புரட்சியையும் ஏற்படுத்திவிடவும் இல்லை. வல்லா ஒரு வரலாற்றாசிரியர் இல்லை; இத்துறையில் சில கருத்துக்களை உருவாக்கியவர்களில் ஒருவரும் வரலாற்றாசிரியர் இல்லை. இவர்கள் லத்தீன் மொழியில் ஏற்பட்ட மாற்றங்களை ஆராய்ந்த மொழியியலாளர்கள், ரோமானியச் சட்டத்தை மறுசீரமைப்பு செய்ய முயன்ற படிப்பாளிகள், பழம்பொருள் துறைக்குப் புதியதோர் வடிவம் தரப் பழங்கால நாணயங்களைப் பயன்படுத்திய நாணயச் சேகரிப்பாளர்கள், கடந்தகால வரலாறு பற்றிய ஒவ்வொரு தகவலையும் ஒன்றாகத் திரட்ட முயன்ற நிலவரைப் படத் துறையாளர்கள். நிலவரைபடத் துறையைப் பற்றி ஜான் டீ (John Dee - 1527-1608) இப்படிக் கூறினார். ஒரு நிலப்பகுதி அல்லது ஒரு நிலப்பரப்பின் மீது தென்படக்கூடிய எதையும் விட்டுவிடாமல் விவரிக்கும் ஒரு நடவடிக்கை இது. சில சமயங்களில் நிலத்திற்கு அடியில் உள்ள உலோகச் சுரங்கங்கள், நிலக்கரிப் படிவுகள், கற்பாளங்கள் போன்ற வித்தியாசமான அடையாளங்களைக் கூடத் தெரிவிக்கக்கூடிய துறை இது. மிகத் தெளிவான விளக்கமாக இது இல்லாமல் இருக்கலாம், ஆனால் ஒரு வரைபடவியலாளர் என்பதோடு டீ ஒரு மந்திரவாதியாகவும் இருந்திருக்கிறார். இவர் எலிசெபெத் மகாராணியின் உளவுப் படையிலும் பங்குவகித்தவர் என்று நம்பப்படுகிறது. அதனால் இவர் மறைந்து கிடக்கும் பொருட்கள் மீது ஆர்வம் காட்டியது பற்றி நாம் வியப்படத் தேவையில்லை.

இந்த வகையான பழம்பொருள் மீதான நாட்டம் உடையவர்கள் பதினாறாம் பதினேழாம் நூற்றாண்டுகளில் மொழி வரலாற்று நிபுணர்களாகவும் நாணயச் சேகரிப்பாளர்களாகவும் நிலவரைப்படத் துறையினராகவும் தமக்குள் பல்வேறு குழுக்

12. கேம்டனின் பிரிட்டானியா நூலில் (1607 ஆம் ஆண்டு பதிப்பு) இடம்பெற்றுள்ள பிரிட்டன் வரைபடம்.

களை அமைத்துக்கொண்டு 'மக்கிப்போன செல்லரித்த' பொருள்களின் மீதான தமது ஆர்வத்தைப் பரிமாறிக்கொள்வது ஐரோப்பா முழுக்கப் பரவலாக வளர்ந்துகொண்டிருந்தது. பத்தொன்பதாம் நூற்றாண்டில்கூட நிபுணத்துவம் சாராத ஆராய்ச்சியாளர்கள் இந்தப் பழம்பொருள் ஆய்வாளர்களைத் தமது முன்னோடிகளாகக் கூறிக்கொண்டனர். தற்போது வரலாற்றாசிரியர்கள் பயன்படுத்திவரும் பல தொகுக்கப் பட்ட ஆவணங்கள் இந்த விக்டோரியா காலக் குழுவினரால் சேகரிக்கப்பட்டவையே. எடுத்துக்காட்டாக கேம்டன் சொசைடி, கேம்ப்ரிட்ஜ் ஆன்டிகோரியன் சொசைடி, டுக்டேல் சொசைடி போன்றவை. கேம்டன் சொசைடி என்பது புகழ்பெற்ற ஆங்கிலப் பழம்பொருள் ஆய்வாளர் வில்லியம் கேம்டன்(1551-1623) பெயரைக் கொண்டு விளங்குவது. பதினாறாம் நூற்றாண்டின் பிற்பகுதியில் இவர் உருவாக்கிய 'பிரிட்டானியா(Britannia)' என்ற மிகப் பெரிய தொகுதி ரோமானிய கால பிரிட்டனைப் பற்றிய எல்லா தகவல்களையும் அப்போது கிடைத்த சான்று களின் அடிப்படையில் மறுவாக்கம் செய்வதை நோக்கமாகக் கொண்டது. கேம்டன் மற்றும் அவரைப் பின்பற்றிய மற்றவர் களுடைய நோக்கம் சிசரோவின் செவ்வியல் வரலாறு பற்றிய மாதிரியால் தாக்கம் பெற்றிருக்கவில்லை. அவர் ஓர் ஓவியத்தை ஒட்டி இணைத்து உருவாக்க முயன்றாரே தவிர ஒரு கதையைச் சொல்ல முயற்சிக்கவில்லை. ஆனால், எழுத்து வடிவான மற்றும் பொருள் வடிவான வரலாற்றுச் சான்றுகளின்மீது கேம்டன் கொண்டிருந்த அர்ப்பணிப்புப் பின்னாளில் நவீன வரலாற்றாசிரியர்களால் அதற்கு யார் காரணம் என்று அறிந்து கொள்ளப்படாமலேயே முழுமையாக எடுத்தாளப்படுவதாக மாறியது.

பழம்பொருள் ஆய்வாளர்கள் ஆவணச் சான்றுகளை ஆராய்ந்தறிவதற்கான கருவிகளை நமக்கு வழங்கினார்கள். பைரோனிய அவநம்பிக்கைவாதம் வரலாற்று ஆவணங்களில் இருந்த குளறுபடிகளைச் சுட்டிக்காட்டி வரலாற்றைக் கண்டனம் செய்தது. அதனால் வரலாற்று ஆவணங்களின் மீதான நம்பிக்கையை விட்டுவிட வேண்டும் என்றும் வாதம் வைத்தது. பழம்பொருள் ஆய்வு என்ற துறை கடந்தகால நிகழ்வுகளின் துல்லியத் தன்மையை விமர்சனத்துடன் அணுகும் முறையை

வழங்கியதுடன் கடந்த காலத்தை ஆய்வு செய்பவர்கள் கவன மாகப் பகுத்தாய்ந்தால் பொய்களில் இருந்து உண்மையைச் சலித்தெடுத்துவிட முடியும் என்றும் யோசனை வழங்கியது (இது கொஞ்சம் கொஞ்சமாக வரலாற்றாசிரியர்களாலும் பின்பற்றப்பட்டது). பிரான்சுவா புதாவின் (Francois Baudouin – 1590-1650) ரோமானியச் சட்டம் (அந்த வகையில் அரசாட்சி முறையும்) கடந்த காலம் முதல் அவருடைய காலம் வரை எப்படியெல்லாம் மாறி வந்திருக்கிறது என்பதைப் புரிந்து கொள்ளும் முயற்சியில் ஈடுபட்ட ஓர் ஆய்வாளர். கற்பனைக் கதைகளின் அடிப்படையிலான வரலாற்றை நீக்கி வரலாற்று ஆய்வைச் சட்டவியலின் அடிப்படையில் செய்வது பற்றிய சாத்தியப்பாட்டை இவர் கண்டார். ஒரு வரலாற்றாசிரியர் வழக்கறிஞரைப் போல செயல்படவேண்டுமென புதோவின் கூறினார். முரண்பாடான தகவல்களுக்கிடையே நடுநிலை யுடன் நின்று, நிகழ்வுகளைச் சரியான வரிசைக்கிரமப்படுத்திச் சான்றுகளை (ஆவணங்கள்) உணர்ச்சிவசப்படாமலும் புறவய மான ஐயப்பாட்டுடனும் அணுகி ஆய்வு செய்ய வேண்டும். இது எப்போதோ பழக்கப்பட்ட ஒன்றாகத் தோன்றலாம்; ஒரு வரலாற்றாசிரியர் குற்றம் ஒன்றைத் துப்பறியும் நிபுணரைப் போன்றவர் என்று எனக்குப் பள்ளியில் கற்பிக்கப்பட்டது. புதோவின் காலத்தில் வழக்கறிஞர்களே துப்பறிவாளர் களாகவும் இருந்தனர்.

'புறவய நோக்கு' என்ற இந்தத் துணிபுரை பற்றி நாம் முழுமையாக நம்பிவிடக்கூடாது. ழாக்-அகஸ்த் தெது (Jacquis - Auguste de Thou - 1553-1617) போன்ற வரலாற்றாசிரியர்கள் சமயப் போர்களின் மூலம் தூண்டுதல் பெற்றவர்கள். பதினேழாம் நூற்றாண்டின் தொடக்கப் பகுதியில் இவர் எழுதிய எழுத்துகள், சமயப் போராட்டங்களைத் தணித்துப் பிரான்சில் ஒரு உறுதியான தன்மையை ஏற்படுத்துவதற்காக ஐரோப்பிய வரலாற்றை நேர்மையான முறையில் (இது வெற்றி கரமாக செயல்படவில்லையென்றாலும்கூட) தொகுத்தளிப் பதற்கான முயற்சியாக இருந்தது. ழான் து டில்லெட்(Jean du Tillet) (மறைவு 1570) போன்றவர்களோ தேசியவாதப் பற்று தலினால், வரலாற்றுப்பூர்வமாகவும் மொழிநூல் அடிப்படை யிலும் பிரான்சின் பூர்வீகம் ஜெர்மனியே என்று நிறுவ

ஆவணக் களஞ்சியங்களின் ஆய்வில் ஈடுபட்டவர்கள் (அக் காலத்தில் ஜெர்மனியே மிகத் தொன்மையான தேசம் என்று கொண்டாடப்பட்டது). எனவே இவர்கள் அனைவருக்கும் நோக்கங்கள் இருந்தன; ஆனாலும் நாம் பின்பற்றிவரும் புதிய முறைகளையும் ஆய்வுக்கருவிகளையும் இவர்கள் உருவாக்கித் தந்தார்கள். இவர்கள் ஆவணக் காப்பகங்களில் இருந்த மூல ஆவணங்களை வைத்து ஆய்வுகளைச் செய்தார்கள். பிற்கால நிகழ்ச்சி விவரணைகளுக்கும் கண்ணால் கண்ட சாட்சியங் களுக்குமிடையே உள்ள வேறுபாட்டை இவர்கள் அறிந்திருந் தார்கள். எல்லா வரலாற்று காலகட்டங்களும் ஒன்றுபோல இல்லை என்பதை இவர்கள் புரிந்துகொண்டார்கள். மக்கள் தம்மைச் சூழ்ந்த உலகைப் புரிந்துகொண்ட வெவ்வேறுபட்ட முறைகளை அவர்கள் பயன்படுத்திய மொழியைப் பகுத்து ஆய்வதன் மூலம் அறியமுடியும் என்று புரிந்துகொண்ட இவர்கள் பிழைகளைச் சரிசெய்து 'நேரியவற்'றைக் கண்டறிய முயன்றார்கள். எடுத்துக்காட்டாக தெது தான் எழுதியவற்றின் கையெழுத்துப் படியை ஐரோப்பாவின் பல்வேறு ஆய்வாளர் களுக்கு அனுப்பி வைத்தார். அவர்கள் பிழைகளைச் சுட்டிக் காட்டி, விடுபட்டுப் போன விபரங்களைச் சேர்த்து, சிலவற்றின் உண்மை பொய்மைகள் விளங்கும்படி சான்றுகளைத் தந்து உதவுவார்கள் என்று எதிர்பார்த்தார். மறுமலர்ச்சிக் காலம் வரை வரலாறு என்பது ஒருவரால் ஒருங்கமைப்பு (composed) செய்யப்பட்ட ஒன்றாகவே இருந்தது. மறுமலர்ச்சிக் காலத் திற்குப் பிறகு வரலாறு என்பது, ஆய்வு நெறிகள் மற்றும் ஆராய்ச்சி முறைகள் கொண்ட ஒருவரால் எழுதப்பட்ட ஒன்றாகவே பெரும்பாலும் இருந்தது.

இங்கு குறிப்பிடப்பட்ட மாற்றங்கள் பின்வரும் கருத்தைத் தெளிவுபடுத்தக்கூடும். இரண்டாம் அத்தியாயத்தில் குறிப் பிடப்பட்ட வரலாற்றாசிரியர்கள் 'உண்மைக் கதைகளை' உருவாக்கிக் கொண்டிருந்தார்கள் என்றால் இந்த அத்தியாயத் தில் குறிப்பிடப்பட்டவர்கள் 'உண்மைக் கதைகளை' நோக்கிச் சென்றார்கள். வல்லா தொடங்கிப் புதோவின் வரையிலான இந்தக் காலகட்டம்தான் சான்றாதாரங்களைக் கையாள்வதற் கான முறையியலையும் கோட்பாடுகளையும் உருவாக்கிய துடன் வரலாற்றின் உண்மைத் தன்மையானது சான்றுகளின்

13. வரலாற்றாசிரியர், எழுத்தாளர், தத்துவவாதி, நாடக ஆசிரியர் மற்றும் அறிவொளிக் கால அறிஞர்களில் முதன்மையானவரான வோல்தேர்.

மூலம் நிறுவப்படமுடியும் என்ற கருத்தை உறுதிசெய்யவும் முயன்றது. கடந்தகாலம் என்பது நிகழ்காலத்திலிருந்து எவ்வகையில் வேறுபடலாம் என்பது பற்றிய நுட்ப முரண் தன்மையுடைய மேலதிகப் புரிதல் ஒன்று உருவானது என்பது இம்மாற்றங்களின் மூலம் ஏற்பட்ட ஒரு விளைவாகும். எவ்வாறாயினும் பதினாறாம் பதினேழாம் நூற்றாண்டு கால கட்டத்திய பழம்பொருள் ஆய்வாளர்களின் பணிகளுக்குப் பிறகு உண்மைக்குத் தரப்பட்ட முக்கியத்துவம் எல்லோராலும் பின்பற்றப்படும் ஒன்றாகத் தொடரவில்லை என்பதை நாம் கவனத்தில் கொள்ள வேண்டும். ஆனால், வரலாற்றாசிரியர்கள் உண்மை மற்றும் கதைசொல்லுதல் என்ற இரு துருவங் களுக்கிடையே ஓயாமல் முன்னும் பின்னும் ஊசலாடிக் கொண்டிருந்தார்கள் என்று நாம் நினைத்தோமென்றால் நம்முடைய உடனடிக் கதையின் சிக்கலானதும் பின்னலானது மான கருத்திழைப் போக்குகளை ஒருசமயம் நாம் இன்னும் நன்றாகப் புரிந்துகொள்ளலாம்.

அறிவொளிக் காலம்(Enlightenment) என்று எப்போதும் பொதுவாக அழைக்கப்படும் காலத்துடன் தொடர்புடைய பதினெட்டாம் நூற்றாண்டுக்குள் நாம் நுழையும்போது வரலாற்றின் 'உண்மைக்கதைகள்' என்பவை தத்துவம் சார்ந்த கேள்விகளுடன் பிணைக்கப்பட்டுள்ளன. இந்தப் புதிய நோக்கம் வரலாற்றாசிரியர்களின் கடந்த காலம் பற்றிய பார்வையையும் வரலாற்று ஆவணங்களையும் பாதித்தது. வோல்தேர்(Voltaire – 1694-1778) இப்படிக் குறிப்பிட்டார்:

விபரங்கள் பரிதாபமானவை! பின்வரும் சந்ததி இவை அனைத்தையும் ஒதுக்குகின்றது; இவை பெரும் படைப்பு களை நாசப்படுத்தும் ஒருவகைப் பூச்சிகள்.

வோல்தேரின் வெளிப்படையான இந்த வரலாற்றுத் தகவல் களைப் பற்றிய மறுப்பு அறிவொளிக் கால ஆய்வாளர்கள் அவநம்பிக்கைவாதிகளைப் போல மீண்டும் வரலாற்றை மறுக்கத் தொடங்கிவிட்டார்களோ என்று நம்மைச் சந்தேகப்பட வைக்கலாம். தமது முன்னோர்களிடமிருந்து முற்றிலும் வேறு பட்டவர்களாகத் தங்களை அறிவொளிக் கால வரலாற்றா சிரியர்கள் வரையறுக்க முயற்சி செய்துகொண்டிருந்தபோது பத்தொன்பதாம் நூற்றாண்டில் வரலாற்றுக்கெதிரான பார்வை

63

ஆதரவு பெற்றது. ஆனால் பதினெட்டாம் நூற்றாண்டில் உண்மையில் நாம் காண்பது வேறுவித உந்துதல், அறிவொளிக் காலச் சிந்தனையாளர்களின் கவனத்திற்கு உரியதாக இருந்த கருத்துக்களான காரணம், இயற்கை, மனிதர் என்பவற்றுக்கு பொருத்தமாக வரலாற்றை மாற்றுவதற்கான ஆவலாகும். வோல்தேர், ஹ்யூம்(Hume), விகோ(Vico), கோன்டோர்சே (Condorcet) போன்ற எழுத்தாளர்கள் மனித இருப்பின் இயல்பு, தம்மைச் சூழ்ந்த உலகம் செயல்படும்விதம் போன்ற பெரும் கேள்விகளை அணுகிடக் கடந்தகாலம் பற்றிய ஆய்வைப் பயன் படுத்திக் கொண்டிருந்தார்கள். இவர்களுடைய ஈடுபாடுகள் துசிடைடஸ் கோட்டையிலிருந்து இரண்டாவது தப்பித்தலுக்கு வழிவகுத்தன.

இயற்கை அறிவியலாளர்களின் ஆய்வின்கீழ்ப் புதிய உலக நிகழ்வுகள் முக்கியம் பெற்றது போலவே தத்துவார்த்த வரலாற்றாசிரியர்களின் ஆய்வுக்கும் புதிய சிக்கல்கள் முக்கிய மாகப் பட்டன. வெறும் விபரங்களைச் சேகரிப்பதும் அரசியல் நிகழ்வுகளைத் தொகுப்பதும் மட்டும் போதுமானதாக இல்லை. நிகழ்காலம் கடந்தகாலம் இரண்டிலும் உலகம் எதை விடவும் சிக்கலானதாக இருந்தது. அறிவொளிக் கால வரலாற்றா சிரியர்கள் ஆளும் மேட்டுக்குடி மக்களின் முடிவுகள் மீது ஈடுபாடு காட்டவில்லை. அதற்குப் பதிலாக நிலவியல், தட்ப வெட்பநிலை, பொருளாதாரம், சமூகத்தின் அமைப்புமுறை, பல்வேறுபட்ட மக்களின் பண்புக்கூறுகள் போன்றவற்றின் மீது அவர்கள் ஆர்வம் காட்டினார்கள். இயற்கை உலகின் அபாரமான உள்ளிணைப்புகளை அறிவியலாளர்கள் சுட்டிக் காட்ட முடியும் என்றால், அதேவகையான சிக்கலான முறை யில் கடந்த காலம் பற்றி வரலாற்றாசிரியர்கள் புரிந்துகொள்ள முயலவேண்டும்.

அறிவொளிக் காலத்திய வரலாறு பற்றிய பார்வையை ஒற்றைத்தன்மை உடையதாக நாம் பார்ப்பது மிகக் கடினம். எல்லா அறிவுத்துறைகளிலும் பதினெட்டாம் நூற்றாண்டைப் பொறுத்தவரை ஒற்றைச் சிந்தனை முறை நிலவவில்லை, பன்முகத் தன்மையும் பலவித விவாதங்களின் மீதான பற்று தலும் நிலவியது(அறிவொளி இயக்கம் என்று நாம் சொல்லும் போது அதை ஒரு சிந்தனைக் கோட்பாட்டுத் தொகுதியாகப்

பார்ப்பதைவிட ஒரு 'மொழியாக' ஒரு பொதுப்பேச்சுமுறை யாக பார்க்கிறோம் என்ற பயனுடைய கருத்தை லியேனேல் கோஸ்மான்(Leonal Gossman) தெரிவித்திருக்கிறார்). இருந் தாலும் கூட வரலாற்றியல் மற்றும் கடந்த காலத்தைப் புரிந்து கொள்ளும் முறை ஆகியவற்றில் ஏற்பட்ட மாற்றங்களுடன் தொடர்புடைய சில முக்கியமான கருத்துக்கூறுகளை நாம் தெரிந்தெடுக்க முடியும்.

முதலில் கடந்தகாலம் பற்றியதே: அதைப் பற்றியே ஏராள மானவை இருந்தன. தாவரவியலிலும் மண்ணியலிலும் ஏற் பட்ட வளர்ச்சிகள் பல்வேறு சிந்தனையாளர்களைப் பழைய ஏற்பாடு சொல்வதை விடவும் உலகம் மிகப் பழமையானது என்ற முடிவுக்கு வரத் தூண்டின. படைப்பின் ஆறு நாட்கள் என்று பைபிள் குறிப்பிடுவது 'உண்மை' என்றால் அது குறியீட்டு வகையில் அன்றி நேரடிப்பொருளில் இருக்க முடியாது. கால விரிவாக்கம் என்ற இந்தக் கருத்தேகூட மிகவும் விவாதத்திற்குரியதாக இருந்தால்கூட தவிர்க்கமுடியாத வகை யில் கடந்த கால அனுமானங்களைக் கேள்விக்குள்ளாக்கியது. சில எழுத்தாளர்களைப் பொறுத்தவரை 'தேவன்' என்பவரே ஒதுக்கப்பட வேண்டியவராக இருந்தார். வேறு சிலருக்கோ தேவனின் இடம் என்பது 'தெய்வீக ஆற்றல்' என்பதாகப் பொருள்பட்டது. அது மனிதகுல வரலாற்றை உள்ளிருந்து இயக்கியதும் அதன் மூல காரணமாக இருந்ததுமான சொல் லுக்குள் அடங்காத முற்றுமுழுதான விதியாகும். தெய்வீக ஆற்றல் என்பது எல்லா வரலாற்றாசிரியர்களுக்கும் ஏற்புடைய தாக இல்லை; அது சில வினோதமான அனுமானங்களுக்குக் கொண்டு செல்லக்கூடியதாக இருந்தது. தெய்வீக ஆற்றல் அல்லது தேவசித்தம் மீதான நம்பிக்கை சில எழுத்தாளர் களைத் தேவனின் இருப்பைச் சுட்டிக் காட்டக்கூடிய எந்த ஒரு வரலாற்றுக் கதையையும் ஏற்றுக்கொள்ளும் அளவுக்குக் கொண்டுசென்றது என்று பதினெட்டாம் நுற்றாண்டின் மத்திய கால ஜெர்மானிய வரலாற்றாசிரியர்கள் சுட்டிக் காட்டியிருக் கிறார்கள் (மிகுந்த திறமைகொண்ட எழுத்தாளர்களாக இல்லா விட்டாலும் மிக அதிகமாக விரும்பி வாசிக்கப்பட்ட ஜோகன் ஹூப்னேர்[Johann Hubner] போன்றவர்கள்). எடுத்துக்காட்டாக ஹூப்னேர் தனது மெய்ன்ஸின் வரலாறு என்ற நூலில்

‘எலிகளின் கோபுரம்’ என்ற கதையைச் சேர்ந்திருந்தார். இக்கதையில் மெய்ன்ஸின் பேராயரான ஹாட்டோ(Hatto) ஏராளமான பிச்சைக்காரர்களை உயிரோடு எரியவிட்டுக் ‘கேளுங்கள் கேளுங்கள் என்னுடைய எலிகள் கத்துவதை’ என்று ஆச்சரியப்பட்டார். பின்னால் இவரைக் கொடூரமான எலிக் கூட்டம் ஒன்று சித்தரவதை செய்கிறது, ரெய்ன் நகரின் நடுவில் இருந்த கோபுரம் ஒன்றுக்குள் இவர் பதுங்கிக் கொண்டபோதும் எலிக்கூட்டம் இவரைத் தின்று விட்டது. ரெய்ன் நகரின் நடுவில் ‘எலிக் கோபுரம்’ என்ற ஒன்று உண்மையில் இருந்ததனால் இந்த நிகழ்ச்சி உண்மையாகவே நடந்த நம்பத்தகுந்த நிகழ்ச்சிதான் என்று ஹூப்னேர் வாதம் வைத்தார். மேலும் இக்கதை மிகப் பழமையானது, எல்லோருக்கும் நன்கு தெரிந்தது, பைபிளில் இடம்பெற்றுள்ள தவளைகள் அல்லது வெட்டுக்கிளிகூட்டத்தின்படையெடுப்புப் பற்றியகதையளவுக்கு உண்மையானது. இதேபோன்ற ஒரு சம்பவம் போலந்தில் 823ஆம் ஆண்டு நிகழ்ந்தது(என அவர் உரிமை கோரினார்).

நல்ல வேளையாக எல்லா வரலாற்றாசிரியர்களும் உண்மையை அறிவதற்கு இந்த வழிமுறை ஏற்புடையதே என்று ஒப்புக்கொள்ளவில்லை.

தெய்வ சித்தம் என்பது கைவிடப்பட வேண்டியதாக இருந்தால், வரலாற்றாசிரியர்களுக்கு மூலகாரணம் பற்றிய ஒரு கோட்பாடு இன்னும் தேவையாக இருந்தது. இரண்டு வலுவான கோட்பாடுகள் தாமாகவே உருவாயின. எதேச்சைத் தன்மை மற்றும் பேராற்றலுடைய மனிதர்கள். முதலாவது கோட்பாடு பெரிய நிகழ்வுகள் எதுவும் திட்டமிடப்படுவதோ எதிர்பார்க்கப்படுவதோ அல்ல என்ற கருத்துடன் தத்துவ விளையாட்டை நிகழ்த்தியது. ‘பிராமணனுக்கும் ஜெசூட்டுக்கும் இடையிலான உரையாடல்’ என்ற தனது நூலில் வோல்தேர் நான்காம் ஹென்றியின் படுகொலைக்குப் பிராமணன் ஒருவன் தனது இடதுகாலுக்குப் பதிலாக வலதுகாலை முன்வைத்துப் பயணத்தைத் தொடங்கியதுதான் காரணம் என்று விளக்குகிறார். பேராற்றல் உடைய மனிதர்கள் என்ற கோட்பாட்டைப் பின்பற்றியவர்களைப் பொறுத்தவரை, நிகழ்ச்சிகள் என்பவை குறிப்பிடத்தகுந்த தனிமனிதர்கள் அவற்றை நிகழவைப்பதால் ஏற்படுகின்றவை. இந்த இரண்டாவது அணியிலிருந்து ஒரு

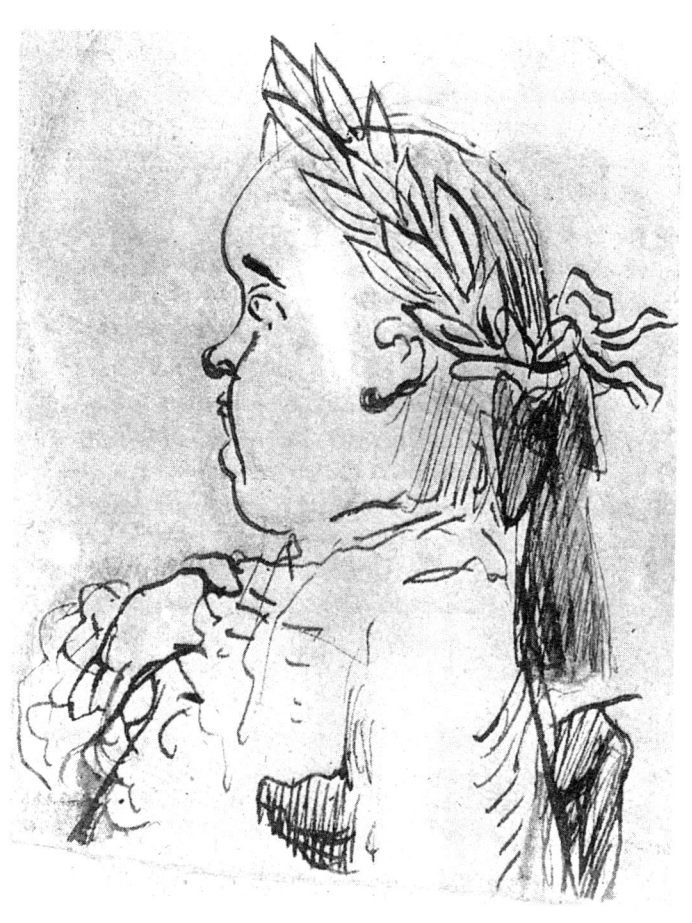

14. எட்வர்ட் கிப்போன் (லேடி டயனா போகிளர்க் என்பவரால் வரையப்பட்டதாகச் சொல்லப்படுகிறது)

உச்சபட்ச எடுத்துக்காட்டு ஜோஹான் ஃபிச்டே(Johann Fichte – 1762-1814) மகா அலெக்ஸாண்டர்(Alexander the Great) பற்றி எழுதியது (இதில் வோல்தேரின் குறும்புத்தனமான கிண்டல் இல்லாதது பயமூட்டக்கூடியது):

> அவனுடைய வழிநெடுக மடிந்துவிழுந்த ஆயிரக்கணக் கானவர்களைப் பற்றியோ, அதற்கடுத்து நிகழ்ந்த அவனது இளவயது மரணத்தைப் பற்றியோ என்னிடம் கூறாதீர்கள். அவனது லட்சியம் ஈடேறிவிட்டபின் அவனுக்குச் சாவதைத் தவிர உயர்ந்ததாகச் செய்வதற்கு என்ன உள்ளது?

இரட்டை நம்பிக்கைகளான 'காரணம்' இருண்மைக் கருத்தாக்கத்தின் ஆற்றலும் வரலாறு கடந்த புலனிகழ்வுகளும் மற்றும் தனது தத்துவார்த்தப் பெரு லட்சியத்தின் தூய கனவை உடைய தனிமனித மேதைமையின் பங்கு என்பவையும் நவீன மனதிற்கு அதிர்ச்சியூட்டக்கூடியதாக இருக்கின்றன.

அறிவொளி இயக்கமும்கூட வரலாறு கடந்த அகிலத் தன்மை யுடைய மனித இயல்பு என்பதன் மீதான ஒரு நம்பிக்கையை முன்வைத்தது. ''மனிதகுலம் எல்லாக் காலங்களிலும் எல்லா இடங்களிலும் ஒரே போலத்தான் உள்ளது. இதைப் பற்றி வரலாறு புதிதாகவோ குறிப்பாகவோ எதையும் தெரிவிக்க வில்லை. மனித இயல்பு பற்றிய நிலைத்த அகிலத்தன்மை யுடைய கோட்பாடுகளைக் கண்டறிவதுதான் அதன் முதன் மைப் பயன்பாடு'' என்று டேவிட் ஹ்யூம்(David Hume– 1711-1776) எழுதினார். இடைக்கால வரலாற்றாசிரியர்கள் கடந்த காலம் என்பது நிகழ்காலம் போன்றதுதான் என்ற அனுமானம் கொண்டவர்கள். ஆனால் ஹ்யூம் சொல்லிக் கொண்டிருந்தது கொஞ்சம் வித்தியாசமானது: வரலாறு கடந்த ஒத்த தன்மைகள் பற்றிய அனுமானங்கள் இல்லை (மேலே கண்டதுபோல்) அவற்றைப் பற்றிய கண்டுபிடிப்பு. உலகம் அடிப்படையில் நிலைத்தத் தன்மையுடையது; அதனை இயக்கும் விதிகள் உள்ளன; அவ்விதிகளை நுட்பமான ஆய்வின்மூலம் அறிய முடியும் என்று நம்பிய இயற்கை அறிவியலின் தர்க்கமுறையின் மூலம் வரலாறு பாதிப்புப் பெற்றிருந்தது. மனித உள்ளியல்பை உருவாக்கிய அடிப்படைக் கூறுகள் இயற்கை அறிவியலைப் போலவே வரலாற்று ஆய்வையும் புலப்படுத்தித் தரக்கூடியது என்று அவர் நம்பினார்.

ஆய்வு விசாரணை என்ற கருத்து மீண்டும் நம்மைப் பழம்பொருள் ஆய்வாளர்களின் மரபு வழியிடமே கொண்டு சேர்க்கிறது. ஆவணத் தகவல்கள் மற்றும் ஒவ்வொரு காலத்திற்கும் இடையில் உள்ள வரலாற்று வேறுபாடுகள் என்பவற்றிற்கு முக்கியத்துவம் கொடுத்த பதினெட்டாம் நூற்றாண்டு பழம்பொருள் ஆய்வுத்துறை தொடக்ககால அறிவொளி இயக்கத்தின் விரிவான தத்துவார்த்த வரலாற்றுடன் பல வகைகளில் மோதிக்கொள்ள வேண்டியிருந்தது. ஆனாலும் இந்த இரு பிரிவுகளும் இணைந்த நிகழ்ச்சியையும் பதினெட்டாம் நூற்றாண்டு கண்டது. இவை இரண்டும் இணைந்து உருவாக்கிய வரலாறு இன்று நாமறிந்தது போலவே ஏறக்குறைய இருந்தது. இதற்கு மிகச் சிறந்த உதாரணம் எட்வர்ட் கிப்போனின் (Edward Gibbon – *1737-1794)* எழுத்துகள். ஒன்றரை மில்லியன் சொற்களைக் கொண்ட, பழங்கால ரோமானியர் காலம் தொடங்கி மத்தியகாலத்தின் பிற்பகுதி வரையிலான ஐரோப்பிய வரலாற்றைச் சொல்லும் 'ரோமானியப் பேரரசின் தளர்ச்சியும் வீழ்ச்சியும்' என்ற நூல் இதுவரை நாம் குறிப்பிட்ட வரலாற்று நூல்களைப் போன்றது அல்ல. இதனுடைய பேசுபொருள் புதியதல்ல; ஆனால் ஒரு நாகரிகத்தின் தேய்வுக்கான காரணங்களைப் பகுத்தாய்வதற்கான கிப்போனின் முயற்சி இதற்கு முன்பு செய்து பார்க்கப்படாதது. இதன் முறையியலும் புதியதல்ல. இதற்காகப் பழம்பொருள் ஆய்வாளர்களின் தொழில்நுட்ப முறைகளுக்கு அவர் கடமைப்பட்டிருப்பது தெளிவான ஒன்று. இந்நூலை வித்தியாசமாக வைத்திருப்பது, இன்றுவரை அது படிக்கப்படுகிறது என்பதுதான்.

இப்படிச் சொல்வது சற்றே ஆதாரமற்றதுதான். மிகப் பழைய சில வரலாற்றாசிரியர்களும் படிக்கப்படுகிறார்கள், குறிப்பாகப் பழங்கால கிரேக்க ஆசிரியர்கள். கிப்போனும் படிக்கப்படுகிறார், ஆனால் முழுமையாக நம்பிப் படிக்கப்படவில்லை. ஆனால், 'தளர்ச்சியும் வீழ்ச்சியும்(Decline and Fall)' நூல் தரும் வரலாறு, பழம்பொருள் ஆய்வாளர்களின் ஆதாரங்களைப் பகுத்தாயும் முறையைச் சிசரோனிய எழுத்துமுறையுடனும் அறிவொளிக் கால தத்துவ விசாரணையுடனும் இணைத்து எழுதப்பட்டுள்ளது. இது சுவாரஸ்யமானதாக மாறியது (பதிப்பகங்கள் ஆடம்பரமான பதிப்புகளை இன்றும்

இதற்குக் கொண்டுவருகின்றன). இப்படிச் சொல்வது கிப்போன் ஒவ்வொரு துறையிலும் மேம்பட்டவர் என்பதை நிறுவுவதற்காக அல்ல. இவர் எந்தவொரு ஆவணக் காப்பகத்திற்கும் சென்றவரில்லை; பதிப்பிக்கப்பட்ட ஆவணங்களைத்தான் நம்பியிருந்தார். இவருடைய மொழிநடை அலங்காரமானது. ஆனால் பழங்காலத்தன்மை கொண்டது. மேற்படி நூலில் உள்ள பெரிய பிரச்சினை என்னவென்றால், ரோம் ஏன் சிதைந்தது என்றோ அல்லது ஒரு நாகரிகத்தின் வீழ்ச்சியென்றால் என்ன அர்த்தம் என்றோ கிப்போன் எங்கேயும் ஒழுங்காகச் சொல்லவே யில்லை. இருந்தாலும் கிப்போன் முதல் வரலாற்றாசிரியர் என்று சொல்ல முடியாவிட்டாலும் முறையான வரலாற்றாசிரியர் என்பதற்கு முழுமையான எடுத்துக்காட்டாக இருந்தார். அவர் ஒரு தத்துவவாதி அல்ல, வரலாற்றுப் பதிவாளர் அல்ல, நிலவரைப்படவியலாளரோ அல்லது பழம்பொருள் சேகரிப்பாளரோ அல்ல, ஆனால் ஒரு வரலாற்றாசிரியர்.

ரோமின் வீழ்ச்சி என்பதைப் பற்றிக் கிப்போன் விளக்கவில்லை என்று நான் சொல்லியிருக்கிறேன். அவருடைய விளக்கம், கருத்துருவமான பகுப்பாய்வை அடிப்படையாகக் கொண்டதல்ல; மொத்த விவரிப்பின் மீது அமைவது என்பதையும் சொல்லிவிடுவது நியாயமாக இருக்கும். எதேச்சை நிகழ்வு என்ற ஒரு மூலகாரணத்தைச் சாராமல், வரலாற்றுக் காரணிகளின் சிக்கலான தன்மையையும் வேறுபட்ட கூறுகளுக்கிடையே பல வகையான இடையீட்டு உறவுகளையும் விளக்கக் கிப்போன் முனைகிறார். பதினெட்டாம் நூற்றாண்டின் பிற்பகுதியிலும் பத்தொன்பதாம் நூற்றாண்டின் முற்பகுதியிலும் வரலாற்றாசிரியர்கள் குறிப்பாக ஜெர்மனியைச் சேர்ந்தவர்கள் சிக்கலான நிலை பற்றிய கோட்பாடுகளை உருவாக்கத் தொடங்கிவிட்டனர். எதேச்சைத்தன்மை என்ற விளக்கத்தால் அதிருப்தி அடைந்திருந்த இந்த வரலாற்றாசிரியர்கள், சிக்கலான தன்மை என்பதை நம்பியதன் மூலம் பேராற்றல் உடைய மனிதர் என்ற அணுகுமுறை உடையவர்களின் தத்துவத்தையும் அரசியலையும் மறுத்தார்கள். தாமஸ் கார்லைல்(1795-1881) என்ற ஸ்காட் எழுத்தாளர் பின்பு இவ்வாறு எழுதினார்:

மனித வரலாற்றில் யார் முக்கியமான மனிதன்? ஆ...

நோக்கி முதன்முதல் படையெடுத்தவனா? அல்லது முதன் முதலாக தானே ஒரு இரும்பு மண்வெட்டியைச் செய்த பெயரற்ற காட்டுவாசியா? சட்டங்களும் அரசியல் சாசனங் களும் நம்முடைய வாழ்க்கையல்ல; நாம் வாழ்க்கை நடத்துவதற்கான வீடுகள். அப்படிகூட இல்லை வீட்டின் வெறும் சுவர்கள். அத்தியாவசியமான வீட்டுப்பொருட்கள், நம்முடைய வாழ்க்கையை நடத்திச் செல்வதற்கும் ஆதார மாக உள்ள தினசரி வாழ்க்கைப் பழக்கவழக்கங்கள், மரபுகள், கண்டுபிடிப்புகள் போன்றவையெல்லாம் ட்ரகோஸ் ஸாலோ, ஹாம்டென்ஸாலோ(Dracos, Hampdens) உருவாக்கப்பட்டவை அல்ல. அவையெல்லாம் ஃபொனிசிய கடலோடிகளாலும், இத்தாலிய கொத்தனார் களாலும், சாக்ஸோனைச் சேர்ந்த உலோகவியல் நிபுணர் களாலும் தத்துவவாதிகள், இரசவாதிகள், தீர்க்கதரிசிகள் மற்றும் நினைவிலிருந்து மறைந்துபோன எண்ணற்ற கலைஞர்கள், தொழில்நுட்பவாதிகள் ஆகியோராலும் தான் உருவாக்கப் பட்டன.

ஜெர்மானிய அறிவொளிக் காலத்தின் பிற்பகுதியிலிருந்து வரலாற்றாசிரியர்கள், வரலாற்றைச் சரியாகப் புரிந்துகொள்ள இருவிதமான உள்ளுறவுடைய செயல்களைச் செய்ய வேண்டும் என்பதை ஏற்றுக்கொள்ளத் தொடங்கிவிட்டனர். முதலாவது ஆவணக் காப்பகங்களில் உள்ள மூலதார ஆவணங் களைத் தீவிரமாகப் படிப்பது, இரண்டாவது நிலவியல் அமைப்பு, சமூக அமைப்புமுறை, பொருளாதார சக்திகள், கலாச்சார கருத்துகள், தொழில்நுட்ப முன்னேற்றங்கள் மற்றும் தனிமனித மன ஆற்றல் இவற்றிற்கிடையில் உள்ள சிக்கலான உறவுகளையெல்லாம் ஒன்றாக அணுகக்கூடிய மூலகாரணக் கோட்பாடுகளை வளர்த்தெடுப்பது ஆகியனவாகும். வரலாறு அரசியலையும் சட்டத்தையும் விட்டு விலகிப் பொருளாதாரத் தையும் தற்போது நாம் சமூகவியல் என்று சொல்வதையும் நோக்கி நகர்ந்து கொண்டிருந்தது. துசிடைடஸ் கோட்டை இந்தத் தாக்குதலினால் நிச்சயம் தகர்ந்துவிட்டது என்று ஒருவாறு எண்ணலாம்.

இந்த அத்தியாயத்தைத் தொடங்கிவைத்த, வரலாற்றின் புனைவுத் தன்மைக்கெதிரான மறுப்பை முன்வைத்த ரங்கேவை

நோக்கி நாம் மீண்டும் செல்கிறோம். ரங்கே (1795-1886) தனது வாழ்நாள் முழுக்கத் தொடர்ந்து வலியுறுத்தி வந்தது போல வரலாற்றியல் கலையின் கண்டுபிடிப்பாளராகவும் மீட்பராகவும் தன்னைத்தானே கண்டார். ஆவணங்களை அடிப்படையாகக் கொண்ட ஆராய்ச்சி, மற்றும் புறவயத் தன்மை உடைய வரலாற்றுப் பகுப்பாய்வு என்ற அவருடைய கருத்துகள் கடைசியாகவும் உறுதியாகவும் வரலாற்றை ஒரு அறிவியல்பூர்வமான அடிப்படையின்மீது கட்டியெழுப்பிய புரட்சிகரமானவை, முற்போக்குத் தன்மையானவை என்று பலரால்(அவர் உட்பட) சொல்லப்பட்டது. நாம் கண்டதுபோல ரங்கேவின் காலத்திற்கு முன்பே அவருடைய கருத்துகளின் பல பகுதிகள் இருந்துவந்தன. அதனால் அவர் மிகப்பெரிய போலி மனிதர் என்பதைத் தவிர வேறு எதுவுமில்லையா?

ஓரளவுக்கு, சிலவேளைகளில் பெரிய அளவுக்குத் தன்னைப் பற்றி ரங்கே பேசிய சுயபெருமை அவருடைய பங்களிப்பை விளக்க உதவலாம். ரங்கே தான் எதிர்த்து வந்ததாகக் கண்ட அறிவொளிக் கால வரலாற்றியலின் தன்மையைப் பற்றிச் சில சொல்லப்படாமல் விடுபட்டுள்ளன. பதினெட்டாம் நூற்றாண்டின் மிகப் புகழ்பெற்ற பல எழுத்தாளர்கள் எழுதிய தத்துவார்த்த வரலாறுகள், உண்மைத் தகவல்களைத் தமது முக்கிய கவனமாகக் கொள்ளாமல் அவை மனித குலம் அவற்றின் இருப்புப் பற்றிய பெரிய கேள்விகளுக்கு எந்த அளவு விளக்கமளிக்க முடியும் என்பது பற்றிக் கவனம் செலுத்தின. மற்றவர்கள் எஞ்சியிருந்த சிசரோனிய வரலாற்றுக் கருத்துக் களால் உந்தப்பட்டுப் பொதுமக்களின் வாசிப்புக்கான அழகிய நடையில் எழுதப்பட்ட கதைகளை உருவாக்கிக்கொண்டிருந் தனர் (இந்த வகைக் குழுவினர் பதினெட்டாம் நூற்றாண்டில் பெரிய அளவில் பெருகினர்). இவையனைத்தும் அறிவொளி இயக்கத்தின் ஒருங்கிணைந்த கூறாக விளங்கியிருக்கக்கூடிய நம்பிக்கையால் தூண்டப்பட்டவை. முன்னெந்த காலத்தை விடவும் அறிவிலும் புரிதலுணர்விலும் நல்லுணர்விலும் விஞ்சிக்கடந்து மேம்பட்ட நிலையுடன் விளங்கிய அவர்கள் வாழ்ந்த காலம் காரண அறிவின் உச்ச விளைவால் உருவானது என்ற நம்பிக்கை அவர்களிடம் இருந்தது. அறிவொளிக் கால வரலாற்றாசிரியர்கள் உள்ளுக்குள் போலித்தனம் நிறைந்த

அறிவுஜீவிகளாக இருந்தார்கள். கடந்த காலத்தை அதிகமாக அல்லது குறைந்த கவனத்துடன் ஆராய்ந்த அவர்கள் அதன்மீது தவறாமல் தீர்ப்புகளை வழங்கினார்கள். அவர்களுடைய பெரிய எதிர்பார்ப்புகளுக்கேற்ப கடந்தகால வாழ்க்கை இல்லையென்பது பெரிய பிரச்சினையாக இருந்தது. 'அழகான கடந்த காலம்' போய்விட்டதற்காக ஒருவர் வருந்த வேண்டுமென்றால் அது எப்படி இருந்தது என்பதை அவர் தெரிந்து கொள்ளக் கூடாது என்று எழுத்தாளர் ஒருவர் சொல்லி இருக்கிறார்.

ரங்கே வேறுபட்ட ஒரு கருத்தைத் தெரிவித்துக் கொண்டிருந்தார். உண்மைகளைக் குலைத்துவிடக் கூடிய கற்பனையான உந்துதல் அற்ற, அறிவியல்பூர்வமான பரிசோதனைக்கும் நிரூபணத்திற்கும் உரிய, அதன் மூலம் உண்மையில் கடந்த காலம் எப்படி இருந்தது என்பதை மட்டும் சொல்லுவதற்கேற்ற சிரத்தையான ஆவணப்பகுப்பாய்வு முறையை அவர் விரும்பினார். வரலாற்றாசிரியர் என்பவர், தூசு படிந்த பதிவேடுகளைக் கவனமாக ஆய்வு செய்யக் கூடியவர்; துல்லியமான கேள்விகளை நடுநிலையுடனும் உணர்ச்சிவசப்படாமலும் பகுத்தறியக்கூடியவர்; புறவயமான உண்மைகளை ஒருபக்கச் சார்பின்றி உறுதிப்பாட்டுடன் சீர்தூக்கிப் பார்ப்பவர் என்கின்ற படிமம் இன்று நம்மிடையே உள்ளது (நல்ல வேளையாக வறட்டுத்தனம் குறைந்த வேறுசில படிமங்களும் இத்துடன் சேர்ந்துகொண்டன. அப்போதிருந்தது ரங்கேவுடைய வழிமுறை மட்டுமல்ல). பிரெஞ்சு வரலாற்றாசிரியர் ஜூல் மிஷேலேவும்(Jules Michelet – *1798-1874*) ஆவணங்களின் மூலம் தூண்டுதல் பெற்றவர்தான். ஆனால் அவருடைய வரலாறு வினோத உணர்வு நிரம்பியது; உணர்ச்சியைத் தூண்டக்கூடியது; சூன்யக்காரிகள், மந்திரவாதிகள் போன்ற விபரீதமான, விளிம்பு நிலைப்பட்ட நபர்களின் மீது ஆர்வம் காட்டுவது. மிஷேலே மிகத் துல்லியமான தகவல்களைத் தரக்கூடியவர் அல்ல. ஆனால் அவருடைய நுண்ணோக்குத் திறனும் கற்பனைச் செறிவும் பின்னாளில் வந்த வரலாற்றாசிரியர்களுக்கு மாறுபட்ட உந்துதல் மாதிரியைத் தந்தன.

எப்படியென்றாலும் ரங்கேவின் உண்மையான தன்மையென்பது அவரைப் பற்றிய பிம்பத்திலிருந்து சற்றே வேறுபட்டது. அவருக்கு முன்பே பலர் செய்ததுபோல ஆவணங்

களின் ஆதாரங்களைப் பயன்படுத்தினார், உண்மையில் அவருடைய நூல்களில் பயன்படுத்தப்பட்ட சான்றுத் தகவல்கள் முந்தைய ஆய்வாளர்களால் பரிசோதிக்கப்பட்டுப் பதிப்பிக்கப் பட்ட ஆவணங்களிலிருந்தே எடுக்கப்பட்டவை. அவருக்கு முன்பிருந்தவர்களைப் போலவே புறவயத்தன்மை பற்றிய அவருடைய நோக்கம் ஒருபகுதி வெற்றியடைந்தது; ஒரு பகுதி தோல்வியடைந்தது. அவர் என்ன வகையான மாற்றத்தைத் தான் கொண்டுவந்தார்? ஒருவகையில் இருவித மாற்றங்களை அவர் செய்தார்.

கிப்போன், நான் தெரிவித்தது போல வரலாற்றியலை நிபுணத்துவம் சார்ந்த துறையாகத் தொடங்கிவைத்தார் (வரலாற்று நோக்கத்திற்காகவே ஒருவரால் தேர்ந்தெடுக்கப் படும் ஒன்றாக). ரங்கே வரலாற்றியலை ஓர் அறிவு உழைப் பாக நிறுவினார், இது முதலாவது மாற்றம். வரலாற்றா சிரியர்களுக்கான கருத்தரங்க பயிற்சிமுறை என்பது ரங்கே தந்த சொத்து, இங்கே இளம் மாணவர்கள் அனுபவம் உள்ள ஆய்வாளர் ஒருவரைச் சூழ்ந்திருந்து மூல ஆதாரங்களுடன் நேரடியான பயிற்சிசெய்து வரலாற்றியல் தொழில்நுட்பத் தைக் கற்கமுடியும். கல்வி நிறுவனங்களின் நிதிநிலையைப் பொறுத்து, இன்றும்கூட இளம் வரலாற்றாசிரியர்கள் தமது துறையறிவைக் கற்பதற்கான முறையாக இதுவே இருந்து வருகிறது.

இரண்டாவது மாற்றம், திரும்பத்திரும்பக் கூறப்படும் தொடர்: 'உண்மையில் அது எப்படி இருந்தது என்பதை மட்டும் கூறவும்.' வரலாற்றுத் தத்துவம் மற்றும் நடைமுறை பற்றி எழுதப்பட்ட பல நூல்களுக்கு இந்தச் சிறிய ஆபத்தற்ற வாக்கியம் ஆதாரமாக இருந்துள்ளது. 'உண்மைக்கதை' என்ற கருத்து வரையறையிலிருந்து தப்பிப்பதற்கும், இரண்டாவது கற்பனைச் சொல்லை நீக்கிவிட்டு வரலாற்றை வெறுமை யாக 'உண்மை' என்று மட்டுமே ஆக்குவதற்கும் வரலாற்று ஆசிரியர்கள் செய்த முயற்சி அது. இந்த அணுகுமுறையைப் பற்றிப் பின்வரும் அத்தியாயத்தில் மேலும் நாம் விவாதிக் கலாம். தற்போது, ஒரு கருத்தை நான் குறிப்பிடுகின்றேன். 'உண்மையில் அது எப்படி இருந்தது என்பதை மட்டும் கூறவும்' என்று ரங்கே சொன்னபோது உண்மையில் அவர் பண்டைய

வரலாற்றாசிரியர் ஒருவரைத்தான் மேற்கோள்காட்டுகிறார்: துசிடைடஸ். அவருடைய விசுவாசம் அங்குதான் இருந்தது. வரலாற்றுக்கு ரங்கே எதை வழங்கியிருந்தபோதும், அவர் மறுபடியும் அரசியல் நிகழ்வுகள் என்ற கோட்டைக்கே திரும்பி வந்திருந்தார். அவருடைய ஆதாரங்கள் ஆட்சியாளர்கள், அரசுகள், தேசங்கள், போர்கள் பற்றியவையாக இருந்தன. நாம் மறுபடியும் தப்பிவிட்டோம். ஆனால் பலவித பிரிந்த கூறுகள் நம்முன் எஞ்சிவிட்டன. ரங்கேனிய பார்வைக்கெதிரான நடவடிக்கையும் கூட வரலாற்றியலைப் புலவித பகுதிக் கூறு களாகப் பிரிக்கும் செயலையே தொடங்கியது. வெகுசிலரே தம்மை இன்று வெறும் 'வரலாற்றாசிரியர்கள்' என்று குறிப் பிடுகின்றனர்: இன்று நம்மிடையே 'சமூக வரலாற்றாளர்கள்', 'கலாச்சார வரலாற்றாளர்கள்', 'பெண்ணிய வரலாற்றாளர்கள்', 'அறிவியல் வரலாற்றாளர்கள்' இன்னும் 'அரசியல் வரலாற் றாளர்கள்' எனப் பல பிரிவினர் உள்ளனர். இந்நூலின் இனி வரும் பகுதிகள் வரலாறெழுதுதல் துறையில் ஏற்பட்ட வளர்ச்சிகளைத் தொகுத்துரைப்பதாக இல்லாமல் இருப்பதற்கு இது ஒரு காரணம்: அது பல்வேறு போக்குகளைக் கொண்ட பல்வேறு பிரிவுகளாக உள்ளது. அதற்குப் பதிலாக அடுத்து வரும் அத்தியாயங்களில் சில குறிப்பிட்ட கருத்துப் பகுதி களையும் கேள்விகளையும் பரிசீலிப்பதின் மூலமாக இருபதாம் நூற்றாண்டின் வரலாறெழுதுதல் துறையைப் பற்றி மேலும் பலவற்றைக் கண்டறியப் போகிறோம்.

வரலாறெழுதுதல் துறையின் வளர்ச்சிகள் பத்தொன்பதாம் நூற்றாண்டின் நடுப்பகுதியுடன் முடிந்து போனதாகச் சொல்வது உண்மையில் அபத்தமானது. ரங்கேயை ஒரு முடிவுப்புள்ளி யாக நான் பயன்படுத்துவதற்கு காரணம், அந்தக்கால கட்டத்தி லிருந்து வரலாறெழுதுதல் துறையிலிருந்து பிரிந்து சென்ற எண்ணற்ற போக்குவழிகளைத் தொடர்ச்சியான முறை யில் தொகுத்துரைக்க முடியாத எனது இயலாமையாகும். ஆனால் வேறு சில உண்மைகளும் சொல்லப்படவேண்டும். ரங்கேவின் காலத்திலிருந்து எல்லாவகையான வரலாற்று ஆசிரியர்களும் தங்களிடமுள்ள ஆதாரங்களுக்கு விசுவாசமாக இருப்பதன் மூலம் உண்மை என்பதை அணுகவோ அல்லது அடையவோ முடியும் என்ற கருத்தை முதலும் முழுமையு

மாகக் கொண்டிருந்தார்கள். பத்தொன்பதாம் நூற்றாண்டு முதல் வரலாறு என்பது அவசியம் கருதிப் பயன்பாட்டுக் காக ஆக்கப்படுகிறது என்ற கருத்து உருவானது. இதனால் புலப்பாட்டு அழகையும் தத்துவார்த்தக் கூர்மையையும்விட வரலாற்றுச் சான்றுகளைக் கவனமாகப் பயன்படுத்தும் முறையே அடிப்படை என்ற நிலை ஏற்பட்டது.

இக்கருத்து பத்தொன்பதாம், இருபதாம் நூற்றாண்டுகளில் வரலாற்றுத்துறை நிறுவனமயமானதாக வளர்ந்தபோது இன்னும் உறுதிப்பட்டது. தொழிற்புரட்சிக்குப் பிறகு வரலாற்றியல் ஒன்று மட்டுமே 'தொழில்முறை' சார்ந்த அறிவுத்துறையாக மாறியது; பின்னால்கூட பல்கலைக் கழகத்தின் படிப்புத் துறையில் மற்ற அறிவுத்துறைகளைவிட வரலாறே முக்கியமானதாக அங்கீகரிக்கப்பட்டது. பத்தொன்பதாம் நூற்றாண்டின் பிற்பகுதியில் வரலாற்றாசிரியர்கள் தமது துறைசார்ந்த குழுக்களை அமைக்கத் தொடங்கினர் (அமெரிக்கன் வரலாற்றியல் சங்கம் போன்றவை). தனித்திறம் உடைய ஆய்விதழ்களையும் ஆரம்பித்தனர். இருபதாம் நூற்றாண்டு முழுவதும் அதிக எண்ணிக்கையிலான வரலாற்றாய்வாளர்கள் டாக்டர் பட்டத்திற்குப் படித்தனர்; பல்கலைக்கழகத் துறைகளில் வேலை பெற்றனர்; நிபுணத்துவம் சார்ந்த ஒரு தொழில்முறை அறிவுத் துறை என்ற அதிகாரப்பூர்வமான அந்தஸ்துக்கு அடிப்படை அமைத்தனர். தொழில் முறை அறிவுத்துறையாக இது வளர்ந்ததற்கு ஒரு காரணம், கடந்த நூற்றாண்டின் இறுதிப் பகுதியில் பல நவீன அரசுகள் அறிவுஜீவி வர்க்கம் என்ற ஒன்றை ஆதரிக்கும் அளவுக்குப் பொருளாதாரத்தில் வளர்ந்தன. இந்தப் பொருளாதார வளத்தினால் ஏற்பட்ட விளைவானது, தேசிய வரலாறுகளை உருவாக்குவதன் மூலம் வரலாறு என்பது தேசிய அரசுகளின் தேவையை நிறைவேற்ற வேண்டும் என்ற கருத்தாகும். இக்கருத்துப் பல்வேறு நாடுகளைச் சேர்ந்த தொடக்கக் கால தொழில்முறை வரலாற்று நிபுணர்கள் எழுப்பிய வரலாற்றுக் கேள்விகளுக்கு வடிவம் தந்தது. இங்கிலாந்து நாடாளுமன்ற ஜனநாயகத்தின் சிகரமாகத் தன்னைக் கண்டு, தனது பேரரசைப் பெருமிதத்துடன் நோக்கியது. பிரான்ஸ் 1789 புரட்சியை நவீன அரசாங்க அமைப்பின் தொடக்கமாகக் கண்டது. ஜெர்மனி தனது கலாச்சார இன மேலாண்மையைக்

கொண்டாடியது; அமெரிக்கா - தன்னை மற்ற ஐரோப்பிய நாடுகளிலிருந்து வேறுபட்டதாகப் பெருமை பாராட்டியது. வரலாறு தொழில்முறைத் துறையாக மாறியது என்பது, வரலாற்றாசிரியர்களின் தேவையிலிருந்தோ அவர்களின் குறிப்பிட்ட பண்பு அடையாளத்திலிருந்தோ அவர்களை விலக்கிவிடவில்லை. அப்படி சில இருந்திருக்கும் என்றால் அது அவற்றை மேலும் உறுதிப்படுத்தவே செய்தது.

தொழில்முறை அறிவுத்துறை மூலம் நன்மையடைந்தவன் என்ற வகையில் இதுபற்றி அதிகமாகத் துக்கம் காட்டுவது என்னைப் பொறுத்தவரை அவ்வளவு நல்ல குணமல்ல. இருந்தாலும் தொழில்முறை அந்தஸ்திற்காக வரலாற்று ஆசிரியர்கள் சில விலைகளைத் தந்திருக்கிறார்கள் என்பதைச் சொல்லிவிட வேண்டும். முதலாவதாக, கல்விப்புலம் சார்ந்த வரலாற்றாசிரியர்களுக்கும் பொதுவான வாசகர்களுக்கும் இடையே பெரிய இடைவெளி வளர்ந்துவிட்டது. தரமான பத்திரிகைகளில் எழுதுவது என்பதும் பல்கலைக்கழகப் பதிப்பகங்களுக்காக ஒரு பொருள்குறித்த நூல்களை எழுதுவது என்பதும் ஐநூறு பேருக்கும் குறைவான வாசகர்களுக்காக எழுதுவது என்றுதான் பொருள். இதில் ஒவ்வொரு வாசகருமே தொழில்முறைச் சாதனம் என்ற எரிச்சலூட்டும் போர்வைக்குள் மறைந்து இருப்பது அதிக சுவாரசியமானது; முக்கியமானது. இரண்டாவது, தொழில்முறை நிபுணராக ஆவது என்பது, நிகழ்காலம் பற்றியும் கடந்தகாலம் பற்றியும் அறிவுபூர்வ மான தீர்ப்புகளை வழங்கக்கூடிய ஒலிம்பிய துறவுத்தன்மை உடையவராக வரலாற்றாசிரியர்கள் தம்மை பாவித்துக் கொள்ளும்படி செய்தது. இக்கருத்துப் பற்றி மேலும் நாம் ஊடுருவிப் பார்ப்போம், ஆனால் இந்த இடத்தில் கவனத்தில் கொள்ள வேண்டியது தொழில்முறை நிபுணர் என்றால் 'பக்கச் சார்பற்ற தன்மை' என்று பொருள் இல்லை; ஊதியம் பெறுதல் என்பதுதான் முக்கிய அர்த்தம். வரலாற்றாசிரியர்கள் தற்போது தாங்கள் செய்வது எதுவோ அதன்மூலம் தங்களின் வாழ்க்கை யை நடத்துகிறார்கள், அதாவது பல்கலைக்கழக ஆட்சிக் குழுக்கள், நிதியளிக்கும் குழுக்கள், பிரபலமான பதிப்பகங்கள் போன்றவற்றில் எதிர்பார்ப்புகளோடு பேரம் பேசுவதன் மூலம். பலரைப் போல வரலாற்றாசிரியர்களும் தங்கள் தேவை

களுக்கான நாட்டத்துடன்தான் செயல்படுகிறார்கள். கடைசி யாகத் தொழில்முறை நிபுணத்துவமும்கூட பல பிரிவுகளை உருவாக்கியது. மிகச் சில வரலாற்றாசிரியர்கள் மட்டும்தான் தங்களை மிகப் பரவலான பல துறைகளில் தேர்ச்சியுடைய வர்களாக வைத்துக்கொண்டு, ஒரு குறிப்பிட்ட துறையில் சிறப்பு நிபுணத்துவம் பெறுகிறார்கள். இப்பிரிவுகள் கெடுதி யானவையா என்பது பற்றி உறுதியாக எதுவும் என்னால் சொல்ல முடியாது; இவை தவிர்க்க முடியாதவைகளாக இருக்கலாம்; இன்னும் ஆக்கபூர்வமானவைகளாகக் கூட இருக்கலாம். ஆனால் நம்மைப் பொறுத்தவரை வரலாறு (வரலாற்றாசிரியர்கள் எழுதுவது, கடந்த காலம் பற்றிய தகவல் என்ற இரு பொருள்களிலும்) என்பது எப்போதுமே வெறும் ஒற்றை உண்மைக் கதையாக இருக்கமுடியாது என்று பொருள்படுகிறது.

இந்த அத்தியாயம் ஆவணங்களைப் பயன்படுத்துவது பற்றிய சிந்தனைகளில் ஏற்பட்ட வளர்ச்சிகள், கடந்தகாலத் திற்கும் நிகழ்காலத்திற்கும் இடையேயான உறவு, வரலாற்றுத் தகவல்களில் உள்ள உண்மை போன்றவற்றை விரிவாக ஆராய்ந்துள்ளது. இக்கேள்விகள் மிக நீண்ட வரலாற்றை உடையவை என்பதையும் இவற்றுக்கான பதில்களும் பல வகைப்பட்டவை என்பதையும், காட்டவேண்டும் என்று விரும்பினேன். கடந்த காலத்தில் பிரச்சினை வேறுவகை யாக இருந்திருந்தால், எதிர்காலத்தில் அவையும் மாறி அமையலாம்; விவாதங்கள் முடிவதில்லை. உண்மை பற்றியும் கடந்த காலத்துடன் நமக்குள்ள உறவு பற்றியும் இந்நூலின் பின்வரும் பகுதியில் கூடுதலாகப் பார்க்கலாம். இருந்தாலும், அடுத்த அத்தியாயத்தில் ஆதாரச்சான்றுகள் பற்றியும் அவற்றை வைத்து வரலாற்றாசிரியர்கள் என்ன செய்ய முடியும் என்பது பற்றியும் கூடுதலாகக் கவனத்தைச் செலுத்தப்போகிறோம்.

அத்தியாயம் 4

பேச்சுக்களும் அமைதிகளும்

1994ஆம் ஆண்டு ஆகஸ்டு மாதம் முதல் நாள் நார்போக் மற்றும் நார்விச் பதிவேடுகள் அலுவலகத்தில் வேலை செய்யும் பராமரிப்பாளர் ஒருவர் மின்விளக்கைப் போட்டபோது கட்டிடம் வெடித்துச் சிதறியது. ஒரு சிறிய மின்சார தீப்பொறி கசித்துகொண்டிருந்த எரிவாயுவைப் பற்றவைத்து விட்டது. ஊழியர் பின்நோக்கித் தூக்கியெறியப்பட்டார். ஆனாலும் உயிர் தப்பினார். பதிவேடுகள் அலுவலகம் தப்பவில்லை. தீயணைப்புத்துறையினர் நெருப்பைக் கட்டுப்படுத்த பாடு பட்டார்கள்; ஊழியர்கள் அங்கிருந்த ஆவணங்களைக் காப்பாற்ற முயன்றனர். கடைசியாக நெருப்பு அணைந்தபோது 3,50,000 நூல்களும் பல வரலாற்றுப் பதிவேடுகளும் அழிக்கப் பட்டுவிட்டன; கட்டிடம் நாசமாகி இருந்தது.

ஏன் இந்த இடத்தில் தொடங்கவேண்டும்? இந்த அததி யாயமும் அடுத்துவரும் இரண்டும் ஒரு வரலாற்றாசிரியர் வரலாற்றை எழுதுவதை எப்படித் தொடங்குகிறார் என்பது பற்றிக் கூறக்கூடியவை. முதன்மை ஆதாரங்களைப் பயன் படுத்தி இதற்கு முன்பு சொல்லப்படாத ஒரு கதையை ஒரு உண்மைக்கதையை வரலாற்றிலிருந்து தடம்கண்டு நாம் எடுக்க இருக்கிறோம். ஒரு வரலாற்றாசிரியரின் பணி, ஆதாரங்களிலிருந்தும் கடந்த கால ஆவணங்களிலிருந்தும் தொடங்குகிறது; நார்விச் பதிவேடுகள் அலுவலகம்(NRO) இந்த வகை ஆவணங்களைச் சேமித்து வைக்கும் இடமாக இருந்தது; இருந்து கொண்டிருக்கிறது (நான் பணிபுரியும்

நகரத்திலேயே இது நிகழ்ந்துவிட்டது). நெருப்பு போன்ற ஆபத்துகள் நேரும்போது இவை அடிக்கடி தெளிவாகப் புலப் படுகின்றன. நல்ல வேளையாக எரிந்துபோனவைகளைவிட அதிகமான ஆவணங்கள் காப்பாற்றப்பட்டுவிட்டன. ஆனால் நெருப்பு மிகமிக முக்கியமானவைகளை அழித்துவிட்டது. நார்விச் அலுவலகம் இயங்குவதற்கு அடிப்படையாக இருந்த வகைப்பாட்டு அமைப்பை நெருப்புக் குலைத்துவிட்டது. காப்பாற்றப்பட்ட பதிவேடுகள் மீண்டும் ஒருங்கமைக்கப் பட்டு, தொழில்முறை சார்ந்த மற்றும் சாராத ஆர்வமுடையவர் களின் ஆய்வுப் பணிகளுக்காக மீண்டும் அலுவலகம் திறக்கப் பட்டிருக்கிறது. இந்த ஆதார ஆவணங்களைப் பொது மக்கள் பயன்படுத்தத் தொடங்குமுன் நார்விச் அலுவலகம் தனது நூற்பட்டியலை மீண்டும் தயாரிக்க வேண்டியிருந்தது, தனது பதிவேடுகளை முறையாக அடுக்கவேண்டியிருந்தது. ஒரு குறிப்பிட்ட ஆவணத்தைத் தேடுவதற்கான அதன் வழிமுறையை மறு உருவாக்கம் செய்யவேண்டியிருந்தது. வரலாற்றா சிரியரின் வேலை சான்றாதாரங்களிலிருந்து தொடங்குகிறது. ஆனால் ஆவணக்காப்பாளர் இந்த ஆவணங்களை ஒரே ஒரு முறைதான் வகைப்பிரித்து வரிசைப்படுத்திப் பயன்படுத்து வதற்கேற்ப அமைத்திருக்கிறார்.

ஒரு நிகழ்ச்சியின் போதோ அதற்கு நெருக்கமான காலத் திலோ தயாரிக்கப்பட்ட ஆவணங்களை வரலாற்றாசிரியர்கள் வழக்கமாக 'முதன்மை ஆதாரங்கள்' என்று குறிப்பிடு கிறார்கள் (குற்ற விசாரணையில் இடம்பெறும் முதன்மை சாட்சியம் போல). இரண்டாம் நிலை ஆதாரங்கள் என்பவை பின்னால் வந்த மற்ற எழுத்தாளர்கள் எழுதியவை. இருந்த போதும் இது ஒரு பயனுடைய குறிப்பு மட்டுமே, மிகவும் கோட்பாடு சார்ந்த ஒன்றல்ல, ஏனென்றால் இவை இரண்டுக்குமிடையே தெளிவாகக் கோடு கிழிப்பது கடின மானது; இரண்டாம் நிலை ஆதாரங்கள் என்பவை அவற்றின் காலகட்டத்தில் முதன்மை ஆதாரங்களாகவே உள்ளன.

கடந்தகால ஆவணங்களைப் பாதுகாத்து வைக்கும் இடம் என்ற அர்த்தத்தில் ஆவணக்காப்பகங்கள் நீண்டகாலமாகவே

இருந்துவருகின்றன. பதினைந்தாம் நூற்றாண்டிலிருந்தே நார்விச் குடிமக்கள் தமது வரலாற்றுடன் தொடர்புடைய ஆவணங்களைச்சேமித்துப் பாதுகாப்பாக வைப்பதில் அக்கறை யுடையவர்களாக இருந்தனர். இதற்குக் காரணம் பழைய ஆவணங்கள் என்பவை, குறிப்பாக நிலவுடைமை மற்றும் சட்டபூர்வமான உரிமைகள் வகையில் அதிகாரத்தின் அடை யாளங்களாக இருந்தன. ஒரு பழைய பதிவுப் பத்திரத்தை (ஆனால் அது அதிகாரப்பூர்வமானது) ஆதாரமாகத் தருவது ஒரு வழக்கில் வெற்றியடைய உதவியாக இருந்தது. வழக் குரைஞர்கள் தங்கள் கட்சிக்காரரால் வாங்கப்பட்ட ஒரு வீட்டின் பழைய பத்திரங்களைத் தேடும்போது இது இன்றும் கூட உண்மையான நடைமுறையாக உள்ளது. ஆனால் பதி னெட்டாம் நூற்றாண்டிலிருந்து நிறுவனம் சார்ந்த ஆவணக் காப்பகங்கள் தெளிவில்லாத பல காரணங்களுக்காகப் பாதுகாக்கப்பட்டு, நிருவகிக்கப்படுவது தொடங்கியது. சில ஆவணங்கள் சுவாரசியமாக இருந்தன என்பது ஒருவகைக் காரணம். நார்விச் பதிவேடுகள் அலுவலகம் அதுபோன்ற ஆயிரக்கணக்கான சேமிப்புகளில் ஒன்றுதான். பல நாடுகளில் தேசிய ஆவணக்காப்பகங்கள் உள்ளன. லண்டனில் உள்ள பப்ளிக் ரெக்கார்ட் ஆபிஸ், பாரிஸில் உள்ள அர்ஷிவ் நேஷனல் போன்றவை சில. ஆவணக்காப்பகங்கள் சில செயல்படாத துடன் ஏறக்குறைய மறக்கப்பட்டும் விட்டன. அது போல ஒன்று நியூயார்க் நகரில் உள்ளது. இங்குள்ள அடுக்குகளுக்கு நடுவே வீடற்ற மக்கள் சில சமயம் தூங்குவார்கள் என்று நான் கேள்விப்பட்டிருக்கிறேன். வேறு சில தனியாருக்குச் சொந்த மானவை. இவை குடும்பங்களுக்கோ, தனியார் நிறுவனங் களுக்கோ, சமய நிறுவனங்களுக்கோ சொந்தமானவை; இவற்றைப் பயன்படுத்த வரலாற்றாசிரியர்கள் சிறப்பு அனுமதி பெறவேண்டும். சில முழுமையாக மூடப்பட்டு, பயன்படுத்த முடியாத நிலையில் உள்ளன. கிழக்கு ஜெர்மனி குடியரசில் இருந்த (சமீப காலம் வரை) பதிவேடுகள், வாடிகனில் உள்ள ஒரு பகுதி பதிவேடுகள் போன்றவை. எப்பொழுதாவது சில இடங்களில் ஆவணத் தொகுதிகள் கண்டுபிடிக்கப் படுவதுண்டு; இத்தாலியில் உள்ள தேவாலயத்தின் மணிக் கோபுரத்தில் சேமித்துவைக்கப்பட்டு மறந்துபோகப்பட்ட

பதினான்காம் நூற்றாண்டைச் சேர்ந்த சமய ஆவணங்களின் புதையல் ஒன்றைச் சமீபத்தில் வரலாற்றாய்வாளர் ஒருவர் கண்டுபிடித்தார். இவ்வகைக் கண்டுபிடிப்புகள் எப்போதோ ஒருமுறை நடப்பவை; அப்போதுகூட இந்த ஆவணங்கள் ஏதாவது ஒரு ஆவணக்காப்பகத்தின் சேமிப்போடு சேர்க்கப் பட்டுவிடும்.

ஆவணக்காப்பகங்கள் என்பவை வெறும் சேமிப்புக் கிடங்குகள் அல்ல; அவை முறையாகத் தொகுக்கப்பட்ட விபரங்களின் கூடம்; நிபுணர்களால் கவனிக்கப்பட்டு பாது காக்கப்படுபவை. இரு காரணங்களால் இவை முக்கியத்துவ முடையவை. பழங்கால ஆதாரங்கள் என்பவை ஒழுங்கான வரிசைக் கிரமத்தில் கிடைக்கக்கூடியவை அல்ல. இந்தப் புத்தகம் பக்க எண்ணிக்கை அடிப்படையில் பைண்ட் செய்யாமல் அப்படியே அடுக்கப்படாத தாள் குவியலாக உங்களிடம் தரப்பட்டால் எப்படியிருக்கும் நினைத்துப் பாருங்கள். இதில் என்ன சொல்லப்பட்டிருக்கிறது என்பதைப் புரிந்துகொள்ள நீண்டகாலம் ஆகும். ஆவணக் காப்பாளர்கள் பழங்காலப் பொருட்களை ஒரு குறிப்பிட்ட ஒழுங்கு வரிசையில் அமைப் பதால் மற்றவர்களால் அவற்றைப் பயன்படுத்த முடிகின்றன. இரண்டாவது, அங்கு ஏராளமான ஆதாரங்கள் பாதுகாக்கப் படுகின்றன.

வரலாறு

நார்விச் பதிவேடுகள் அலுவலகத்தில் மட்டும் இரு மில்லியனுக்கும் மேற்பட்ட பலவகையான ஆவணங்கள் சேமிக்கப்பட்டுள்ளன. இவை அனைத்தையும் புரட்டிப் பார்க்க ஒரு வரலாற்றாசிரியருக்கு நீண்டகாலம் எடுக்கும். இதற்குப் பதிலாக ஆவணக் காப்பாளர்கள் 'தேடுதலுக்கான கருவியை (finding aids)' உருவாக்க நேரத்தைச் செலவிடுகிறார்கள். இந்தக் கருவி பொதுவாக ஆவணத்தின் உள்ளடக்கம் பற்றிய சுருக்கமான குறிப்புகளைக் கொண்ட பட்டியலாக உள்ளது. இதன் மூலம் வரலாற்றாய்வாளர் ஆவணக் காப்பாளர்களிடம் எதைக் கேட்டுப் பெறுவது என்பது பற்றி ஓரளவு தெளிவடைய முடிகிறது.

அப்படியென்றால் 'சான்றாதாரம்' என்றால் என்ன? அதிசய மான வகையில் சமீப காலம் வரை இதற்கென்று தனிப்பட்ட

‘குழு’ ஒன்று இருந்தது. கௌரவமான அறிஞர்களால் ஆதாரங்களின் துல்லியத்தன்மை, பெறுமதி, அவற்றில் பொதிந்துள்ள கருத்துகளின் நம்பகத்தன்மை ஆகியவை மதிப்பீடு செய்யப்பட்டு, அவை ஏற்கப்படுவது தீர்மானிக்கப்பட்டது. ஒன்றைவிட மற்றொன்று தெரிவு செய்யப்பட்டு வரலாற்றியியலின் வலிய கதவுகள் வழியாக நுழைய அனுமதிக்கப்பட்டன. இதில் பெரும்பாலானவை மொழிவழி ஆவணங்கள்: காலவரிசைக் கோர்வைகள், நினைவுக்குறிப்புகள், அரசுப் பதிவேடுகள், கடந்தகால வரலாறுகள் போன்றவை. பத்தொன்பதாம் இருபதாம் நூற்றாண்டு வாக்கில் இந்தக் குழு மிகப்பெரிய அளவில் விரிவடைந்தது. உயில்கள், கடிதங்கள், விற்பனை மற்றும் வரவுசெலவு கணக்குகள், வரிவசூல் கணக்குகள், நீதிமன்றப் பதிவேடுகள் போன்ற பல சான்றாதாரங்களின் வரிசையில் சேர்க்கப்பட்டன. பின்னர் நாம் பார்க்கப்போவது போல, அதிகப்படியான ஆதாரங்கள் அதிக கேள்விகளை உருவாக்கின. அதிக கேள்விகள் இன்னும் அதிகப்படியான ஆதாரங்களுக்கு வழிவகுத்தன.

கடந்த காலத்தின் தடயங்களை நமக்குக் காட்டும் எதுவுமே உண்மையில் ஆதாரம்தான். சட்டவிதிகளின் பட்டியல், நில உரிமை மாற்று ஒப்பந்தம், ஒரு நீதிமன்றத்தில் சாட்சி ஒன்றின் வாக்குமூலம், முகந்தெரியாத பொதுமக்கள் முன் நிகழ்த்தப்பட்ட சமயப் பிரசங்கம், புத்தகப் பட்டியல், பங்குகள் விபரம், விலைப்பட்டியல், பொருள், நபர்கள், கால்நடைகள் பற்றிய பட்டியல், சமய நம்பிக்கைகள், அடையாளம் மறந்த முகங்களின் ஓவியம் அல்லது புகைப்படம், கடிதங்கள், நினைவுக் குறிப்புகள், சுயவரலாறுகள் அல்லது சுவரெழுத்துகள், வளமையையும் அதிகாரத்தையும் காட்டும் பணக்கார வீடு, ஏழ்மையைக் காட்டும் ஏழையின் வீடு, கதைகள், கவிதைகள், பாடல்கள், பழமொழிகள், கொச்சையான நகைச்சுவைத் துணுக்குகள், சலிப்படைந்த ஏடெழுதுபவர் அல்லது நீதிமன்றப் பதிவாளர் ஒருவர் பதிவேட்டுப் பக்கங்களின் ஓரங்களில் கிறுக்கி வைத்த புரிந்துகொள்ளமுடியாத குறிப்புகள் எதுவாகவும் அது இருக்கலாம். ஒரு சான்றாதாரம் என்பது ஆயிரம் வகையாக இருக்கமுடியும். திருச்சபை குற்ற விசாரிப்பாளர் ஒருவரின் கையேட்டுப் பக்கம் ஒன்றில், விசாரணைக்

குட்பட்டவர்கள் வணக்கச் சடங்கின்போது பதித்த ஆயிரக் கணக்கான முத்தங்களால் ஏற்பட்ட நிறம் மங்கிய தடயமாகக் கூட இருக்கலாம். இதுவும் கடந்தகாலத்தின் பதிவுதான்.

நார்விச் பதிவேடுகள் அலுவலகத்திலிருந்த ஒரு குறிப்பிட்ட ஆவணம் பற்றி, ஒரு குறிப்பிட்ட சிறிய சான்று பற்றி நாம் பார்க்கலாம். அந்த ஆவணம், 1625 முதல் 1642 வரையிலான யார்மௌத் சட்டசபைப் பதிவேடு. கிரேட் யார்மௌத் நார்விச் சிலிருந்து இருபது மைல் தொலைவில் அமைந்த நார்ஃபோக்கின் ஒரு கடற்கரை நகரம். பதினேழாம் நூற்றாண்டில் அந்நகரம் சுதந்திரமான உறுப்பினர்களின் குழு அல்லது சட்டசபையின் மூலம் நிருவகிக்கப்பட்டுவந்தது. சட்டசபைப் பதிவேடுகள் அக்குழுவினரின் விவாதங்களையும் முடிவுகளையும் பதிவு செய்கின்றன. இங்கு எடுத்துக்கொள்ளப்பட்ட பதிவேடு தற்போது மிஞ்சியிருப்பதில் ஆறாவது (மிகப் பழைய பதிவேட்டின் காலம் பதினாறாம் நூற்றாண்டின் நடுப்பகுதி). தோல் உறை இடப்பட்ட பைண்டிங் உடைய இந்த ஏடு 30 × 20 செ.மீ. அளவுடையது. 536 எண் இடப்பட்ட தாள்களையும் (Folios) சில வெற்றுத்தாள்களையும் உடையது(தாள் எண் என்பது – Folio number) பக்க எண்ணிலிருந்து வேறுபட்டது. நாம் எதிரெதிர் பக்கம் ஒவ்வொன்றிற்கும் தனித்தனியே பக்க எண் தருகிறோம்; பதினேழாம் நூற்றாண்டு ஏடெழுதுபவர்களோ தாள் ஒன்றிற்குத் தனியாக எண் தந்தனர். அதனால் ஒவ்வொரு தாளுக்கும்(Folio) 'முன்பக்கம்', 'பின்பக்கம்' உண்டு, தற்போது 'ரெக்டோ'(முன்), 'வெர்சோ'(பின்) என்று இவை குறிக்கப் படுவதுண்டு. எனவே 536 தாள்கள் என்றால் பல முன், பின் பக்கங்களாக 1072 பக்கங்கள் என்று பொருள்) பக்கங்கள் தொடுவதற்கு வறண்டும் சுருக்கம் நிறைந்தும், இப்போதுள்ள தாள்களை விட மிகவும் தடித்தும் உள்ளன. இந்தப் புத்தகம் மிகவும் தடிமனானது (15 செ.மீ. அளவு தடிமன் கொண்டது). இதற்கென்று தயாரிக்கப்பட்ட மெத்தை ஒன்றின் மீது வைத்துத் தான் இதனைத் திறக்க வேண்டும். இல்லையென்றால் முதுகுப் பக்கம் உடைந்துவிடும். இந்தச் சட்டசபைப் பதிவேட்டில் உள்ளடக்கப் பட்டியலோ அகரவரிசைப் பட்டியலோ இல்லை யென்றாலும் ஏடெழுதுபவர்கள் சுருக்கமான குறிப்புகளை எழுத ஓரப்பகுதிகளை வெறுமையாக விட்டிருக்கிறார்கள்,

இதன்மூலம் எழுதப்பட்டவைகளை ஓரப்பகுதிகளில் மட்டும் படித்து விரைவாக அவர்களால் கண்டுபிடிக்க முடிந்தது. இந்த ஓரப்பகுதித் துணைக்குறிப்புகள் மூலம், சட்டசபைப் பதிவேடு வெறுமையாக எழுதப்பட்டு மறந்துபோன ஒன்றாக இல்லாமல் நகரத்தினரால் சான்றாதாரக் குறிப்புகளாகப் பயன்படுத்தப்பட்டது என்பது தெரிய வருகிறது.

நாம் எடுத்துக்கொண்ட குறிப்பிட்ட சான்றுப்பகுதி, 327ஆம் தாளின் முன் பக்கத்தில் 1635ஆம் ஆண்டு தேதி குறிப்பிடப்பட்டு இந்நூலில் பதிவாகியுள்ள ஒன்று. ஓரப்பகுதியில், 'திருமதி பர்டெட்டுக்கு(Mrs.Burdett) அளிக்கப்பட்ட ஆண்டு உதவித் தொகை 20 மார்க்குகள்' என்று குறிப்பிடப்பட்டுள்ளது. அந்தப் பக்கத்தில் எழுதப்பட்டுள்ள வாசகங்கள் இவை:

> திருமதி பர்டெட், தனது கணவர் தன்னைக் கை விட்டு நியூ இங்கிலாந்துக்குச் சென்றுவிட்டதால் தன்னையும் தன் குழந்தைகளையும் பராமரித்துக்கொள்ள முடியாத ஆதர வற்ற நிலையில் இருப்பதாகவும் தனக்கு நிவாரணம் வழங்கும்படியும் இந்த அவைக்கு விண்ணப்பித்துக் கொண்டதன் பேரில் கோரிக்கை பரிசீலிக்கப்பட்டு ஆண்டு உதவித் தொகையாக 20 மார்க்குகள் வழங்கப்படவும் அத்தொகை நகர நிர்வாகிகளால் காலாண்டுக்கு ஒருமுறை அளிக்கப்படவும் அவை அனுமதியளிக்கிறது. முதல் தவணைத்தொகை அடுத்துவரும் புனித மைக்கேல் நாளி லிருந்து தொடங்கி, இந்த சபையின் விருப்பமும் திருப்தி யும் நன்கு அமையும் வரை தொடர்ந்து வழங்கப்படும்.

மூல ஆதாரங்களிலிருந்து வரலாறு தொடங்குகிறது. இருந்தாலும், மேலே நான் குறிப்பிட்டதுபோல, வரலாற்றா சிரியர்கள் சில குறிப்பிட்ட ஆதாரங்களைக் கண்டுபிடிப்பதில், அவற்றை ஒரு வரிசைப்படுத்தித் தரும் சிலவற்றிலிருந்துதான் உதவி பெறமுடியும். அந்த வகையில் இந்தச் சான்றாதாரத்தைப் பெறுவதற்கு இருவிதத் தொடக்கப் புள்ளிகள் இருந்தன. முதலாவது, சரியான அந்த ஏட்டுத்தொகுதியை ஆவணக் காப்பாளரிடமிருந்துக் கேட்டுப்பெற உதவி செய்த நார்விச் அலுவலகத்தின் யார்மௌத் ஆவணங்களின் பட்டியல். இரண்டாவது, திருமதி பர்டெட் பற்றிய பதிவு சில சுவாரசிய மான தகவல்களைத் தரலாம் என்று எனக்குச் சொன்ன என் சக

வரலாற்றாசிரியனின் ஆலோசனை. இவை முக்கியமான படிநிலைகள். இதே போன்றவை எழுதப்பட்ட ஒவ்வொரு வரலாற்று நூல்களிலும் உள்ளன. ஒரு குறிப்பிட்ட வகை ஆதாரங்களை நோக்கி வரலாற்றாசிரியரை நகர்த்தும் ஒரு தகவல் குறிப்பு. ஆதாரங்களின் மீது தனது கவனத்தைச் செலுத்துவதற்கு முன்பு எப்போதும் வரலாற்றாசிரியர்கள் தமது தேர்ந்தெடுப்புகளையும் முடிவுகளையும் செய்கிறார்கள். அதனால் ஒருவகையில் வரலாறு ஆதாரங்களிலிருந்து தொடங்குகிறது என்று கூறுவது அதிக உண்மையானதாக இருக்கும். இன்னொரு வழியில் வரலாற்றாசிரியர்களுடைய நாட்டங்கள், சிந்தனைமுறை, சூழ்நிலை, அனுபவம் போன்ற வற்றிலிருந்து தான் அது தொடங்குகிறது.

இப்போது நம்மிடம் ஓர் ஆதாரம் இருக்கிறது. அடுத்துச் செய்யவேண்டியது என்ன? முதலில் வரலாற்றாசிரியர்களிடம் உள்ள திறமைகள் எவை என்று நினைவுபடுத்திக் கொள் வோம். அப்பதிவேட்டின் புகைப்படத்தையும் பிறகு மேலே குறிப்பிடப்பட்ட அதன் அச்சு வடிவத்தையும் கவனியுங்கள். கையெழுத்துத் தெளிவாக இல்லை. சொல் வரிவடிவம் பழங்கால எழுத்துமுறையில் உள்ளது. சில சொற்கள் பழக்கமற்றவை களாக உள்ளன. இச்சான்றை நாம் பொருள் பொருத்தி அறிய வேண்டும். பழங்காலத்தில் வாழ்ந்து மறைந்த ஏடெழுதுபவர் ஒருவர் ஏன் அப்படி எழுதினார் என்பதற்குமுன் என்ன எழுதி இருக்கிறார் என்று புரிந்துகொள்ளும் முயற்சியில் கடந்த காலத்தை நோக்கி வைக்கப்படும் முதலடி இது. நீண்ட வளை யங்களையுடைய இந்தக் கையெழுத்து முறை உதவியாளர் களின் கையெழுத்து என்று அறியப்படுகிறது. கையெழுத் தானது வரலாறு நெடுகிலும் வெகுவாக மாறிவந்திருக்கிறது. மத்தியகால ஏடெழுதுபவர்கள் ஓர் ஆவணத்தை எழுத நீண்ட காலம் எடுத்துக்கொண்டதால், பெரும்பாலானவர்களின் கையெழுத்துச் சீராக இருந்தது. ஆனால் அவை ஆவணப் பத்திரங்களுடன் தொடர்புடைய சிறுகுழுவினருக்கு மட்டும் பழக்கமான, நவீன வாசகர்களுக்கு அதிகம் புரியாத சுருக்கக் குறியீடுகளால் நிரம்பியிருந்தன. கல்வியறிவு வளர்ந்து, மிக அதிகமாக ஆவண ஏடுகள் எழுதப்பட்டபோது கையெழுத்து ஒழுங்கு குறைந்தும், தனி நபருக்குரியதாகவும் மாறியது.

January ye 20: 1726/7 At this Assembly mrs Burditt
Komes granted to agarate of his Husband absent from his Service and
mrs Burditt for non-[pay]ment, whereto she is much different
of mourn: for the maintenance of his sd five Children
petitions the house for some releife to be afforded
in the case that none shall be taken into consideration
int: is agreed that she shall have 20: shill: p[er]
ann: to be alsoe quarterly paid by the Churchwardens
this [...] acord: to an Act of [Parliament] next: and
the six [...] rent mr[s] [...]: Swing she sd belong and bayers
of mr Ben Sr:

John [...] for mr Henry Miller petitioning for the Parrish mo[ney]
of mrs Burgh by [...] of [...] it is agreed
[...]

பதினேழாம் நூற்றாண்டின் பிற்பகுதியில் அடிப்படைக் கல்வியறிவு வெகுவாகப் பரவியபோது (இங்கிலாந்தில் மட்டுமாவது) பதிவு செய்ய வேண்டியவைகளை அதிக பயிற்சி இல்லாதவர்கள் வேகவேகமாக எழுதியதால் கையெழுத்து அதிக கிறுக்கலாக இருந்தது. கையெழுத்தை ஆராயும் துறை பாலியோகிராஃபி(Paleography) என்று அழைக்கப்படுகிறது. இத்திறமையை வரலாற்றாசிரியர்கள் பழைய ஆவணங்களைப் படித்துப்பொருள் கூறுவதற்கு மட்டுமின்றி, ஒரு குறிப்பிட்ட கையெழுத்து முறை அந்தக் காலகட்டத்துடன் ஓரளவு தொடர்புடையதாக இருப்பதால் ஆவணங்களின் காலத்தை அறியவும் சில சமயம் பயன்படுத்துகிறார்கள். வேற்று மொழியறிவும் வரலாற்றாய்வாளர்களுக்கு உதவிகரமாக இருக்கும். வேற்று நாட்டு ஆவணங்களையும் வரலாற்று நூல்களையும் படிப்பதற்காகச் சிலர் நவீனகால மொழிகளைக் கற்கிறார்கள். வேறு சிலர் மத்தியகால லத்தீன், பழைய கிரேக்கம், பழைய ஆங்கிலம் அல்லது மத்திய கால ஜெர்மன் போன்ற மொழிகளில் உள்ள ஆவணங்களில் ஆய்வு செய்ய அத்தொன்மையான மொழிகளைக் கற்கின்றனர். வெகுசில வரலாற்றாய்வாளர்களே இது போன்ற பல திறமைகளைப் பெற்றிருக்கிறார்கள். இல்லாவிட்டால் தமது வாழ்க்கையில் நேர்ந்த வாய்ப்புகளாலோ, எதிர்பாராத வகையிலோ இவற்றைக் கற்கவேண்டியது நேர்ந்துவிடுகிறது.

சட்டசபைக் குறிப்பேட்டில் உள்ள கையெழுத்து, நீங்கள் நம்பினாலும் நம்பாவிட்டாலும், ஒழுங்காகவும் தெளிவாகவும் இருக்கிறது. சில 's' எழுத்துகள் 'f' போலவும் 'r' எழுத்துகள் 'w' போலவும் தோன்றுகின்றன, மற்றபடி சாதாரணமாக மருத்துவருடைய சீட்டைப் படிப்பதைவிட அதிகமாக இதைப் படிப்பதில் கடினம் ஒன்றுமில்லை. இதில் ஒன்றிரண்டு சுருக்கக் குறியீடுகள் உள்ளன. ஒரு முழுச் சொல்லை எழுதுவதற்குப் பதிலாக ஏடெழுதுபவர் அதன்மேல் ஒரு கோட்டை வரைந்திருக்கிறார் அல்லது அதன் ஒரு பகுதியை அந்தரத்தில் எழுதியிருக்கிறார். உதாரணமாக ஆறாவது வரியில் 'which' என்பது 'w^{ch}' என்று எழுதப்பட்டுள்ளது, எட்டாவது வரியிலுள்ள 'chamblines' (ஒரு மேல் கோட்டுடன்) 'Chamberlines' என்பதைக் குறிக்கிறது (அல்லது

நாம் உச்சரிப்பதுபோல, 'Chamberlains'ஐக் குறிக்கிறது). மற்ற உச்சரிப்புக் குழப்பங்கள் இலகுவாக மொழிபெயர்க்கப்படக் கூடியவை: hir என்பது her, 'soe' என்பது 'so', 'likening' என்பது 'liking'. பதினேழாம் நூற்றாண்டு வாக்கில் சொல்லெழுதும் முறை இங்கிலாந்தில் தரப்படுத்தப்படவில்லை, எனவே சில சொற்களை உச்சரிப்பு முறைக்கேற்ப எழுதவேண்டியிருந்தது.

தற்காலப் பொருளுக்கேற்ப சில மொழிபெயர்ப்புகளையும் நாம் செய்யவேண்டியிருக்கிறது. 'நியூ இங்கிலாந்து' என்பது காலனியாக்கத்திற்கு அப்பொழுதுதான் உட்படத் தொடங்கியிருந்த 'அமெரிக்காவின் கிழக்குக் கடற்கரைப் பகுதி'. 'திருமதி பர்டெட்டுக்கு உதவித்தொகை மார்க்குகளில்' வழங்கப் பட்டுள்ளது. அது ஆங்கில பணத்தின் ஒரு பழைய வடிவம் (20 மார்க்குகள் என்பது ஒரு நல்லதொகை). 'அடுத்த புனித மைக்கேல்' என்பது அடுத்துவரும் புனிதமைக்கேல் விருந்து நாளைக் குறிக்கிறது. இது 'மைக்கேல் மாஸ்' என்றும் சொல்லப்படும். அந்த தினம் செப்டம்பர் 29இல் வரும். இந்த ஆவணம் எதைப் பற்றியது, எந்த வகையானது என்று முன்பே நாம் பார்த்திருக்கிறோம் (உள்ளாட்சித் துறை நிர்வாகம் சார்ந்த ஒரு பதிவேடு). மொத்தத்தில் இந்தச் சான்றாதாரத்தின் பொருள் இப்போது தெளிவாகியிருக்க வேண்டும். திருமதி பர்டெட்டுடைய கணவன் அவரை கைவிட்டு அமெரிக்காவுக்குப் போய்விட்டதால், யார்மௌத் சட்டசபை அவருக்கு 20 மார்க்குகள் வழங்க ஒப்புதலளிக்கிறது.

ஆனால், இதுவே ஒரு 'வரலாறு' ஆகாது. திருமதி பர்டெட் ஆண்டு உதவித்தொகைப் பெற இருந்தார் என்பது ஆர்வமூட்டக்கூடிய ஒரு தகவலாக இருக்கலாம், ஆனால் இதற்கொரு அர்த்தமோ முக்கியத்துவமோ அளிக்கக்கூடிய அளவுக்குப் பின்புலம் முழுமையாக இன்னும் அமையவில்லை. இந்த நூலின் தொடக்கத்தில் குறிப்பிடப்பட்ட கில்கம் தெழானின் கொலை, பர்டெட்டுக்குக் கிடைத்த உதவித்தொகையைவிட பரபரப்பான ஒரு தகவலாக இருந்திருக்கலாம். ஆனால், அதுவும்கூட நாம் பார்த்ததுபோல, பெரிய ஒரு கதையின் பின்புலத்தில் வைத்துத்தான் பொருள் புரிந்துகொள்ளப்பட வேண்டியிருந்தது. சட்டசபைப் பதிவேட்டில் உள்ள தகவல், நமக்கு வடிவமைக்கப்பட்டுப் பயன்படுத்தத் தயாரான நிலையில்

உள்ள கட்டிடத்தின் ஒரு பகுதியை நமக்குத் தந்திருக்கிறது. ஆனால் அதற்கு வீடு இனிமேல்தான் கட்டப்பட வேண்டும்.

ஆனால் என்ன வகையான வீடு? ஒரு வரலாற்றாசிரியர், எதைக் கட்ட முயற்சிசெய்வது என்பதையும், ஆதாரம் எதைச் சொல்கிறது, எந்த வகைத் தகவலுக்கு அது வலுசேர்க்கும் என்பதையும் முடிவுசெய்ய வேண்டியவராக இருக்கிறார். மற்ற செங்கற்களை எதற்காக நாம் தேடவேண்டும்? எத்தனையோ கோணங்களிலிருந்து நாம் தொடங்க முடியும். சட்டசபையால் வழங்கப்பட்ட மற்ற ஆண்டுத்தொகைகளைக் கண்டுபிடித்து, யார்மௌத்தினால் வழங்கப்பட்ட கருணை உதவித்தொகை களைப் பற்றிய ஒரு விவரத் தொகுப்பை உருவாக்க நாம் விரும்பலாம்; அப்படிச் செய்வதாக இருந்தால் நகரத்தின் நிர்வாகம் தொடர்பான மற்றப் பதிவேடுகளை நோக்கிச் செல்வதற்கு முன் நாம் சட்டசபைப் பதிவேட்டின் மற்ற பக்கங் களைப் படித்திருக்க வேண்டும் (மற்ற தொகுதிகளையும்) அல்லது நியூ இங்கிலாந்துக்குச் சென்ற மற்ற நபர்களைப் பற்றிய சம்பவங்களைத் தொகுக்க விரும்பலாம். அந்த சந்தர்ப்பத்தில், சட்டசபைப் பதிவேடுகள் அங்குமிங்குமாக அதைப் பற்றி மேலோட்டமாகச் சொல்லியிருந்தாலும், ஆங்கிலப் பேரரசின் சபையால் தயாரிக்கப்பட்ட, பதினேழாம் நூற்றாண்டில் புதிய உலகம் நோக்கிச் சென்றவர்களின் பட்டியல் போன்ற வேறு சில ஆவணங்கள் நமக்கு அதிகம் உதவியாக இருக்கும் என்பதை உடனேயே அறிந்து கொள்வோம். இந்த ஆவணம் அமெரிக்காவுக்குச் சென்ற பல்வேறு கப்பல்களில் பயணம் மேற்கொண்ட நபர்களைப் பட்டியலிட்டுக் காட்டுகிறது; அவர்களின் வயது, தொழில், எதற்காக இங்கிலாந்தை விட்டுச் செல்வதை அவர்கள் தேர்ந் தெடுத்தார்கள் என்பது பற்றிய சுருக்கமான குறிப்பு ஆகியவை அதில் குறிக்கப்பட்டுள்ளன. வெவ்வேறு ஆவணங்கள், வெவ்வேறு விதமான பயன்களைக் காட்டுகின்றன; சில தெளி வாகத் தெரியக்கூடியவையாக உள்ளன; சில தெரிவதில்லை. இந்த சட்டசபைப் பதிவேடு யார்மௌத்தின் உள்ளாட்சி அரசாங்கத்தைப் பற்றி ஆய்வு செய்யத் தூண்டுகிறது. ஆனால் சமூகம், சமயம், அரசியல், பாலின பேதம் போன்றவை பற்றி விவாதிக்கவும்கூட இதனைப் பயன்படுத்திக் கொள்ளலாம்.

இத்தோடு, வேறுசில கேள்விகளையும் கையாள வேண்டி இருக்கிறது. எடுத்துக்காட்டாக, நாம் ஆராய்வது போலி ஆவணம் அல்ல என்பதை நாம் உறுதிப்படுத்திக்கொள்ள வேண்டும். திருமதி பர்டெட் சம்பவத்தில் அப்படியெதுவும் நடக்கவில்லை என்று தெரிகிறது. இந்தப் பகுதி ஒரே கையெழுத்தில் எழுதப்பட்டு மற்ற பக்கங்களுடன் சரியாகப் பொருந்திவருகிறது. அதனால் பிற்காலத்தில் எழுதிச் சேர்க்கப் பட்டிருக்கலாம் என்பதற்கான எந்தத் தடய ஆதாரமுமில்லை. மொத்த சட்டசபைப் பதிவேடுமே - ஆயிரக்கணக்கான பக்கங் களையுடைய எழுத்துக்கள் - போலியாகத் தயாரிக்கப்பட்டது என்று நாம் நினைத்தால் அன்றி இந்தச் சான்றாதாரத்தைச் சந்தேகப்படுவதற்குக் காரணம் எதுவுமில்லை. எல்லா வரலாற்று

> போலி ஆவணம்: மிகச் சாதாரணமாக போலி ஆவணங்கள் புழக்கத்தில் உள்ள பகுதி இடைக்கால கிறிஸ்துவ மடங் களின் பதிவேடுகள்தான். மடத்துக்குரிய சொத்துகள், உரிமைகள் பற்றிய பட்டியல் பத்திரங்களைத் திருச்சபைத் துறவிகள் எப்போதும் அதிக அளவில் போலியாகத் தயாரித்தார்கள். இதைப் பொதுவாக வெளிப்படையான நேர்மையின்மை என்று சொல்லமுடியாது; பெரும்பாலான போலி ஆவணங்கள் ஏற்கனவே என்ன இருக்க வேண்டுமோ அவை பற்றிய பதிவேடுகளாகத் தயாரிக்கப்பட்டன. இந்த உரிமைகள் முன்பு வழக்கத்தில் ஏற்றுக்கொள்ளப்பட்டதாக இருந்து பிறகு ஆவணச் சான்றுகளின் மூலம் உறுதிசெய்யப் பட வேண்டியவையாக மாறியவை.

ஆவணங்களுக்கும் இது உண்மையாகப் பொருந்திவரும் என்று சொல்லமுடியாது, லோரென்சோ வல்லா விமர்சித்த 'கான்ஸ்டன்டின் நன்கொடை' பற்றிய ஆவணம், மிகச் சமீபத்தில் பெரும்புகழ்பெற்ற நவீன வரலாற்றாசிரியர் ஒருவரையே ஏமாற்றிவிட்டது. இதைப் போன்று அதிகம் வெளித்தெரியாத போலி 'ஹிட்லர் நாட்குறிப்புகள்' போன்ற பல பிரபலமான போலி ஆவணங்கள் இருந்திருக்கின்றன. ஆனால் புகழ்பெற்ற மனிதர்கள் அல்லது நிகழ்ச்சிகள் பற்றி ஒருவர் ஆய்வு செய்யாதவரை 'போலி ஆவணங்கள்' என்பது

அவ்வளவு சாதாரணமாக இருப்பதில்லை (ஏனென்றால் அதில் அதிக பயன் கிடையாது).

சான்றாதாரங்களில் உள்ள உள்நோக்கம் குறித்துச் சிந்திக்க வேண்டும் என்பது பற்றி வரலாற்றாசிரியர்கள் கற்பிக்கப் பட்டிருக்கிறார்கள். நான் குறிப்பிட்ட, ஆதாரங்களை ஆராய்ந் திடும் 'கனவான்களின் சங்கம்' இயங்கி வந்ததற்கு ஒரு காரணம் 'உள்நோக்கம் பற்றிய மேலதிகக் கவனமாகும். 'உள்நோக்கம்' பற்றிக் கவனம் செலுத்துவதென்பது (எழுதுபவரின் முன் முடிவுகள், நிகழ்வுகளைத் திரித்துச் சொல்லும் தன்மைகள்) உள்நோக்கமற்ற ஒரு நிலைப்பாட்டைக் கண்டுபிடிக்க முடியும் என்ற கருத்தை உள்ளடக்கியிருக்கிறது. இது ஒரு சிக்கல். ஒவ்வொரு மனிதரின் மனச் செயல்பாட்டிலும் உள் நோக்கம் என்பது இயல்பானது எனக் கொண்டால், உள்நோக்கம் அற்ற ஆவணம் என்று ஒன்றுமே இருக்க முடியாது. சில ஆவணங்கள் தமது கருத்தையும் முன்முடிவுகளையும் வெளிப்படையாகத் தெரிவிக்கும். இவற்றை ஒருவர் நிச்சயம் கவனத்தில் கொள்ள வேண்டும், ஆனால் மற்றவற்றில் உள்ள உள்ளர்த்தத்தைக் கண்டறிய கவனமான ஆய்வுகள் தேவை. எடுத்துக்காட்டாக மேலே குறிப்பிடப்பட்ட பகுதி ஓரளவு நேர்மையாகவே தோன்றுகிறது. ஆனால் திருமதி பர்டெட்டுடைய முதற் பெயரை அது சொல்லவில்லை என்பதைக் கவனத்தில் கொள்ளவேண்டும். இது பெரும்பாலும் எதேச்சையானது; ஏடெழுதுபவர் மற்றும் சபையினர் கொண்டிருந்த, எந்த வகை விபரங்கள் பதிவுசெய்யப்பட பொருத்தமான முக்கியத்துவம் உடையவை என்பது பற்றிய கருத்துதான் இதற்கு முக்கிய காரணம். ஆனால் கண்டறியப்பட்ட இந்த 'உள்நோக்கம்' புறக்கணிக்கப்படவேண்டிய ஒன்றல்ல என்பதைக் கவனத்தில் கொள்ள வேண்டும். பதினேழாம் நூற்றாண்டில் பெண்கள் பற்றி நிலவிய கருத்து, சமூகத்தில் அவர்களின் இடம் பற்றிச் சொல்ல இந்தக் குறிப்பை நாம் பயன்படுத்தலாம். உள்நோக்கம் இல்லாதபோது (எப்போதாவது அது சாத்தியமா) வரலாற்றாசிரியர்களுக்கு எந்தத் தேவையும் இல்லை. எனவே 'உள்நோக்கம்' என்பது கண்டுபிடித்துக் களையப்பட வேண்டிய ஒன்றல்ல; வேட்டையாடி அள்ளியெடுக்கப்பட வேண்டியவை.

ஆவணங்கள் எவ்வகை விபரங்களைத் தர முடியும்; தரமுடியாது என்பது பற்றியும் நாம் சிந்திக்க வேண்டும். சட்டசபைப் பதிவேடு நம்முடைய சுவாரசியத்திற்காகவோ, மகிழ்ச்சிக்காகவோ எழுதப்படவில்லை. நகரசபையால் எடுக்கப்பட்ட முக்கியமான முடிவுகளைப் பதிவு செய்வதற்காக இருந்தது. அது எவற்றைச் சொல்லவில்லை; அதே வேளை எவற்றைச் சொல்கிறது என்பதை நாம் சிந்திக்க வேண்டும். எடுத்துக்காட்டாக, திருமதி பர்டெட்டுக்கு ஆண்டு உதவித்தொகை வழங்க சபை முடிவெடுத்தது என்பது நமக்குத் தெரிந்தால்கூட, இந்த முடிவு சுமுகமாக எடுக்கப்பட்டதா பல மணிநேர வாதப்பிரதிவாதங்களுக்குப் பிறகு எடுக்கப்பட்டதா என்பது நமக்குத் தெரியாது. முடிவெடுக்கப்பட்டபோது திருமதி பர்டெட் அங்கு இருந்தாரா இல்லையா என்பது நமக்குத் தெரியாது(அவர் சபையிடம் விண்ணப்பித்துக் கொண்டதாகச் சொல்லப்படுகிறது. கூடியிருந்த சபையின் முன் அவர் தனது கோரிக்கையைக் கூட்டம் தொடங்குவதற்கு முன் வைத்ததாகக்கூட இது பொருள்படும்). அவருடைய கணவன் விட்டுப்போய் விட்டான் என்பதையும் அவர் நிராதரவாக இருக்கிறார் என்பதையும் தவிர வேறு என்ன காரணத்திற்காகச் சபை அவருக்கு உதவித்தொகை வழங்கியது என்பது நமக்குத் தெரியவில்லை. வரலாற்றாதாரங்களின் உள்முரண்கள் பற்றி வரலாற்றாசிரியர்கள் விழிப்புடன் இருக்க வேண்டியுள்ளது. சொல்லப்பட்டவைகளுக்கும் சொல்லப்படாதவைகளுக்கும் இடையில் உள்ள இடைவெளிகள், அவற்றின் தாளகதிகள் மற்றும் சுரபேதங்கள் பற்றிய தெளிவு தேவைப்படுகிறது.

'வரலாற்றாதாரங்கள் தமது செய்தியைத் தாமே பேசுகின்றன' என்றெல்லாம் சொல்லப்படுவதுண்டு. இது மெய்யல்ல. சட்டசபைக் குறிப்பேட்டிலிருந்து எடுக்கப்பட்ட தகவல் இதுவரை கொஞ்சம்தான் சொல்லியிருக்கிறது அல்லது எதையுமே சொல்லவில்லை. ஆனால் இதிலிருந்து மெல்லிய நச்சரிக்கும் ஒரு முனகல் கேட்டபடியிருக்கிறது. யார் இந்த பர்டெட்? எதற்காக அவன் நியூ இங்கிலாந்துக்குச் சென்றான்? அதற்குப் பிறகு திருமதி பர்டெட்டுக்கும் அவருடைய குழந்தைகளுக்கும் என்ன நடந்தது? இந்தக் கேள்விகளுக்கு விடை காணவேண்டுமென்றால் பர்டெட் பற்றிச் சொல்லக்

கூடிய வேறு ஆதாரங்களைத் தேடி நாம் செல்லவேண்டும் என்பது தெளிவாகத் தெரிகிறது. இவ்வாறாக, நம்முடைய விசாரணையின் போக்கில் தொடக்கத்திலிருந்து நாம் பின்பற்றிவரும் குறிப்பிட்ட வழிமுறையில், ஆதாரம் நமக்குத் தரும் தகவல்களின் கூட்டிணைப்பைக் கொண்டு, அது எதைப் பேசாமல் விட்டிருக்கிறது; நமது ஆர்வத்தைத் தூண்டக் கூடியவகையில் என்ன இருக்கிறது என்பவற்றை நாம் முடிவு செய்துவிட்டோம்.

ஒவ்வொரு பக்கத்திலும் காணப்படும் ஓரப்பகுதி குறிப்பு களைப் பார்வையிட்டதன்மூலம் சட்டசபைக் குறிப்பேட்டில் பர்டெட் பற்றிக் குறைந்தபட்சம் வேறு ஐந்து குறிப்புகள் காணப்படுகின்றன. இவை மேலும் சில விபரங்களைத் தருகின்றன. 1633ஆம் ஆண்டுக் குறிப்பில் திரு. ஜியோர்ஜ் பர்டெட்(Mr.Georg Burdett) என்ற மத போதகரைப் பற்றிய குறிப்புக் காணப்படுகிறது, இவர் 'இயேசுவின் பெயரால் வணக்கம் செலுத்தவில்லை' என்று மாத்யூ புரூக்ஸ்(Mathew Brooks) என்ற ஒருவர் சட்டசபைக்குப் புகார் அனுப்பி யிருக்கிறார். சிறிய பின்புலக்குறிப்பு இங்கு தேவைப்படுகிறது. திருச்சபையின் நிர்வாகம் மற்றும் சீர்திருத்தங்கள் தொடர் பான சச்சரவுகள் அக்காலத்தில் இங்கிலாந்தில் நடந்து கொண்டிருந்தன. சடங்குகள், ஞானஸ்நானம், திருச்சபையின் மீதான அரசரின் கட்டுப்பாடு போன்றவற்றை ஆதரித்த மிதவாத புரோடஸ்டன்டு பிரிவின்மீது நம்பிக்கை கொண்டிருந்தவர் புரூக்ஸ். அரசரின் கட்டுப்பாடு, சடங்குகள் போன்றவற்றை எதிர்த்த தீவிரவாதச் சார்புடையவராகத் தோன்றும் பர்டெட் தேவாலயத்தின் சிலுவை முன்பு சடங்கார்த்தமான வணக்கத் தைச் செய்யவில்லை (இயேசுவின் பெயரால் வணக்கம் செலுத்துதல்). புரூக்ஸின் புகாரின் பேரில் பர்டெட் போதகர் பணியிலிருந்து சிறிது காலம் பணிவிலக்கம் செய்யப்பட்டார். ஆனால் (இரண்டாவது முறை காணப்படும் குறிப்பில் சொல்லப் படுவது போல) நார்விச் பேராயரின் உத்தரவின்பேரில் பிறகு மீண்டும் பணியில் சேர்த்துக்கொள்ளப்பட்டார். 1635இல் மீண்டும் பர்டெட் அவரது போதனைகளுக்காகப் பணி விலக்கம் செய்யப்பட்டிருக்கிறார் (சமய அடிப்படையிலும் அரசியல் அடிப்படையிலும் அவரது போதனைகள் எதிர்ப்

பானவைகளாக இருந்ததாகத் தோன்றுகிறது). அத்தோடு சட்டசபைப் பதிவேடு புதிய போதகர் ஒருவரைப் பணியில் அமர்த்த வேண்டிய தேவையைப் பதிவுசெய்கிறது. கடைசி இரு குறிப்புகள் பர்டெட் வசித்த வீட்டைத் திரு. புரூக்ஸ் ஏலத்தில் எடுத்தது பற்றியும், பிறகு அந்தச் சொத்துகள் ஆண்டுக்கு 12 பவுண்டு குத்தகைக்குத் திரு.கிரேன் என்பவருக்குத் தரப்பட்டது பற்றியும் நமக்குத் தெரிவிக்கின்றன. சட்டசபைக் குறிப்பேட்டின் கடைசி குறிப்பு திருமதி பர்டெட்டுக்கு வழங்கப்பட்ட உதவித்தொகை பற்றியது.

எனவே கட்டடத்தின் கற்களில் மேலும் சிலவற்றை இணைத்துப் பர்டெட் குடும்பத்தினர் பற்றியும் அவர்களுக்கு என்ன நேர்ந்தது என்பது பற்றியும் ஒரு சித்திரத்தை நாம் உருவாக்கத் தொடங்கலாம். இந்தச் சித்திரத்தைப் பொருளுடையதாக்க, இங்கிலாந்தில் அப்பொழுதிருந்த சமயச்சண்டை, யார்மௌத் நகரத்தின் உள் அரசியல் போன்ற பின்னணித் தகவல்கள் ஒருவருக்குத் தேவைப்படும். இந்த இடத்தில் வேறு வரலாற்றாசிரியர்களின் நூல்களை நாம் சார்ந்திருக்க வேண்டியுள்ளது. இது ஒன்றும் விதிவிலக்கல்ல. வரலாற்றாதாரங்களைத் தாமே ஆராய்வதுடன், வரலாற்றாசிரியர்கள் ஒருவருடைய எழுத்தை மற்றவர்கள் சார்ந்தே இருக்கிறார்கள். ஆரம்பகட்ட நவீன இங்கிலாந்து பற்றிச் சொல்லப்பட்ட உண்மைக் கதைகளைக் கேள்விகேட்பதற்குரிய சில தகவல்களைப் பர்டெட் பற்றிய சான்றாதாரத்திலிருந்து நாம் கண்டுபிடிப்போமென்றால் உண்மையில் சரியானது; ஆனால் ஏற்கனவே கிடைத்துள்ள குறிப்பான ஒரு தடயத்தைப் பொருட்படுத்தாமல் போவது அறிவுடைமை ஆகாது.

பர்டெட்டை அமெரிக்கா வரை தொடர - நமது கதையின் அடுத்த பகுதி - நியூ இங்கிலாந்து தொடர்பான ஆவணங்களை நாம் தேடவேண்டியுள்ளது. காலனிய அமெரிக்காவிலிருந்து ஏராளமான பல வகைப்பட்ட வரலாற்றாதாரங்கள் எஞ்சியுள்ளன. இவை அனைத்தினூடாகவும் பர்டெட்டைத் தேடிப் போனால் மிக நீண்டகாலம் எடுக்கும். எனவே ஒரு வரலாற்றாசிரியர் செய்யவேண்டியது என்ன? நல்லது – சில நேரங்களில் இதைத்தான் ஒரு வரலாற்றாசிரியர் செய்கிறார். தனக்குக் கிடைத்துள்ள ஆவணங்களில் தேவையான தகவல்களைத்

தேடிக் கடுமையாகவும் சலிப்பூட்டும் அளவுக்கும் உழைப் பைச் செலவிடுகிறார். சலிப்பூட்டக்கூடியது என்பது ஒரு முக்கியமான சொல். வரலாறு எழுதுதல் என்பது பெரும் பாலும் சலிப்பூட்டக்கூடியதாகவே உள்ளது; வரலாற்றாய் வாளர்களின் திறமைகளில் ஒன்று அரிதான கண்டுபிடிப்பின் தருணத்தை எதிர்பார்த்து அலுப்பூட்டும் சூழலில் தொடர்ந்து உழைப்பது. குறுகிய கால மகிழ்ச்சியை உடைய விரக்தி யளிக்கும் நெடுங்கால நடவடிக்கை என்று போரைச் சொல்வ துண்டு. வரலாறும் பெரும்பாலும் இதைப் போலத்தான். இது ஆபத்தற்றதாக இருந்தால்கூட.

ஆனால், சிலவற்றைக் கண்டுபிடிக்கும் அல்லது வெளிப் படுத்தும் தருணம் வரலாற்றாய்வாளருக்கு மகிழ்வளிக்கக் கூடியதாக உள்ளது. சாதாரணமாக ஒரே நேரத்தில் ஒன்றுக்கு மேற்பட்ட பொருட்களை.வரலாற்றாய்வாளர்கள் தேடுவார்கள் (பர்டெட்டைப் பற்றிய விபரத்தை மட்டும் தேடிக் காலனிய ஆவணங்கள் அனைத்தையும் படிப்பதில் அதிக பயனில்லை. பிறகு வேறொரு நபரைத் தேட முடிவெடுத்தால் அனைத் தையும் ஒருவர் மறுபடியும் படிக்க வேண்டியிருக்கும்). சில சமயம் அவர்கள் தேடுவது ஒரு நபரின் பெயராக இல்லாமல் வேறு ஏதோ பிடிபடாத சொல்லாக இருக்கிறது; அது ஒரு சொற்றொடராகவோ ஒரு பேச்சு வழக்காகவோ கூட இருக் கலாம், ஆதார ஆவணத்தில் அது பயன்படுத்தப்பட்டுள்ள முறை மேலும் செய்யப்படும் புள்ளிவிவர ஆய்வின் மூலம் தான் வெளிப்படக் கூடும். இம்மாற்றம் துல்லியமாகக் குறிப்பிடப்பட முடியாது, நீண்டகாலத்திற்குப் பிறகே புலப்படக்கூடியது.

எனவே புதிய உலகில் பர்டெட்டை எப்படிக் கண்டு பிடிக்கப் போகிறோம்? தற்போது கிடைக்கக்கூடிய பல்வேறு மரபுவழி காணும் உதவியேடுகளை நாம் பார்க்கமுடியும். அமெரிக்க வாழ்க்கை வரலாற்று அகராதியில் பர்டெட் ஏதாவது அடையாளத்தை விட்டுச் சென்றிருக்கிறாரா என்று நாம் தேட முடியும். நம்முடைய திசைவழியில் வேறு வரலாற்றாய்வாளர் பயணப்பட்டிருக்கக்கூடும் என்ற நம்பிக்கையில் காலனிய அமெரிக்கா பற்றிய நவீன கால நூல்களின் பெயர்வரிசைப் பட்டியலைப் புரட்டிப் பார்க்கலாம்

16. மாசசூசெட்ஸ் கவர்னர் ஜான் விந்த்ரோப்

(இந்த வழியில் முதல்முறையாக நடப்பது சுவாரசியமானதாக இருப்பதால், சோம்பலுடைய ஒருபாதி மனதால்தான் இதை எதிர்பார்க்கலாம்). அல்லது அதிகம் தெரியவந்த, பெரிய அளவிலான நியூ இங்கிலாந்து பற்றிய ஆதாரங்களில் அதிக உழைப்பைச் செலுத்தாமல் பர்டெட் என்ற பெயர் தென்படு கிறதா என்று பார்க்கலாம்.

பதினேழாம் நூற்றாண்டைச் சேர்ந்த 'ஜான் விந்த்ரோப் குறிப்பேடு' என்ற ஆவணத்தைப் புரட்டினால் பர்டெட் என்ற அந்த நபர் தென்படுகிறார். அவர் பற்றிய ஏராளமான குறிப்பு களைப் பார்க்கிறோம். ஜான் விந்த்ரோப்(John Winthrop) 1630களிலும் 40களிலும் மசாசூசெட்ஸ் கவர்னராக இருந்தவர். அவர் ஒரு முக்கியமான வரலாற்றுப் பாத்திரம். அதே சமயம் ஒரு வரலாற்றுப் பதிவாளர். சஃப்போல்க் பகுதியில் பிறந்து வளர்ந்த அவர் 1630இல் அமெரிக்காவிற்கு அர்பெல்லா கப்பல்மூலம் வந்து சேர்ந்தார். 'விந்த்ரோப் பக்கங்கள்' என்று அறியப்பட்டு (பதிப்பிக்கப்பட்ட) அவருடைய குறிப்பேடு நியூ இங்கிலாந்து தொடர்பான ஏராளமான வரலாற்றாதாரங்களில் ஒரு சிறிய பகுதி மட்டும்தான். இந்த நம்முடைய ஆய்வுக்குப் பெரிய அளவில் உதவிபுரியும் பெருந்தொகுதியான பெயர் வரிசைப்பட்டியலை உள்ளடக்கிய அந்தக் குறிப்பேடு சமீபத்தில் தொகுக்கப்பட்டுப் பதிப்பிக்கப்பட்டுள்ளது. பெரும் பாலான வரலாற்றாய்வாளர்கள் பதிப்பிக்கப்பட்ட ஆதார ஆவணங்களுடன் ஆவணக் காப்பகத்தின் மூல ஆவணங் களையும் பயன்படுத்திக்கொள்கின்றனர். மூலப்பதிவேடு களைப் பார்ப்பது மிக நல்லது. என்றாலும், இந்த விருப்பம் கால எல்லை, பொறுமை மற்றும் ஆராய்ச்சிக்கான நிதியுதவி ஆகியவற்றைத் தாண்டிச் சென்று விடுவதுண்டு. எப்படி யென்றாலும் பதிப்பிக்கப்பட்ட நூலை ஆதாரமாகக் கொள்வது அதற்குரிய வசதிகளை உடையது. நீங்கள் செய்யவேண்டிய கடினமான அலுப்பூட்டும் வேலையை வேறு ஒருவர் செய்து முடித்து அகரவரிசை அட்டவணையிலிருந்து விளைந்த கனியைப் பறித்துக்கொள்ளும் வாய்ப்பை உங்களுக்கு வழங்கக்கூடியது.

அப்படிப்பட்ட கனிகள்தாம் இவை. விந்த்ரோப் குறிப்பு களில் பிஸ்கட்கா என்ற பகுதியில் பதுங்கியிருந்த பர்டெட்

1638ஆம் ஆண்டு நவம்பர் மாதத்தில் தலையைக் காட்டுகிறார். மாசசூசெட்ஸ் பகுதியிலிருந்து ஆளுநரால் வெளியேற்றப் பட்ட சிலருக்குப் புகலிடம் அளித்து மீண்டும் ஒருமுறை தொல்லையில் அகப்பட்டதால் விந்த்ரோப்பால் இவா பதிவுசெய்யப்படுகிறார். தங்களுடைய பழைய தேசத்திற்கு விசுவாசமாக இருந்த பிரிவினருக்கும், மத ரீதியாகவும் அரசியல் ரீதியாகவும் சுய ஆட்சியை நோக்கிச் சென்று கொண்டிருந்த பிரிவினருக்கும் இடையேயான அரசியல் மோதல்கள் நிறைந்த பகுதியாகக் காலனிய அமெரிக்கா இருந்தது. மாசசூசெட்ஸின் ஆளுநர் என்ற வகையில் விந்த்ரோப் இரண்டாவது வகையைச் சேர்ந்தவர். பர்டெட் முதல் பிரிவைச் சேர்ந்திருந்ததாகத் தோன்றுகிறது.

1638ஆம் ஆண்டு டிசம்பர் மாதத்தில் விந்த்ரோப் பதிவாக்கியது பின்வருமாறு:

> திரு.பர்டெட் மற்றும் கேப்டன் அன்டர்ஹில்(Capt.Underhill) பற்றி திரு. ஹில்டனுக்கு(Mr.Hilton) எழுதப்பட்ட கவர்னருடைய கடிதம் அவர்களால் கைப்பற்றப்பட்டு, திறந்து பார்க்கப்பட்டது. அதை வைத்து எந்த ஆட்சியதிகாரத்தையும் எதிர்க்கும் நம்முடைய கூட்டணியைக் கண்டுபிடித்து உடனே இங்கிலாந்துக்கும் நமக்கும் எதிராக எழுதினார்கள். இது இங்கிலாந்தை நமக்கெதிராகச் செயல்படவைக்கும். ஆனால் அவர் திரு. ஹில்டனுக்கு எழுதியபோது இக்கடிதத்தை அவர்களுக்குக் காட்டும்படி குறிப்பிட்டிருந்ததால் இக்கடிதத்தைச் சாட்சியாக வைத்து எந்தத் திட்டத்தையும் நேரடியாக நிறைவேற்ற முடியாமல் அவர்கள் மிகப் பெரிய ஏமாற்றமடைந்தனர்.

இந்த இடத்தில் சிறிய இடைவெளிவிட்டு இந்தச் சான்றாதாரத்தில் ஏற்பட்டுள்ள எதிர்பாராத மாற்றத்தைப் பற்றிச் சிந்திக்கலாம். முதலில் மற்ற நபர்கள் யார் என்று நிறுவ வேண்டும். அகர வரிசை அட்டவணையை இன்னும் கொஞ்சம் குடையும்போது ஹில்டன் என்பவர் மாசசூசெட்ஸ் அரசியல் வாதிகளில் ஒருவர் என்றும் அன்டர்ஹில் என்பவர் டச்சுக் காரர்கள் ஆண்ட பகுதிக்கெதிராகத் தொடர்ந்து கலகங்களை நடத்தியவர் என்றும் உண்மை தெரியவருகிறது. விந்த்ரோப் தன்னுடைய சொந்த குறிப்பேட்டிலேயே தன்னைப்

படர்க்கையில் குறிப்பிடுவதைக் கவனிக்க வேண்டும். இதன் மூலம்தான் எழுதுவது பிறரால் படிக்கப்படக்கூடிய பாதியளவு மட்டும் அலுவல் சார்ந்த குறிப்பு என்பது பற்றிய தெளிவு அவருக்கு இருக்கலாம் எனத் தோன்றுகிறது. அவருடைய உள்மனச் சிந்தனைகளைக் குடைந்து பார்ப்பது நமது திட்டமல்ல. எதைப் பதிவு செய்ய தேர்ந்தெடுக்கிறார் என்பதைத்தான் அறிய வேண்டும். அவருடைய கடிதம் இடைமறிக்கப்பட்டது பற்றியும் இங்கிலாந்துக்கு எழுதப்பட்ட பர்டெட்டுடைய கடிதம் பற்றியும் விந்த்ரோப்புக்கு எப்படித் தெரியும் என்று நம்மை நாமே கேட்டுக்கொள்ள வேண்டியுள்ளது. இந்தக் கேள்விக்குப் பதில் இல்லை. கடைசியாகத் தன்னுடைய கடிதம் பற்றி விந்த்ரோப்பின் குறிப்பும் உள்ளது; கண்டுபிடிக்கப் பட்டாலும் எந்த வகையிலும் அவருக்கு ஆபத்து விளைவிக்க முடியாத வகையில் எழுதப்பட்டது. நமக்குத் தெரிந்தவரையில் இந்தக் கடிதம் தற்போது இல்லை; ஆனால் அது இருப்பதாக ஒரு நிமிடம் கற்பனை செய்து பாருங்கள்: நம்பக்கூடிய வகையில் ஒன்றைச் சொல்லி ஆனால் வேறொரு பொருளை மறைத்து வைத்திருக்கும் ஒரு கடிதத்திற்கு வரலாற்றாசிரியர் பொருளுரைக்க வேண்டியிருக்கும் (குறிப்பேட்டில் சொல்லப் பட்டிருப்பதின் துணையின்றி). வரலாற்றாதாரங்கள் வெளிப் படையான, கள்ளங்கபடமற்ற ஆவணங்கள் அல்ல. அவை குறிப்பிட்ட சூழ்நிலையில் குறிப்பிட்ட நபர்களை நோக்கி எழுதப்பட்டவை. விந்த்ரோப்புடைய கடிதத்தைப் பொறுத்த வரை, அது திரு.ஹில்டன் என்ற ஒரு குறிப்பிட்ட நபருக் காக ஒருவகையில் எழுதப்பட்டது. இன்னொரு வகையில் சந்தேகத்திற்குரிய பர்டெட் மற்றும் அன்டர்ஹில் ஆகியோரின் பார்வைக்காக எழுதப்பட்டது.

விந்த்ரோப் குறிப்பேட்டில் உள்ள வேறு பல பக்கங்கள் பர்டெட்டுக்கும் அவருக்கும் இடையேயான உறவில் ஏற்பட்ட தொடர்ந்த விரிசல்களைப் பற்றித் தெரிவிக்கின்றன. 1639ஆம் ஆண்டு, வில்லியம் லாட் என்ற காண்டர்பரி பேராயருக்குக் காலனிப்பகுதியினர் சுயாட்சி வேண்டிச் செய்யும் முயற்சி களைப் பற்றிக் கண்டனம் தெரிவித்துப் பர்டெட் எழுதிய கடிதம் ஒன்று கண்டுபிடிக்கப்பட்டதாக அதில் கூறப்பட்டிருக்கிறது. இக்கடிதத்தின் ஒரு நகல் வேறு ஆவணங்களுடன் இப்போது

உள்ளது (லண்டனில் உள்ள பொதுப் பதிவேடுகள் அலுவலகத்தின் அரசு தொடர்பான ஆவணப்பகுதியில்). எனவே துணை ஆதாரத்துடன் பொருந்திவருவதால் விந்த்ரோப்பின் குறிப்பை உண்மையானது என்று அதிக உறுதியோடு நம்பலாம். 1640 வாக்கில் பர்டெட் பிஸ்கடகா பகுதியின் கவர்னராகவும் போதகராகவும் ஆகிவிட்டார் என்று தெரியவருகிறது (அவருடைய பிரதேசத்திற்குப் புதியதொரு போதகர் வர இருந்ததைப் பர்டெட் தடுத்துநிறுத்திய நிகழ்ச்சியுடன் தொடர்புடைய உண்மைத் தகவல்). கடைசியாக, 1640ஆம் ஆண்டு, பர்டெட்டுடைய பிரதேசத்தில் பயணம் செய்த தோமஸ் கோர்ஜே (Thomas Gorge) என்று அழைக்கப்பட்ட வழக்குரைஞர் இங்கிலாந்திலிருந்து வந்துசேர்ந்தது பற்றி விந்த்ரோப் சொல்கிறார்,

> திரு.பர்டெட் நிர்வாகத்தின்கீழ் எதுவும் ஒழுங்காக இல்லை என்று கோர்ஜே கண்டார். தன்னுடைய ஆசைக்கேற்ப எல்லாவற்றையும் பர்டெட் அதனதன் சுதந்திரத்திற்கு விட்டுவிட்டார்; ஆர்வத்திற்கும் ஒழுக்கக்கேட்டிற்கும் பெயர்பெற்றவராக அவர் வளர்ந்துவிட்டார்; சீர்திருத்தத்தில் ஈடுபாடு உடையவராக அவர் இருப்பதைக் கண்டுகொண்ட அக்கம்பக்கத்தவர்கள் அவரைப் பற்றிய அருவருப்பான தகவல்களைச் சொல்லி அவருக்கு(பர்டெட்) எதிராகப் புகார் செய்தனர். அவர் தொடர்ந்து பதவியில் நீடிக்க முடியாமல் நீதிமன்றத்தின்முன் ஆஜராகவேண்டும் என்ற நிலை ஏற்பட்டுள்ளது.

பர்டெட்டுக்கு 30 பவுண்ட் அபராதம் விதிக்கப்பட்டது. அதைத் தொடர்ந்து,

> அவர்(பர்டெட்) இங்கிலாந்துக்கு மேல் முறையீடு செய்தார், ஆனால் திரு.கோர்ஜே அந்த முறையீட்டை அனுமதிக்க மாட்டார், பதிலாக அவருடைய கால்நடைகளையும் பிற சொத்துகளையும் பறிமுதல் செய்துவிட்டார். இதனால் திரு.பர்டெட் இங்கிலாந்து சென்றார். ஆனால் அங்கு போனதும் அரசாங்கம் மிகவும் மாறிவிட்டதைக் கண்டு அவருடைய நம்பிக்கைகள் நொறுங்கிப் போயின. பின்னர் மன்னர் ஆதரவுப்படையில் பங்கேற்ற பிறகு சிறையில் அடைபட்டார்.

மீண்டும் ஓர் இடைவெளி. இக்கதையை நமக்குத் தரும் விந்த்ரோப் குறிப்பேடு மாசசூசெட்ஸ் பகுதியில் இவரது நிர்வாகத்தில் நடந்தவைகளை மாதவாரியாகப் பதிவுசெய்ய வேண்டியது. ஆனால் கடைசி பத்தியில் உள்ள தகவல்கள் பர்டெட் இங்கிலாந்துக்குத் திரும்பிப்போன பின் என்ன நடந்தது என்று சொல்வதால், இதை அவர் நிகழ்ச்சி நடந்தபின் எழுதுகிறார் என்று காட்டுகிறது. அவருடைய நீதிமன்ற வழக்குக்குப் பின் சில காலம் சென்று இந்த நிகழ்ச்சிகள் நிச்சயம் நடந்திருக்கவேண்டும். இந்தச் செய்தி (கடல் வழியாக) மாசசூசெட்ஸ் அடைய மேலும் பல வாரங்கள் ஆகியிருக்கும். அத்தோடு 'மன்னர் ஆதரவுப்படையில் பங்கேற்ற பிறகு' என்று குறிக்கப்பட்டுள்ளது. இங்கிலாந்து உள்நாட்டுப் போரில் கலந்து கொண்டதைத்தான் இது சுட்ட வாய்ப்பு உள்ளது. இப்போரில் குரோம்வெல் (Cromwell) குழுவினர் மன்னர் ஆதரவுப்படையுடன் போரிட்டனர். ஆனால் இந்தச் சண்டை 1642வரை தொடங்கவில்லை. பிறகு எப்படி 1640லேயே பர்டெட்டுடைய எதிர்காலம் தெரிந்துகொள்ளப் பட்டது? நிகழ்ச்சி நடந்தபின் எழுதப்பட்டதாக இருந்தால் மட்டும்தான் முடியும். ஒவ்வொரு வரலாற்று ஆதாரங் களையும் போலவே விந்த்ரோப் குறிப்பேட்டைப் பயன் படுத்தும்போதும் கவனமும் நிதானமும் தேவைப்படுகிறது. வரலாற்றாய்வாளர்களை ஏமாற்றவேண்டும் என்பதற்காக எழுதப்படும் ஆவணங்கள் குறைவுதான். ஆனால் கவனமாக இல்லாதவரைத் தமது வார்த்தை ஜாலத்தால் அவை ஒவ்வொரு கட்டத்திலும் ஏமாற்றக்கூடியவை.

எப்படியோ, ஆவணச்சான்றுகளை ஒருங்கிணைத்து உருவாக்கப்பட்ட இன்னொரு கடந்தகால வரலாறு நம்மிடம் இப்போது உள்ளது. ஜியோர்ஜ் பர்டெட் என்ற பியூரிடன் போதகரும் ஒருவகை லிபர்டைனுமான நபர் யார்மௌத்தில் தனது அந்தஸ்தை இழந்தது; தனது மனைவி மக்களை விட்டுப் புதிய உலகம் நோக்கிச் சென்றது; மீண்டும் இழப்பதற்காகவே சில உயர் பதவிகளை வகித்தது; உள்நாட்டுப்போரில் மன்னருக்கு ஆதரவாகப் போரிட இங்கிலாந்துக்குத் திரும்பிவந்தது; கடைசியில் சிறையில் அடைக்கப்பட்டது பற்றியெல்லாம் இந்த வரலாறு சொல்கிறது. எங்கே எப்போது இந்தக் கதை

முடிவுபெறுகிறது? நம்மிடம் ஆதாரங்கள் தீர்ந்துவிடும் போதோ, அல்லது தொடர்ந்து செல்லும் ஆற்றல் இல்லாமல் போகும்போதோ இந்தக் கதை முடிகிறது. ஆனால் ஆற்றல் இல்லாததால்தான் எப்போதும் இது நிகழ்கிறது, ஏனென்றால் ஜியோர்ஜ் பர்டெட்டுடைய கதை கேப்டன் அண்டர்ஹில்லு டைய கதையுடன் இணைந்திருக்கலாம்; அல்லது தோமஸ் கோர்ஜேயுடைய கதையுடன் இணைந்திருக்கலாம்; அல்லது, இங்கிலாந்தின் மதச்சீர்திருத்தத்தின் வரலாற்றுடன் இணைந் திருக்கலாம்; அல்லது காலனிய நாட்டின் விடுதலை வரலாற் றுடன் இணைந்திருக்கலாம்; அல்லது இங்கிலாந்தின் உள் நாட்டுப் போருடன் இணைந்திருக்கலாம். இப்பொழுது உள்ள நிலையிலேயே அது ஒரு முழுமையான கதை. ஆனால் இன்னும்கூட இதில் ஓட்டைகள் உள்ளன என்பதை நாம் மறக்கக்கூடாது. யார்மௌத்தில் மீண்டும் திருமதி பர்டெட் டுக்கு என்ன நடந்தது என்று நமக்குத் தெரியாது (பதினேழாம் நூற்றாண்டின் இறுதிப்பகுதியைச் சேர்ந்த யார்மௌத்தின் குடிமக்கள் பட்டியலில் 'பர்டெட்' என்ற குடும்பப்பெயரை உடைய சிலரைக் காணமுடிவதால், ஜியோர்ஜ் இல்லாமலேயே அவருடைய மனைவியும் மக்களும் மகிழ்ச்சியாக நெடுநாள் வாழ்ந்தார்கள் என்று கூட நாம் எண்ணிக்கொள்ளலாம்). விந்த்ரோப் பெரும்பாலான தனது தகவல்களை எப்படிப் பெற்றார் என்பது நமக்குத் தெரியாது; தனக்குத் தெரிந்த எல்லாவற்றையும் சொன்னாரா என்பதும் நமக்குத் தெரியாது. எல்லாவற்றையும்விட, மர்மமான பல முரண்பட்ட தன்மை களுடன் தோன்றும் ஜியோர்ஜ் பர்டெட் பற்றி எல்லா விபரங்களும் நமக்குத் தெரியாது. அவர் தனது குடும்பத்தைக் கைவிட்டுச் சென்ற ஒரு சமயப்பணியாளர். அரசரின் திருச்சபை விதிமுறைகளுக்குப் பணிய மறுத்ததால் யார்மௌத்திலிருந்து வெளியேற்றப்பட்ட ஒரு திருச்சபை சீர்திருத்தவாதி. ஆனால் அமெரிக்கா சென்ற பிறகு அரசருக்கு ஆதரவாளராக மாறி இங்கிலாந்து உள்நாட்டுப் போரில் அவருக்காகச் சண்டை யிடத் திரும்பிவந்தவர்; ஒரு தீவிர சமய போதகர். ஆனால் தனது அக்கம்பக்கத்தவர்களால் 'கர்வம் பிடித்தவர், ஒழுக்கக் கேடானவர்' என்று இழித்துரைக்கப்பட்டவர். இவருடைய கைப்பட எழுதப்பட்ட இரு ஆதாரங்கள் நம்மிடம் உள்ளன:

மேலே குறிப்பிடப்பட்ட, மாசசூசெட்ஸ் அரசியல் பற்றி முறையிட்டு இங்கிலாந்துக்கு எழுதப்பட்ட ஒரு கடிதம்; இன்னொன்று, அதற்கு முன்பே பேராயர் லௌட் என்பவருக்கு எழுதப்பட்டது (அரசு ஆவணங்களில்தான் இவையும் உள்ளன). முதல் கடிதம் டிசம்பர் 27, 1635 தேதியிடப்பட்டு நியூ இங்கிலாந்தின் சேலம் பகுதியிலிருந்து எழுதப்பட்டது. இது பர்டெட் முதலில் ஏன் புதிய உலகிற்குப் போனார் என்பதைப் பற்றி விளக்குவதாகத் தோன்றுகிறது:

> நானாகவே நாட்டை விட்டுச் சென்றது கடும் கண்டனத்திற்கும், கேலிப்பேச்சிற்கும் உள்ளாகியுள்ளது; கபடமானவன் என்பது போன்ற மோசமான குற்றச்சாட்டுகளையும் என்மீது ஏற்படுத்தியிருக்கிறது. ஆனால் உண்மை இதுதான். என்னுடைய நடத்தை ஒழுங்கானது. அதன் மூலம் உண்மையாகத் திருச்சபைக்குப் பணிந்தது... என்னைப் பற்றியும் என் நடவடிக்கைகள் பற்றியும் கருணை மிகுந்த உங்கள் தீர்ப்பை மறுபரிசீலனை செய்யவேண்டி இதை நான் தெளிவுபடுத்த எண்ணினேன்... (நாடு விட்டுச் சென்றதற்கான அவருடைய காரணங்கள்): மனம்போன போக்கில் வழங்கப்பட்ட துன்பம் நிறைந்த தண்டனை; அதன் மூலம் வந்துசேர்ந்த செலவினங்கள்; கடைசியாகத் தொலைதேசத்தில் எனக்கேற்பட்ட மனச்சமாதானம்: இதை என்னுடைய சொந்த மண்ணிலேயே பெற முடியுமென்றால், அது எனக்கு எல்லையற்ற மகிழ்ச்சியைத் தரும்.

இக்கடிதத்தின் பொதுவான தொனி தெளிவாக உள்ளது: பேராயரிடம் தனக்கு நேர்ந்த பழியைத் துடைக்கப் பர்டெட் விரும்புகிறார். இதன்மூலம் எப்படியாவது நாடு திரும்ப முடியும் என்று நினைக்கிறார். இதில் குறைவான விளக்கமே இருந்தாலும், பர்டெட்டுடைய அலங்காரமும் தற்பெருமையும் கொண்ட நடையால் அப்படியொன்றும் குறைவுடையதாகத் தோன்றவில்லை. துன்பம் நிறைந்த தண்டனையால் வந்து சேர்ந்த செலவினம் (அதாவது ஆதாரமற்ற முறையில்) என்ற தகவல் நீதிமற்ற வழக்கைக் குறிக்கிறது. அரசு ஆவணங்களின் கால அட்டவணையில் தேடிப் பார்க்கும்போது சமய ஒழுங்கீனத்திற்காக 1634-1635ஆம் ஆண்டு வாக்கில் நீதிமன்ற உயர் மட்டக்குழுவால் பர்டெட் தண்டனை விதிக்கப்பட்டார்

என்பதை நாம் கண்டுபிடிக்கிறோம். ஆகையால், பர்டெட் நாட்டைவிட்டுச் சென்றதற்கான காரணங்களைப் பற்றிக் கூடுதலாக நாம் தெரிந்துகொள்கிறோம். ஆனால் இது நம்முடைய எல்லா கேள்விகளுக்கும் விடையளிக்கவில்லை. நாட்டிலிருந்தபடியே தன்னைக் குற்றமற்றவர் என்று நிரூபிப்பதை விடுத்து, ஏன் தன் குடும்பத்தை விட்டுச் செல்வதைத் தேர்ந்தெடுத்தார் என்பது இன்னும் நமக்குத் தெரியவில்லை. ஒரு குறிப்பிட்ட கட்டத்தில் சான்றாதாரங்கள் மௌனமாகிவிடுகின்றன. இங்கு வரலாற்றாய்வாளர் சில யூகங்களைச் செய்யத் தொடங்க வேண்டியிருக்கிறது. அதாவது ஆவணங்களைக் கொண்டு கூட்டிப் பொருள்கொள்ள வேண்டியிருக்கிறது.

தனது மனைவி மற்றும் பிள்ளைகள் பற்றிய ஜியோர்ஜ் பர்டெட்டுடைய உணர்வுகளைப் பற்றி நமக்கு எந்தத் தகவல்களும் இல்லை. ஆனால் அவர் நாடுவிட்டுப் போனது அவர்களை ஆதரவற்றதாக்கிவிட்டது என்றும் நியூ இங்கிலாந்தில் ஒழுக்கக்கேடு புரிந்ததாகக் குற்றம் சாட்டப்பட்டார் என்றும் நமக்குச் சொல்லப்படுகிறது. இதனால் பர்டெட்டுடைய திருமண வாழ்க்கை முழுக்கக் கோளாறானது என்று நாம் யூகிக்கலாமா? ஆதாரங்களுடன் பொருந்திவருவதால் இது ஒரு நல்ல யூகமாக இருக்கமுடியும். ஆனால் இது ஒரு யூகமே தவிர வேறில்லை. பிறகு, சொந்த நாட்டிற்குத் திரும்பி வந்தபின் பர்டெட்டுடைய நடவடிக்கைகளைப் பற்றி என்ன சொல்வது? அரசருக்கு ஆதரவாகப் பர்டெட் சண்டையிட்டது அவருடைய மன மாற்றத்தை நமக்குத் தெரிவிக்கிறது என்றால், காலனி நாட்டில் பர்டெட்டுடைய அனுபவங்களையும் நாம் கவனத்தில் கொள்ளலாம். ஒரு பழைய நாட்டின் கட்டுப்பாட்டிலிருந்து விடுதலை பெற முயற்சித்துக் கொண்டிருந்த வீரம் செறிந்த புதிய உலகம் அது. பர்டெட்டுடைய கனவுகள் ஓரளவு மெய்யான நடைமுறையில் இருந்ததால் அதன் நிதர்சனமான நடைமுறை அவரைத் திகைப்படைய வைத்து விட்டதா? ஒரு புதிய நிலத்திற்கு வந்துவிட்ட நமது போதகர் உடனடியாக நாடு திரும்பும் வழியைத் தேடிக்கொண்டிருந்ததால், காலனிய அரசுக்கு எதிராகவும் மன்னருக்கு ஆதரவாகவும் தனது விசுவாசத்தைக் காட்டுவதுதான் புத்திசாலித்தனம் என்று கண்டுகொண்டாரா? இரண்டுமே நல்ல யூகங்கள். இரண்டி

லிருந்துமே கொஞ்சம்கொஞ்சம் எடுத்துக்கொள்ளலாம். நம்மால் உறுதியாக எதையும் தெரிந்துகொள்ள முடியாது. இந்தச் சின்னச்சின்ன பாலங்களைக் கட்டுவதன் மூலம் நம்முடைய கதையின் பாதையில் முன்னோக்கிச் செல்ல முடியும். ஆனால் இந்தப் பாலங்கள் நம்மால் உருவாக்கிக் கொள்ளப்பட்டவை என்பதில் நாம் தெளிவாக இருக்க வேண்டும். நிச்சயம் இவற்றிற்கு ஆதரவான சான்றுகளை எடுத்துக்கூற முடியும். ஆனால் நாம் இவற்றைக் கூட்டிச் சேர்த்து உருவாக்கினோம் என்பதை மறைத்துவிட்டு அதைச் செய்ய முடியாது. ஒரு வரலாற்றாய்வாளர் இது போன்ற சிறிய பாலங்களைக் கட்டவேண்டியிருக்கிறது. ஆனால் இவற்றை அங்கு யார் எதற்காகக் கட்டினார்கள் என்பதையோ அல்லது ஒவ்வொரு பாலமும் சிறிய வரித்தொகை ஒன்றைக் கேட்கும் என்பதையோ மறந்துவிடக்கூடாது; மறந்துவிடவும் முடியாது. மூடிக் கொள்ளாமலும், தொடர்ந்துபோக முடியாத வழிகளைக் காட்டிவிடாமலும் இருக்கத் தரப்படும் இந்த விலை திருப்தியளிக்கக்கூடிய ஒரு பாதையில் தொடர்ந்து சொல்வதற்கானது.

நாம் செய்ய வாய்ப்புள்ள வேறு சில யூகங்கள் உள்ளன. பர்டெட் தனது மனைவியை மிகவும் நேசித்திருக்கலாம்; தனது குழந்தைகளை விட்டுப் பிரிவதால் மிக வேதனை அடைந்திருக்கலாம்; அவர்களையும் தன்னுடன் அழைத்துச் செல்ல விரும்பியிருந்து அவர்கள் விரும்பாததாலோ, பயணச்செலவுக்குப் பணமில்லாததாலோ அது நடக்காமல் போயிருக்கலாம். பேராயர் லௌடுக்கு எழுதிய கடிதத்தில் தனக்கெதிராக யார்மௌத்தில் சுமத்தப்பட்ட குற்றங்கள் அனைத்தும் பொய்யானவை என்று பர்டெட் சொன்னதுபோல, விந்த்ரோப் தனது குறிப்பேட்டில் பர்டெட்டின் முறைகேடான ஆசைகள் பற்றிச் சொன்னது ஓர் அரசியல் விரோதி மீது சுமத்தப்பட்ட வெறும் அவதூறாகக் கூட இருக்கலாம். பாராளு மன்றமும் அரச விசுவாசிகளின் குழுவும் மதத்தின் அடிப் படையில் மிகச் சரியான விகிதத்தில் பிரிந்ததல்ல என்று இங்கிலாந்து உள்நாட்டுப் போர் பற்றிய வரலாற்றாசிரியர்கள் சொல்கிறார்கள். அதனால்தான் ராஜவிசுவாசியாக இருப்பதில் தவறொன்றும் இல்லையென்று பர்டெட்டுக்குத் தோன்றி

யிருக்கலாம். இதே போக்கில் ஒருவர் தொடர்ந்து போக முடியும். ஆனால் கடைசியாக ஒரு தேர்ந்தெடுப்பைச் செய்ய வேண்டும்; ஒரு வழி பின்பற்றப்படவேண்டும்; தொடர்ந்து செல்லத் தகுந்த யூகமாக அது இருக்க வேண்டும். அப்படியும் ஒவ்வொரு யூகமும் அது யூகமென்ற அளவில் நினைவில் வைக்கப்படவேண்டும். ஏராளமான அனுமானங்களோடு தொடர்ந்து போய்க்கொண்டே இருந்தால் நம் வழிமறந்து தொலைந்துவிட நேரலாம்.

வரலாற்றுச் சான்றுகள் தமக்காகத் தாமே எதையும் பேசுவதில்லை; எப்போதும் பேசியதும் இல்லை. அவை இப்பொழுது இல்லாத, முற்றிலும் இல்லாமல் போன மற்றவற்றைப் பற்றிப் பேசுகின்றன. வரலாற்றாதாரங்களுக்குக் குரல்கள் இருக்கலாம் - பன்மை - இவை மற்ற ஆதாரங்களை நோக்கி சில திசைகளை அறிவுறுத்தலாம்; சில கேள்விகளை நினைவூட்டித்தரலாம். ஆனால் அவற்றிற்கென்று அறிவு கிடையாது; வரலாற்றாய்வாளர் அவற்றை மறு இணைப்புச் செய்யும்போது அவை உயிர்பெற்று எழுகின்றன. வரலாற்றுச் சான்றுகள் என்பவை ஒரு தொடக்கம்தான், தனது திறமையைப் பயன்படுத்தியபடி தேர்ந்தெடுப்பைச் செய்தபடி முன்னும் பின்னும் வரலாற்றாசிரியர் இருக்கிறார். எதற்குக் குறிப்பிட்ட இந்த ஆவணம், வேறு ஒன்று கூடாதா? எதற்கு இந்த பத்திர ஏடுகள், வேறுசில கூடாதா? அதைவிட எதற்குப் பத்திர எழுத்துக்களைப் பார்க்கவேண்டும்? வழக்குப் பதிவேடு களைப் பார்க்கக்கூடாதா? எதற்கு அரசாங்க விவரணைகளை ஆராயவேண்டும்? நாட்குறிப்புகளை ஆராயக்கூடாதா? எந்தக் கேள்விக்கு விடைதேடுவது? எந்தப் பாதையில் செல்வது?

இதை ஒரு கருத்தாகச் சொல்லவில்லை, என்றாலும் உண்மைக் கதையின் திசை முழுக்கமுழுக்க வரலாற்றா சிரியரின் மனவிருப்பத்தால்தான் தீர்மானிக்கப்படுகிறது. பர்டெட் பற்றிய நமது தேடுதல் தெளிவுபடுத்தியது போல, ஆவணங்கள் நாம் பின்பற்றச் சில வழிகளைக் கோடிட்டுக் காட்டுகின்றன. ஆதாரங்கள் நம்மைத் திகைக்கவைக்க முடியும். முன்பு யோசித்துப் பார்க்காத புதிய பாதைகளைக் காட்டும் தடைகளை நம்முன் காட்டும் விந்த்ரோப்பின் குறிப்பேடுகளைப் படிக்கும் ஒருவர், கீழ்க் குறிப்பிட்டுள்ள,

அவர் தேடிக்கொண்டிருந்த சில தகவல்களைக் கடந்து போவது தவிர்க்க முடியாதது. அந்த வகையில் பர்டெட் பற்றி விந்த்ரோப்பின் இரண்டாவது குறிப்பைத் தொடர்ந்து பின்வரும் தகவல் காணப்படுகிறது:

> சாத்தான் நம்முடைய நிம்மதியைக் கெடுப்பதிலிருந்து ஓய்வதே இல்லை. ஒன்றன் பின் ஒன்றாக வெவ்வேறு ஆயுதங்களைத் தூக்கிக்கொண்டு வருகிறது. அது போன்ற பலரில், சேலம் பகுதியில் உள்ள பெண்ணும் ஒருத்தி... இவள் இங்கிலாந்தில் இயேசுவின் பெயரால் வணக்கம் செலுத்தாததற்காகத் தண்டனை பெற்றவள்...

இயேசுவின் பெயரால் வணக்கம் செலுத்தாதது –பர்டெட் போல– என்பது ஒருவருடைய கவனத்தைக் கவர்கிறது; சாத்தானுடன் இணைத்துச் சொல்லப்படுவதும், ஒரு பெண், சேலம் பகுதி என்பவையும் முக்கியமானவை (பதினேழாம் நூற்றாண்டின் பிற்பகுதியில் சேலம் மந்திரவித்தைகளுக்குப் பெயர் போனதாக இருந்தது. ஏராளமான பெண்களுக்கு அங்கு மரணதண்டனை வழங்கப்பட்டிருக்கின்றது). பர்டெட் பற்றி வேறு தகவல்களைத் தேடும்போது, இந்தச் சிறிய கொக்கியில் மாட்டிக்கொண்டு, போஸ்டனில் வெறொரு பெண் தூக்கிலிடப் பட்ட சம்பவம் வெளியே வருகிறது. தனது முழு ஆளுகைக் குட்பட்ட அவளிடம் சாத்தான் அவளது குழந்தையை எதிர்காலத் துயரங்களிலிருந்து காக்கவேண்டிக் கழுத்தை நெரித்துக் கொன்றுவிடும்படி ஏவினான் (அவனது சொல்லைத் தேவ வாக்கென்று அவள் நம்பினாள்). பயங்கரமாக உள்ளது; ஆனால் பல மர்மங்களை உடையது... அதனால் இதைப் போன்ற வேறு சம்பவங்களை ஒருவர் தேடத் தொடங்குகிறார். இப்படியாக ஒரு புதிய கதை தொடங்குகிறது. அதன் தொடக்கப் புள்ளி வரலாற்று ஆதாரங்களுக்கும் வரலாற்றாய்வாளரின் விருப்பங்களுக்கும் இடைப்பட்ட ஓர் இடத்தில் உருவாகிறது.

வரலாற்றாசிரியர் ஆவணங்களில் இருப்பதை அப்படியே தொகுத்துச் சொல்வதில்லை. அப்படி அவர் செய்தாரென்றால் குழப்பங்களையுடைய அரைகுறை உண்மைகளைத்தான் திருப்பித் சொல்லவேண்டியிருக்கும்; அப்படி இல்லை யென்றால் முழுக்கமுழுக்கப் பொய்களாக இருக்கும். வரலாற்றாதாரங்கள் கள்ளமற்றவைகள் அல்ல என்பதால்

அவற்றின் குரல்கள் ஒரு குறிப்பிட்ட எல்லைவரை, ஒரு குறிப்பிட்ட விளைவுகளைப் பற்றித்தான் பேசும். அவைகள் கடந்தகால எதார்த்தங்களைப் பிரதிபலிக்கும் கண்ணாடிகள் அல்ல. அவைகளே கடந்தகால நிகழ்வுகள்தாம். ஜான் விந்த் ரோப்புக்கு ஜியோர்ஜ் பர்டெட்டைப் பிடிக்காது என்பதால், பர்டெட்டை ஒழுக்கக் கேடான ஆள் என்று (வேறொருவர் குரலைப்பயன்படுத்தி) சொல்கிறார் என்று நாம் யூகிக்க முடியும். இது முழுக்க உண்மைதானா? இது உண்மையோ இல்லையோ, இவை எல்லாம் எழுதப்பட்டு பதிவு செய்யப் பட வேண்டும் என்று ஏன் விந்த்ரோப் தீர்மானித்தார்? எந்த ஒன்றையும் எழுத்தில் பதிவு செய்வதென்பது - குறிப்பாக இந்த நூற்றாண்டுக்கு முன்னுள்ள எல்லா காலங்களிலும் - ஓர் அசாதாரண நிகழ்ச்சியாகவே பார்க்கப்படவேண்டியது; அதனால் என்ன காரணத்திற்காக எழுதப்பட்டது என்ற விளக்கம் தேவைப்படுகிறது. விந்த்ரோப்பிடம் காணப்படும் விரோத உணர்வு (தனிப்பட்ட விரோதம் இல்லாமல் அரசியல் விரோதமாகவும் இருக்கமுடியும்) அவருடைய ஆதாரங்களைப் பொய்யாக்குகிறதா? அப்படியென்றால், ஜியோர்ஜ் பர்டெட்டின் கதையை மறந்துவிட்டு, கடந்த காலத்தின் அமைதிக்குள் அவரை ஒப்படைத்துவிடுகிறோமா? வரலாற்றாசிரியர் இதில் ஒரு தேர்ந்தெடுப்பை மேற்கொள்கிறார்; அக்கதையைத் தொடர்கிறார்.

எப்போதும் கேட்பதற்குப் புதிய கேள்விகள் இருந்து கொண்டே உள்ளன. ஏன்? புதிய அணுகுமுறைகளின் காரண மாக, முன்னோ பின்னோ வேறு கூறுகள் பார்க்கப்படுவதன் காரணமாக, வெவ்வேறு திசை வழிகளில் பயணப்படுவதன் காரணமாக. ஆனாலும் வரலாற்றில் இடைவெளிகள், வெற்றி டங்கள், நீக்கங்கள், அமைதிகள் ஆகியவை காணப்படுவது தான் முக்கிய காரணம். வரலாற்று ஆதாரங்கள் பேசுவதில்லை; அவை எல்லாவற்றையும் சொல்லுவதில்லை. ஓர் பிரெஞ்சு வரலாற்றாசிரியர் ஒருவர் சமீபத்தில் சொன்னதுபோல, இதுதான் வரலாற்றின் சாத்தியமின்மையும் சாத்தியமும். முழு உண்மை யை நோக்கிச் செல்லும் வரலாறு, ஏராளமான விபரங்கள் அறியப்படாததாக உள்ள நிலையில் அதை எப்பொழுதும் அடைய முடியாததாகவே உள்ளது; ஆனால் இந்தக் குறிப்பிட்ட

பிரச்சினைதான் வரலாற்றைத் தன்னாதாரம் உடைய உண்மை என்று ஆக்காமல் கடந்தகாலத்தை ஆய்வுக்குரிய ஒரு களனாக இருக்க அனுமதிக்கிறது அல்லது இருக்க நிர்பந்திக்கிறது. கடந்த காலத்தில் என்ன நிகழ்ந்தது என்று கண்டறிவதில் சிக்கலே இல்லை என்றால், வரலாற்றாசிரியர்களுக்கு (தொழில் முறை சார்ந்தவர்களோ, சாராதவர்களோ) அவசியம் இல்லை. அதனால் வரலாறும் இல்லை - எந்த முரண்பாடோ கேள்வி யோ இல்லாத 'என்ன நடந்தது' என்ற தகவல்கள் மட்டுமே. வரலாறு ஆதாரங்களிலிருந்து தொடங்குகிறது, அதே சமயம் அவற்றிற்கிடையிலும் அவற்றுக்குள்ளும் உள்ள இடைவெளி களிலிருந்தும்கூட தொடங்குகிறது. நார்விச் பதிவேடுகள் அலுவலகம் எரிந்தது மிகப் பெரிய துயர நிகழ்ச்சி. மிகப் பழைய ஆவணங்கள் பல அப்போது காப்பாற்றப்பட்டாலும் கூட, வேறு எங்கும் கிடைக்காத செய்தித்தாள்களையும் புகைப் படங்களையும் நெருப்பு விழுங்கிவிட்டது. சில விஷயங்கள் ஆபத்துக்கு உட்படும் போதுதான் கூடுதலான கவனத்தைப் பெறுகின்றன என்று இந்த அத்தியாயத்தின் தொடக்கத்தில் நான் குறிப்பிட்டேன். அதனால் இப்போது வேறொரு கருத்து கூடப் புலப்படுகிறது. வரலாறு செயல்பட (குறியீடாகத் தான்) ஆவணக்காப்பகங்கள் எரிக்கப்பட வேண்டும். நமக்கு ஆதாரங்கள் தேவை, அதே சமயம் அமைதிகளும்கூட தேவை.

அத்தியாயம் 5
ஆயிரம் மைல் பயணங்கள்

'ஆயிரம் மைல் பயணம் ஒரு காலடிவைப்பில் தொடங்கு கிறது' என்று ஒரு பழமொழி சொல்கிறது. ஜியோர்ஜ் பர்டெட்டுடைய வரலாற்றை ஒருவாறு மறு ஆக்கம் செய்தது நமக்கு முதல் அடிவைப்பாக இருக்கிறது. இப்போது நமது பயணம் எதை நோக்கி?

வரலாற்றாசிரியர்கள் மேற்கொள்ளும் பயணங்களும் அவர்கள் பயணங்களைப் பற்றிச் சொல்லும் கதைகளும் அளவில் வேறுபடுகின்றன. நமக்குத் தெரிந்தவைகளைக் கொண்டும் கண்டறிந்தவைகளைக்கொண்டும் பர்டெட்டுடைய வாழ்க்கைக் கதையைச் சொல்வது நிச்சயம் இயலக்கூடியது. ஆனால் ஒவ்வொரு வாழ்க்கையும் வேறு வாழ்க்கைகளுடன் ஊடாடிக்கிடக்கிறது. அவை இன்னும் பெரிய மாற்றங் களுடன் உறவுகொண்டுள்ளன. நாம், நமது பயணத்தின் பாதையில் உள்ள திறந்த பெரியவெளியாலும், நம்முடைய கூடுதல் பயணத்தின் மூலம் அர்த்தங்களைக் கண்டுபிடிக்கவும் வாதங்களைத் தேடியடையவும் முடியும் என்ற சாத்தியப் பாடுகளாலும் தூண்டப்பட்டிருக்கிறோம். பர்டெட் குறைந்த பட்சம் இரு பெரிய கதைகளின் அங்கம்: இங்கிலாந்து உள்நாட்டுப் போர், அமெரிக்க காலனியாக்கம் ஆகிய இரு கதைகள். இங்கிலாந்தில் எப்படி உள்நாட்டு மோதல் ஏற்பட்டது என்று அறிய நாம் விரும்பலாம், அதில் ஈடுபட்ட மக்கள் மீது அது ஏற்படுத்திய விளைவுகளைப் புரிந்துகொள்ளவும், வீரம் செறிந்த புதிய உலகைக் காலனியாக்கியதால் ஏற்பட்ட

விளைவுகளைப் புரிந்துகொள்ளவும் நாம் முயற்சிக்கலாம். இந்தக் கதைகளில் பர்டெட் எப்படிப் பொருந்துகிறார் அல்லது அவற்றை எப்படி மாற்றுகிறார் என்று கூட நாம் சிந்திக்கலாம். அப்படிச் செய்ய, அதுபோன்ற நெடிய கதைகளைச் சொல்வதற்கு ஒருவழியை நாம் கண்டுபிடிக்க வேண்டியுள்ளது.

வரலாற்றை எழுதுவதில் பல்வேறு வகையான யூகங்கள் ஈடுபடுத்தப்படுகின்றன. கிடைக்கக் கூடிய ஆதாரங்களில் 'இடைவெளிகளை நிரப்பும்' முயற்சியை ஏற்கனவே நாம் கண்டிருக்கிறோம். இந்த அத்தியாயம் அதற்கடுத்த செயல்பாடு களை ஆராயவிருக்கிறது: ஏராளமான தகவல்களை எப்படி ஒருங்கிணைப்பது; பெரிய கதைகளால் காட்டப்படும் உருத்தோற்றங்களைக் கொண்டு என்ன செய்வது; இதைச் செய்யும்போது, காலந்தோறும் ஏற்பட்ட மாற்றங்கள் பற்றியும் அதே சமயம் அவற்றிற்கிடையே உள்ள தொடர்ச்சிகளைப் பற்றியும் வரலாற்றாசிரியர்கள் அறிந்திருப்பதோடு அவற்றை விளக்கவும் முயற்சி செய்கிறார்கள். இதற்கு முன் இதே பாதையில் யாருடைய கால்கள் நடந்துள்ளன என்பது பற்றியும் மற்ற வரலாற்றாசிரியர்களின் விளக்கங்கள், வாதங்கள் பற்றியும்கூட அறிந்திருக்கிறார்கள். அவற்றை ஒப்புக்கொள்வது, தகர்ப்பது அல்லது புறக்கணிப்பது போன்றவையும்கூட அங்கு நடந்தாக வேண்டும். ஒரு கதையை உருவாக்கும் செயல் என்பது ஒரு கட்டடம் எழும்பும்வரை ஒரு கல்லின்மேல் ஒரு கல்லை வெறுமனே அடுக்கிச்செல்லும் வேலை போன்றது அல்ல. விவரிக்கப்படும் நிகழ்வுகளின் தொடக்கக் காரணம் மற்றும் விளைவுகளை முடிவு செய்தல், மற்ற வரலாற்றாசிரியர்களால் ஏற்கனவே சொல்லப்பட்டவைகளுடன் பொருத்திப் பார்த்தல், இந்தக் கதை எதை அர்த்தப்படுத்துகிறதோ அதற்கான தர்க்கங்களை உருவாக்குதல் போன்றவையெல்லாம் அதில் அடங்கியுள்ளன.

இங்கிலாந்து உள்நாட்டுப் போரிலிருந்து நாம் தொடங்குவோம். சட்டசபைப் பதிவேட்டிலிருந்து ஒருவர் பர்டெட்டுடைய கதையை மறு ஆக்கம் செய்வதுபோலவே, கிடைக்கக் கூடிய ஆதாரங்களைக் கொண்டு வரலாற்றாசிரியர்கள் உள்நாட்டுப் போரின் கதையை உருவாக்குகிறார்கள். ஆனால் இதில் மிகமிக அதிக உழைப்பும், கடினமான பல தேர்ந்

தெடுப்புகளும் தேவைப்படுகின்றன. ஒருவர் கவனத்தில் எடுத்துக்கொள்ளும் ஆதாரத்தின் தன்மை நிச்சயம் முழுக் கதையையுமே பாதிக்கிறது. எடுத்துக்காட்டாக, ஒருவர் எழுதப் பட்ட சம்பவத் தொகுப்புகளையும் அரசவை ஆவணங்கள் மற்றும் பாராளுமன்ற குறிப்புகளையும் அதிக அளவில் ஆதாரங்களாகக் கொண்டால் அவருடைய வரலாறு அதிக அரசியல் தன்மை கொண்டதாக இருக்கும். 1642ஆம் ஆண்டில் முடியாட்சிக்கும் நாடாளுமன்றத்திற்கும் இடையில் நடந்த போருக்குக் காரணமான அரசியல், பொருளாதார சமயச் சிக்கல்களில் முதலாம் சார்லஸ் மன்னர் எவ்வாறு தொடர் புடையவராக இருந்தார் என்பது பற்றியதாக அது இருக்கும். சார்லஸ் 1649ஆம் ஆண்டு கொல்லப்பட்டார். ஆலிவர் குரோம்வெல் லார்ட் புரடெக்டர்(Lord Protector) என்ற அந்தஸ்தைப் பெறும்வரை சில காலம் இங்கிலாந்து பாராளு மன்றத்தால் ஆட்சி செய்யப்பட்டது. 1660இல் இரண்டாம் சார்லஸ் மீண்டும் முடிமன்னராக ஆட்சியதிகாரத்தைப் பெற்றார். அரசர் கொல்லப்பட்டது, இரு அணிகளுக்கும் இடையில் நடந்த சண்டை, காமன்வெல்த்துக்குள் நடந்த அரசியல் குழப்பங்கள், புதிய முடியரசரின் வெற்றி போன்ற முக்கிய நிகழ்ச்சிகள் இந்த வரலாற்றில் உள்ளன. இந்த நிகழ்ச்சிகளுக்கு என்ன காரணங்கள் என்று வரலாற்றா சிரியர்கள் ஓரளவுக்குச் சொல்ல வேண்டியுள்ளது. அவர்களின் ஈடுபாட்டைப் பொறுத்து அவர்கள் சொல்லும் காரணங்கள் ஏதோ ஒருவகையில் வெவ்வேறு தன்மைகள் கொண்டுள்ளன. இருந்தாலும் முதலாம் சார்லஸ் தனக்கு ஆதரவான பிரபுக் களை ஒருங்குதிரட்டக் கூடிய அளவுக்குத் திறமையற்றவராக இருந்தார் என்பதில் பெரும்பாலானவர்கள் ஒத்த கருத்துக் கொண்டிருக்கிறார்கள். அரசாட்சி எப்படி நடக்கவேண்டும் என்பது பற்றி, இறையாண்மை அதிகாரம் பெற்ற முடிமன்ன ருக்கும், இடைப்பட்ட அமைப்பாக இருந்து ஆலோசனை வழங்கிய நாடாளுமன்றத்துக்கும் இடையில் கருத்து மோதல்கள் இருந்தன என்பதிலும் வெளிநாடுகளில் நிகழ்ந்த அரசியல் நிகழ்ச்சிகள் (குறிப்பாகக் கத்தோலிக்க அயர்லாந்து, அத்துடன் ஐரோப்பா முழுவதும்) இங்கிலாந்தில் நடந்தனவற்றைப் பாதித்தன என்பதிலும்கூட ஒத்த கருத்து உள்ளது.

இந்த 'அரசியல்' வரலாற்றில் மாற்றத்துக்கான காரணங்கள் யாவை? மாற்றம் என்பது என்ன பொருளில்? எல்லா அரசியல் வரலாற்றாசிரியர்களையும் ஒரே அணியாகக் குவித்து விடுவது சரியானதோ, முறையானதோ அல்ல. இந்த அரசியல் வரலாற்றிற்குள், மனிதர்களின் திறமை அல்லது திறமையின்மையால் மாற்றங்கள் நிகழ்கின்றன (திறமையற்ற ஒருவர் முதலாம் சார்லஸ், திறமையான ஒருவர் - ஆரம்பகால- குரோம்வெல்) என்பதையும் கோட்பாடுகளின் வலிமையால் அவை பாதிக்கப்படுகின்றன (முடியாட்சி×குடியரசாட்சி) என்பதையும் ஓரளவு அது எதேச்சை நிகழ்வுகளால் பாதிக்கப் படுகிறது (போரில் ஏற்படும் எதிர்பாராத தோல்விகள்) என்பதையெல்லாம் சொல்லுவது நியாயமானதாக இருக் கலாம். பாராளுமன்ற ஜனநாயகத்தின் வளர்ச்சி போன்ற பெருங்கதையாடலின் ஓர் அங்கமாக இது இருக்கலாம் (பல நூற்றாண்டுகளாக நடந்த மிக நீண்ட கதையிது). இங்கிலாந்தின் அரசியல் பண்பாட்டின் 'மேலான தன்மை' என்பது இது போன்ற பெருங்கதையாடலுக்குச் சொல்லப்படும் பொரு ளாகும். இதுபோன்ற அர்த்தம் வெளிப்படையாகச் சொல்லப் படலாம் அல்லது வரலாறு சொல்லப்படுவதன் அமைப்பு விவரணைகள் இவற்றுக்குள் அது பொதிந்தும் இருக்கலாம். சில வரலாற்றாசிரியர்களைப் பொறுத்தவரை காரணங் களும் உள்ளர்த்தங்களும் வெளிப்படையாகச் சொல்லப்படத் தேவையில்லை. நிகழ்ச்சிகளை உள்ளது உள்ளபடி தொகுத்துச் சொன்னால் போதுமானது. சொல்லப்படும் முறையே என்ன நிகழ்ந்தது என்பதைத் தேவையான அளவுக்குத் தெளிவாக்கி விடுகிறது என்பது அவர்களுடைய எண்ணம்.

அதன் அடிப்படையான வடிவத்தில் அரசியல் வரலாறு பத்தொன்பதாம் நூற்றாண்டின் பிற்பகுதி வடிவத்திற்குள்ளேயே சிக்கிக்கொண்டுள்ளது. பெரிய நிகழ்ச்சிகளைச் சொல்வது, மாபெரும் மனிதர்களைப் பற்றித் தீர்ப்பு வழங்குவது (அல்லது அவர்களின் பாதகமான தன்மைகளைச் சொல்வது 'உண்மையில் பயங்கரமான நபர்') என்ற வகையில் மாபெரும் மனிதர்கள் என்று அழைக்கத் தகுந்த வேறு பல ஆண்களும் பெண்களும் இருந்தார்கள்; இருக்கிறார்கள் என்பதை மறுப்பது அறிவீன மாக இருக்கும் (பெண்கள் மாபெரும் மனிதர்களாகக்

குறிக்கப்படுவது மிகக் குறைவாகவே இருப்பது குறிக்கப்பட வேண்டியது). இதுபோன்ற புகழுரைகள் எந்த அடிப்படையில் செய்யப்படுகின்றன. அவை உண்மையில் குறிப்பிட்ட நபரைப் பற்றிச் சரியாகச் சொல்கின்றனவா அல்லது வரலாற்றாசிரியரின் ஈடுபாட்டைத்தான் அவை காட்டுகின்றனவா என்பதெல்லாம் தெளிவாகத் தெரியாமலேயே உள்ளன. எடுத்துக்காட்டாக எந்த இடத்தில் 'மாபெரும்' என்ற சிறப்பு மறைந்து வெறுமையாகத் திறமையென்பது முன்னிற்கத் தொடங்குகிறது? திறமையான மனிதர்கள் வரலாற்றில் எந்தப் பங்கையும் ஆற்றுவதில்லையா? மாபெரும் மனிதர்கள் (மற்றும் பெண்கள்) என்பதில் யாருடைய தேர்ந்தெடுப்பைப் பற்றி நாம் பேசிக்கொண்டிருக்கிறோம்? எனக்குப் பிடித்த சிலர் இருக்கிறார்கள் – மிகச் சிறப்பான வரலாறுகளில் ஒன்றான 'அலெக்ஸியாட்(Alexiad)' என்ற நூலை எழுதிய பன்னிரெண்டாம் நூற்றாண்டைச் சேர்ந்த பைசாந்தின் இளவரசி அன்னா கோம்னேனா (Anna Comnena); தனது தனித்தன்மையான கடவுள் மற்றும் படைப்பு பற்றிய சிந்தனைகள் மூலம் திருச்சபைத் தண்டனை முறையை எதிர்த்த பதினேழாம் நூற்றாண்டைச் சேர்ந்த ஆலை உரிமை யாளர் மேன்னோச்சியோ(Mennochio); ரஷ்யப் புரட்சி பற்றிச் சொல்லும்போது 'அங்கே நடனம் இல்லையென்றால் என்னைக் கணக்கில் எடுக்காதீர்கள்' என்று குறிப்பிட்ட 'சித்திரிக்கப்பட்ட இந்த நூற்றாண்டின் தொடக்க காலத்திய அனார்கிஸ போராளி எம்மா கோல்ட்மன்(Emma Goldman) போன்றவர்கள். இவர்கள் ஏன் 'மாபெரும் மனிதர்கள்' என்பதற்கு உறுதியான வாதங்கள் என்னிடம் உள்ளன. ஆனால் உங்களுடைய தனிப்பட்ட தேர்ந் தெடுப்புகள் பற்றி இதே போன்ற பொருத்தமான காரணங்கள் உங்களிடமும் இருக்கும் என்பதும் எனக்குத் தெளிவாகத் தெரியும். இதற்குக் காரணம், அதிசயிக்கத்தக்க வகையில் ஏராளமான மாபெரும் மனிதர்கள் இருக்கிறார்கள் என்பதாக இருக்கலாம்; அல்லது மாபெரும் என்ற சிறப்பு வழங்கும் விளையாட்டு ஒவ்வொரு சமயத்திலும் சிறந்த பத்து நபர் களைத்(Top ten) தேர்ந்தெடுப்பது போன்ற ஒன்றாக இருக்கலாம்.

வரலாற்றுக் காரணிகள் பற்றிய 'மாபெரும் மனிதர்கள்' கோட்பாடுகள் மற்றும் அவ்வளவு சிறப்பற்ற மனிதர்களால் எடுக்கப்படும் முடிவுகள் பற்றிய கோட்பாடுகள் அனைத்துமே,

வரலாற்று நிகழ்வுகளைத் தீர்மானிப்பவை அதிகாரத்தில் உள்ள தனிநபர்களால் எடுக்கப்படும் நல்ல அல்லது கெட்ட முடிவுகளே என்ற நம்பிக்கையின் அடிப்படையில் அமைபவை என்பது மிக முக்கியமானது. ஆட்சியில் உள்ளவர்கள் அதிகாரத்தைச் செயல்படுத்துகிறார்கள் என்பதையும், அவர்கள் எடுக்கும் முடிவுகள் மற்றவர்களின் வாழ்க்கையைப் பாதிக்கின்றன என்பதையும் மறுப்பது அறிவுடமை அல்ல. அதே சமயம் மற்றுமுள்ள பொதுமக்களின் எதிர்வினைகள் மற்றும் தேர்ந்தெடுப்புகளை மறந்துவிடுவதும் அதே அளவுக்கு அறிவுடைமை அற்ற செயல் இல்லையா? போர்கள் திறமையான தளபதிகளால் வெற்றி கொள்ளப்படலாம். அதே சமயம் அந்த வெற்றி, உயிரைக் கொடுத்துப் போர் புரியத்தயாராக உள்ள வீரர்கள்; போர் புரியத்தூண்டும் கருத்தமைப்புகள்; அந்தப் படைகளை நடத்த ஆதாரமாக இருந்த பொருளாதார அமைப்பு, போர்த் தளவாடங்களைத் தயாரித்துத் தரும் உற்பத்தித் துறை போன்றவற்றாலும் சாதிக்கப்படுகிறது. எந்த ஒரு சந்தர்ப்பத்திலும், முழு வரலாற்றையும் மாற்றி அமைத்த ஒற்றைப் போர் என்று எதுவுமிருக்கிறதா? இங்கிலாந்து உள்நாட்டுப் போரில் பல போர்கள் நடந்துள்ளன; பல மோதல்கள் நிகழ்ந்துள்ளன. அதனால் இங்கு கேள்வியே என்னவென்றால், எப்படி அந்த மக்கள் தொடர்ந்து சண்டை செய்யும் விருப்பமுடையவர்களாக இருந்தனர்?

மக்களுடைய முடிவுகள் சந்தேகத்திற்கிடமின்றிக் கடந்த கால நிகழ்ச்சிகளைப் பாதித்துள்ளன - இன்னும் தீர்மானித்துள்ளன. ஆனால், மக்கள் செய்ய நினைத்ததும், அதனால் ஏற்பட்ட விளைவுகளும் எல்லா காலங்களிலும் பொருந்திப் போனதாகச் சொல்ல முடியாது. காலகட்டம் என்பது இங்கு முக்கியமான ஒரு காரணி. 1517இல் விட்டன்பர்க்கில் உள்ள ஒரு தேவாலயக் கதவில் மார்டின் லூதர் தனது 'தொண்ணூற்று ஐந்து கருதுகோள்களை' ஆணியடித்துப் பொருத்தியபோது அவருடைய உண்மையான நோக்கம் கத்தோலிக்கத் திருச்சபைக்குள் நடக்கும் சில குறிப்பிட்ட செயல்களைக் கண்டிக்க வேண்டும் என்பதுதான் (அவருக்கு முன்பும் பலர் இதே போன்ற விளம்பர உத்தியைக் கடைபிடித்திருக்கிறார்கள் தான்). ஐரோப்பாவின் சமய அமைப்பையே உருமாற்றி

விடுவதோ, புரோட்டஸ்டண்டுகளுக்கும் கத்தோலிக்கர்களுக்கும் இடையே எண்ணற்ற சமயப் போர்களைத் தொடங்கி வைப்பதோ லூதருடைய எண்ணமாக இருந்திருக்குமா என்பதை அவ்வளவு உறுதியாகச் சொல்ல முடி யாது. பிற்காலத்தில் நடந்த அனைத்திற்கும் லூதரையே முழுப் பொறுப்பாளியாக ஆக்க முடியாது. ஏனென்றால் அவருடைய 'தொண்ணூற்று ஐந்து கருதுகோள்களை' கவனத்தில் எடுத்துக்கொண்ட மக்கள் இருந்தார்கள். அவர்களுடைய விருப்பு வெறுப்புகளும் நிகழ்ச்சிகளைப் பாதித்துள்ளன (விருப்பு வெறுப்புகளின் மூலம் ஏற்பட்ட நினைத்துப் பார்க்காத விளைவுகள்). அத்துடன் அந்த விருப்புவெறுப்புகளும் அவற்றின் விளைவுகளும் ஒரு குறிப்பிட்ட சமூக அமைப்பு, பொருளாதார மாற்றங்கள், பண்பாட்டுக் கருத்துக்கள் ஆகியவற்றின் பின்புலத்தில் நிகழ்த்தப்பட்டன.

சமூகம் என்பதைப் பற்றிச் சிந்திப்பது நம்மை மீண்டும் இங்கிலாந்து உள்நாட்டுப் போரிடம் கொண்டுவருகிறது. அரசியல் வரலாற்றாசிரியர்கள் தரும் ஆதாரங்களில் இருந்து வேறுபட்ட ஆதாரங்களின் மீது தமது கவனத்தைச் செலுத்துகிறார்கள் சமூக வரலாற்றாசிரியர்கள். குறிப்பாக, பொதுமக்களுடன் தொடர்புடைய தகவல்களைத் தரக்கூடிய அரசு அதிகாரிகள் மற்றும் உள்ளாட்சிப் பதிவேடுகள் மீது கவனத்தைச் செலுத்துகிறார்கள். வரிவசூல், வணிகம் மற்றும் விற்பனை, வரவு செலவுப் பட்டியல் போன்ற தகவல்கள் பொருளாதாரப் பகுப்பாய்வுக்குத் துணைசெய்யக்கூடியவை. கார்ல் மார்க்ஸின் மிகப்பெரிய தாக்கத்தினால், மாற்றங்களுக்கான பொருளாதாரப் பின்னணிகள் இருபதாம் நூற்றாண்டு வரலாற்றாசிரியர்களிடம் அதிக ஆதரவைப் பெற்றுவிட்டது. செவ்வியலான மார்க்ஸியப் பார்வையில் எழுதப்பட்ட உள்நாட்டுப் போர் பற்றிய ஒரு வரலாறு, வளர்ந்து கொண்டிருந்த நடுத்தர வர்க்கத்திற்கும் (பணியாளர்கள், வியாபாரிகள், அரச குடும்பத்திற்குக் கீழ்ப்பட்ட பணக்காரர்கள்) நன்கு பலமடைந்த உயர் குடியினருக்கும் (மேட்டுக்குடியினர், பிரபுக்கள், அரசர்) இடையேயான வர்க்கப் போராட்டம் பற்றிச் சொல்கிறது. இந்தப் பெரிய வரலாற்றுக் கதையில் முதலாளித்துவம் நோக்கிய ஒட்டுமொத்த மாற்றத்தின் ஒருபகுதியாக உள்

நாட்டுப்போர் மாறுகிறது (இன்னொரு பெருங்கதையாடல்). மரபு மற்றும் சமூக ஆதிக்க அடுக்குமுறைகளின் மூலம் செயல்படுத்தப்பட்ட நிலப்பிரபுத்துவச் சமூக அமைப்பிலிருந்து, கடமைக்குப் பதிலாகக் கூலியைக் கொண்ட, மரபான பிற்போக்குத்தனத்தை மீறித் தனிநபர் இலாபத்திற்கான விருப்பம் முக்கியத்துவம் பெற்ற முதலாளித்துவ சமூக அமைப்பு நோக்கிய மிகப் பெரிய, நீண்ட கால மாற்றமாக இது சித்திரிக்கப்படுகிறது. உள்நாட்டுப் போர் பற்றிய மார்க்சிய விளக்கங்கள் (வேறுசிலவும் கூட) சமீப காலங்களில் வரவேற்பை இழந்துவிட்டன. அதற்கு ஒரு காரணம் சில நேரங்களில் அவை மிகச் சிக்கலான பிரச்சினைகளை மிகக் குறுகிய மாதிரிகளுக்குள் சுருக்கி அடைத்துவிடுகின்றன என்பது. மற்றொன்று, சோவியத் யூனியன் உடைந்த பிறகு பொதுவாகவே மார்க்சியம் தோற்றுவிட்டது என்று மேலோட்டமாகக் கூறப்படுவது (கம்யூனிஸ சீனா, கியூபா மற்றும் சில ஆதரவு நாடுகளின் தொடர்ந்த இருப்பை இந்த வாதம் வசதியாக மறந்துவிடுகிறது).

மார்க்ஸ் முதன்முறையாகவும் சரியாகவும் ஓர் அரசியல் சிந்தனையாளராகவே நினைவுகொள்ளப்படுகிறார். ஆனால், மிக நீண்டகாலமாக சமூகங்களில் எப்படி, ஏன் மாற்றங்கள் விளைகின்றன என்று விளக்க முயற்சிக்கும்போது அவரும் அவருடைய தோழர் ஃபிரிட்ரிக் எங்கெல்ஸும் வரலாற்றைப் பகுத்தாய்ந்து பொருள் சொல்வதில் ஆர்வம் காட்டியுள்ளனர். வரலாறெழுதுதல் துறையில் இந்த நூற்றாண்டில் யாரை விட மார்க்ஸின் தாக்கம் அதிகமாகக் காணப்படுகிறது. சமூக அமைப்பு, பொருளாதாரம் மற்றும் கலாச்சாரம் போன்றவை பற்றிய மார்க்ஸின் சிந்தனைகளைப் புரிந்துகொள்ள வரலாற்று ஆசிரியர்களுக்கு நீண்டகாலம் எடுத்தது என்றாலும், சமூக வரலாற்றாசிரியர்களுக்கு மார்க்ஸ் மிகப்பெரிய அளவில் உதவியாக அமைந்தார். இங்கிலாந்தில் 1930களுக்குப் பிறகு மார்க்ஸிய வரலாற்றாசிரியர்கள் மிகுந்த ஆற்றலுடன் எழுதத் தொடங்கினர். எரிக் ஹோப்ஸ்பாம்(Eric Hobsbawm), டோரோதி தாம்ப்சன்(Dorothy Thompson), மிக முக்கியமாக இ.பி. தாம்ப்சன்(E.P.Thompson) போன்ற ஆண்களும் பெண்களும் இந்தத் தாக்கத்தை அமெரிக்க வரலாற்றியலுக்குக் கொண்டு

சென்றனர். ஜெர்மனி தனது பெரும்புகழ்பெற்ற மைந்தர்களில் ஒருவரான மார்க்ஸுடன் ஒரு பிளவுபட்ட முரண்பாடான உறவையே கடைபிடித்து வந்த நிலையில், ஃபிரான்ஸ் மற்றும் இத்தாலியின் சமூக அறிவியலில் அவர் மிகப் பெரும் தாக்கத்தை ஏற்படுத்தியிருந்தார். ரஷ்யாவில் வரலாற்றியலின் மீது மார்க்ஸுடைய (அல்லது, அவரது சிந்தனைகளின் ஒரு வடிவம்) தாக்கம் மற்ற அணுகுமுறைகளை இல்லாமல் செய்துவிடும் அளவுக்குப் புகுத்தப்பட்டிருந்தது.

நடைமுறையில் இன்று எழுதிக்கொண்டிருக்கும் எல்லா வரலாற்றாசிரியர்களுமே மார்க்ஸிஸ்டுகள்தாம்(marxists with a small 'm'). இப்படிச் சொல்வதால் அவர்கள் அனைவரும் 'இடது சாரிகள்' என்றோ அல்லது தேவையான அளவுக்கு மார்க்ஸி சத்தின் பங்கை அங்கீகரித்தவர்கள் அல்லது நினைவில் வைத் திருப்பவர்கள் என்றோ அர்த்தம் இல்லை. ஆனால் இன்று நடைமுறையில் ஏற்றுக்கொள்ளப்பட்ட, வரலாற்றாய்வாளர் களின் சிந்தனை முறையில் பிரிக்கமுடியாத அளவுக்குப் பிணைந்துவிட்ட அடிப்படையான மார்க்ஸியச் சிந்தனைக்கூறு ஒன்று உள்ளது. மக்கள் தங்களைப் பற்றியும் தமது வாழ்க்கைப் பற்றியும் தம்மைச் சூழ்ந்த உலகம் பற்றியும் புரிந்துகொள் ளுதல் மற்றும் அதற்கேற்ப செயல்படுதலின் முறைகளைச் சமூகப் பொருளாதாரச் சூழல்கள் பாதிக்கின்றன என்ற ஆழ மான புரிதல் அது. இவையெல்லாம் முழுக்கமுழுக்க இந்தச் சூழல்களால் கட்டுப்படுத்தப்படுகின்றன என்று வலியுறுத் துவது அல்ல இது. மார்க்ஸே எழுதியிருக்கிறார்:

> மனிதர்கள் தமது வரலாற்றைத் தாமே உருவாக்குகிறார்கள். ஆனால் தமது விருப்பத்திற்கேற்ப அதை அப்படியே உருவாக்குவதில்லை; அவர்களே தேர்ந்தெடுத்துக் கொண்ட ஒரு சூழலில் அவர்கள் அதை உருவாக்குவதில்லை. ஆனால் கடந்தகாலத்திலிருந்து நேரடியாக வந்து சேர்ந்த, கொடுக்கப் பட்ட, கடத்தப்பட்ட சூழலில் அதை உருவாக்குகிறார்கள்.

இங்கிலாந்து உள்நாட்டுப்போர் பற்றியோ அல்லது வேறு எந்த நிகழ்வு பற்றியோ அமைந்த ஏறக்குறைய எல்லா விளக்கங்களும், அவை நடந்த சமூகம், அதில் ஈடுபட்ட மக்களின் பொருளாதார நிலைகள் மற்றும் விருப்பங்களை ஆராய்ந்தறிவதில் உள்ள பயன்பாட்டை ஏதோ மிகச் சாதாரண

ஒன்றாகவே எடுத்துக்கொள்கின்றன. எல்லா வரலாற்றாசிரியர் களும் வர்க்கம் பற்றியோ, நிலப்பிரபுத்துவத்திலிருந்து முதலாளித்துவம் நோக்கிய மாற்றங்கள் பற்றியோ பேசிக் கொண்டிருப்பதில்லை. ஆனால் அவர்கள் ஒரு குறிப்பிட்ட குழுவின் வளர்ச்சி பற்றிக் (பொதுவாகப் பொருளாதார நிலையிலும் அரசியல் செல்வாக்கிலும் ஏற்பட்ட வளர்ச்சி) கவனம் செலுத்துகிறார்கள்; பிரபுக்கள், இடைப்பட்ட குழுவினர், நடுத்தர வர்க்கத்தினர் என்ற ஏதாவது ஒரு குழுவினராக இருக்கலாம். முதலாளித்துவம் நோக்கிய மாற்றமாக அதைக் குறிப்பிடாவிட்டாலும், பதினேழாம் நூற்றாண்டில் ஏற்பட்ட பொருளாதார மாற்றங்கள் (மக்கள் தொகையில் ஏற்பட்ட பெருக்கம், விலையுயர்வு, வட்டார உற்பத்தியைத் தேசியச் சந்தை நோக்கிக் கொண்டு சென்றது) சமூகப் பிரிவுகளை உருவாக்கியது, குறிப்பிட்ட மக்களை வறுமையில் ஆழ்த்தி வேறுசிலரைப் பணக்காரர்களாக்கியது போன்றவற்றைக் குறிப்பிட்டுச் சமூக வரலாற்றாசிரியர்கள் உள்நாட்டுப் போர் பற்றிய பல்வேறு விளக்கங்களை எழுதி யிருக்கிறார்கள். இந்த மாற்றங்கள் அரசியல் சூழலை உறுதி யாகப் பாதித்த சமூக உளைச்சலைப் பற்றிய பார்வையை நோக்கிக் கொண்டு செல்கின்றன.

இருந்தபோதும், சமூக வரலாறு பொதுவாகப் பொருளா தாரக் கூறுகளின் மீது ஒரு பார்வை வைத்தபடியே உள்ளது. அதன் ஆய்வெல்லைகள் விரிவானவை. சமூகத்தின் மாற்றங் களை யதார்த்த நிலைமைகள் எவ்வாறு பாதித்துக் கொண்டி ருந்தன என்பது போன்ற அதன் கவனங்களை எடுத்துக் காட்டாகச் சொல்லலாம். பொருட்களின் பரிமாற்றம், வருமானங்களின் போக்கு போன்றவற்றை ஆராய்வதுடன் சமூக வரலாற்றாசிரியர்கள் பொதுமக்களின் எண்ணங்கள், உணர்வுகள், நடத்தைகள் போன்றவற்றை ஆய்ந்தறிய வேறு ஆதாரங்களையும்கூடப் (பெருமளவில் சட்டத்துறை பதி வேடுகள்) பயன்படுத்துகிறார்கள். இது அவர்களைச் சில சமயங்களில் வேறு திசைகளை நோக்கி வேறு கேள்விகளுடன் செல்ல வைத்துவிடுகிறது. மானுடவியல், சமூகவியல் ஆகிய வற்றின் தாக்கம் குடும்ப அமைப்பு, மனிதர்களின் தினசரி நடத்தைகள், தம்மைச் சூழ்ந்த சமூகவெளியை மக்கள் ஒருங்க

மைத்து, அர்த்தப்படுத்தும் முறைகள் போன்ற மக்களின் தினவாழ்வில் அவர்கள் காணும் நடத்தை அமைப்புகள் பற்றிய ஆய்வைச் சமூக வரலாற்றாசிரியர் மேற்கொள்ளும்படி செய்தது. இந்தச் செயல்பாடுகள் மீதான வரலாற்றாசிரியர்களின் கவனம் அவர்களை வேறுவகைத் தேடுதல் நோக்கி, வேறுவகைக் கேள்விகளை நோக்கிக் கொண்டு செல்லக் கூடியது. திருமண முறைகள் ஏன் மாற்றமடைந்தன? பால் வேறுபாடு பற்றிய பார்வை சமூக நடத்தையை எவ்வாறு பாதித்தது? போன்ற கேள்விகள் அவை. பதினேழாம் நூற்றாண்டு ஆங்கிலச் சமூகம் பற்றி எழுதப்பட்ட ஏராளமான புத்தகங்கள் உள்நாட்டுப் போர் பற்றிக் குறிப்பிடுவதுகூட இல்லை. அவர்களைப் பொறுத்தவரை அவர்களுடைய ஈடுபாட்டுக்குரியவற்றின் மாற்றங்களைப் பாதிக்காத வேறொரு கதையின் அங்கம் அது. பல நூற்றாண்டுகளாகத் தொடர்ந்து வரும் சமூக அமைப்பின் ஒப்பீட்டளவிலான மாறாத நிரந்தரத் தன்மைகளை அடையாளம் காணவேண்டும் என்று சொல்லும் வேறொரு வகையான 'பெருங்கதையாடல்' ஒன்று இந்த வகை ஆய்வுகளில் இருந்து உருவாக்கப்பட்டது. இந்த வகை வரலாறு, அரசியல் அமைப்புகள் ஆட்சிமுறைகளில் சில மேலோட்டமான மாற்றங்கள் இருந்தபோதும் பதினைந் தாம் நூற்றாண்டின் களப்பணியாளர் ஒருவரின் வாழ்க்கை யானது, பதினெட்டாம் நூற்றாண்டின் களப்பணியாளர் ஒருவரின் வாழ்க்கையிலிருந்து பெரிய அளவில் உண்மையாக எந்த வேறுபாடும் கொண்டதில்லை.

வரலாற்றாசிரியர்கள் சமீப காலங்களில் கலாச்சாரத்தின் மீதும் அதிக ஆர்வம் காட்டத் தொடங்கிவிட்டனர். இதுவும் கூட மானுடவியல் சிந்தனைகளின் தாக்கத்தால் ஏற்பட்டதே. பத்தொன்பதாம் நூற்றாண்டின் இறுதியில் வரலாறு போலவே மானுடவியலும் சமூகவியலும் 'தொழில்முறை'த் துறைகளாக மாறிக்கொண்டிருந்தன. தமது துறைகளுக்குத் தனிப்பட்ட செயலுரிமையை உருவாக்க இவை முயன்றதால், மனித வாழ்க்கையை அணுகும் முறைகளில் இவற்றிற்கிடையே பிரிவுகள் ஏற்பட்டன. மிகச்சமீப காலங்களில் இந்தத் துறைகள் மீண்டும் நெருங்கிவந்து கொண்டிருக்கின்றன: பல்வேறு மானுடவியல் அறிஞர்கள் வரலாற்றுக் காலகட்டங்களை

ஆராய்வதில் ஈடுபாடு கொண்டிருக்கிறார்கள். பல வரலாற்றாசிரியர்கள் மானுடவியலின் கோட்பாட்டு விளக்கங்களில் ஈடுபாடு கொண்டிருக்கின்றனர். இந்தப் பின்புலத்தில் புரிந்துகொள்ளப்பட்ட கலாச்சாரம் என்பது வெறும் இசை, நாடகங்கள், இலக்கியம் போன்றவற்றை மட்டும் குறிக்கவில்லை; சிந்தனை மற்றும் புரிதலின் கட்டமைப்பு, மொழியின் செயல் வடிவம், வாழ்வியல் சடங்குகள், எண்ணங்களின் வழிவகைகள் ஆகியவற்றையும் குறிப்பதாக அறியப்பட்டுள்ளது. மக்களின் சிந்தனை மற்றும் நடத்தை முறைகளைப் பொருளாதாரச் சூழ்நிலைகள் பாதிக்கின்றன என்ற மார்க்ஸுடைய கருத்தை எடுத்துக்கொண்ட கலாச்சார வரலாற்றாசிரியர்கள், அதன் அடிப்படை முக்கியத்துவத்தை மாற்றியமைத்து மக்கள் சிந்திக்கும் முறையானது சமூகம் மற்றும் பொருளாதார அமைப்புடன் அவர்கள் கொள்ளும் உறவுமுறைகளைப் பாதிக்கிறது என்ற வாதத்தை முன்வைத்தனர். ஒரு குறிப்பிட்ட காலகட்டத்தில் மக்கள் சிந்தித்த முறைகளைப் புரிந்துகொள்வது அக்காலகட்டத்தின் கலை, இலக்கியத்தைப் புரிந்துகொள்வதை உள்ளடக்கியது. ஆனால் ஆவணப் பதிவுகளில் காணப்படும் மொழியமைப்பு, மனித நடத்தைகள் போன்றவற்றைப் பகுத்தாய்வதன் மூலமும் அவற்றைப் புரிந்துகொள்ள முடியும்.

ஆங்கிலச் சமூகத்தின் ஒரு பகுதி (வேறு சில பகுதிகள் நிலவியல் சூழ்நிலைகளுக்கேற்ப வேறுபட்டிருந்தன) தம்மைத் தாம் அறிந்த வெவ்வேறு முறைகள் பற்றியும், தம்மைச் சூழ்ந்த உலகம் பற்றி அவர்கள் கொண்டிருந்த எண்ணங்கள் மற்றும் அச்சங்கள் பற்றியும் பார்வை செலுத்தியதன் மூலம் டேவிட் அண்டர்டௌன்(David Underdown) என்ற வரலாற்றாசிரியர் இது போன்ற ஒரு பகுப்பாய்வை இங்கிலாந்தின் உள்நாட்டுப்போர் பற்றிச் செய்திருக்கிறார். இதில் சமயம் மிக முக்கியமான பங்கை ஆற்றியுள்ளது. குறிப்பாக அதிகாரபூர்வமான திருச்சபையினால் ஆதரிக்கப்பட்ட சம்பிரதாய புரோட்டஸ்டன்ட் பிரிவுக்கும் இடைநிலைக் குழுவினரால் போதிக்கப்பட்ட புரட்சிகரமான ப்யூரிட்டன் பிரிவுக்கும் (அண்டர்டௌன் கருத்துப்படி) இடையில் நிலவிய முரண்பாடு குறிப்பிடத்தக்கது. உயர் குடிமக்களைக் கொண்டிருந்த புரோட்டஸ்டண்ட் பிரிவினர்

பணிவு, சடங்கு என்பதற்கு முக்கியத்துவம் தந்தனர். முரண்பாடுகள் எழாத, சமூகப் படிநிலைகளை ஏற்றுக்கொண்ட, சமூக வழக்கத்தால் வழிநடத்தப்படும் அடிப்படையில் நிலைத்த தன்மையை உடைய அமைப்பில் நம்பிக்கை கொண்டிருந்தனர். வளர்ந்துகொண்டிருந்த நடுத்தட்டு வர்க்கத்துடன் தொடர்புடைய ப்யூரிட்டன் பிரிவினரோ ஞானஸ்நான சடங்கை நிராகரித்தனர்; திருச்சபையின் மீதான அரச கட்டுப்பாட்டை வெறுத்தனர்; சமூகத்தின் உடைந்தும் பிரிந்தும் உள்ள அமைப்பாகவும் தேவஅருள் பெற்றோரால் (அதாவது அவர்களால்) சீர்திருத்தப்படவேண்டிய ஒன்றாகவும் கண்டனர். புரூக்ஸ் மற்றும் பர்டெட்டுக்கு இடையேயான இவ்வகை மோதலைச் சென்ற அத்தியாயத்தில் நாம் கண்டோம்.

விரிவான கலாச்சாரம் ஒன்றின் பகுதியாகச் சமய முரண்பாடுகளைக் காணமுடியும். கால்பந்தாட்டம் போன்ற சமயம் சாராத நடவடிக்கைகளும் இந்தப் போராட்டத்தின் ஒரு பகுதியாக மாறியுள்ளன. மரபுவாதிகளைப் பொறுத்தவரை கால்பந்தாட்டம் என்பது (இரு தேவாலயக் குழுக்களுக்கு இடையில் நடந்த கடுமையான விளையாட்டாக இது இருந்துள்ளது) நெருங்கிய ஊர்களுக்கு இடையேயும் உள்ளூர் மக்களுக்கு இடையேயும் உணர்வுகளைப் பலப்படுத்தும் வழியாக இருந்தது; புரட்சிகர சமயப் பிரிவினரைப் பொறுத்தவரைக் கால்பந்தாட்டம் என்பது ஒழுங்கு குலைந்த வன்முறையாகவும், சீரமைக்கப்படவேண்டிய நிலையிலுள்ள, இழிநிலை மக்களுக்கு உரியதாகவும் தோற்றம் தந்தது. சமூகம் நிலைத்த தன்மையுடன் இருந்ததா அல்லது கடும் சிக்கல்களுடன் இருந்ததா, ஒருங்கமைந்திருந்ததா, உடைந்துபோய் இருந்ததா என்ற கேள்வி சிந்தனைத்துறையின் பல்வேறு மட்டங்களையும் தாக்கியிருந்தது. உலகம் செயல்படும் முறை பற்றிய வெவ்வேறு பார்வைகளுடன் மோதிக்கொண்டிருந்த உள்நாட்டுப் பகுதிகள் உரிமைகள், கடமைகள், மரபுகள் பற்றித் தமக்குள்ளாகவும் பிற பகுதிகளுடனும் முரண்பட்டிருந்த சமூகம் அதாவது பேரரசு என்பதன் சித்திரம் கணவனின் முழுக்கட்டுப்பாட்டில் உள்ள ஒரு குடும்பத்துடன் சில சமயம் ஒப்பிடப்பட்டது. பதினேழாம் நூற்றாண்டின் இங்கிலாந்து மக்கள் குடும்ப உறவுகள் பற்றி மிக அதிகமாகக் கவலைப்

பட்டனர் என்பது ஒரு சுவாரசியமான செய்தி. பெண்களை வேசிகள் அல்லது சூனியக்காரிகள் என்றும் ஆண்களைத் தமது கட்டுப்பாட்டுக்குள் வைத்திருப்பவர்கள் என்றும் பயம் நிலவிய அக்காலகட்டத்தில் முறையான ஆண், பெண் உறவுகள் குலைந்துபோய் இருந்ததாகக் கவலை இருந்து வந்தது. மொத்தத்தில் ஆங்கிலச் சமூகம் நிலைகுலைந்து போயிருந்ததாக ஓர் உறுதியான எண்ணம் அப்போது இருந்தது, அதாவது உலகம் தலைகீழாக இருந்தது. ஒழுங்கமைப்பு என்ற கருத்து அரசியல், சமயம், கலாச்சாரம் என்று தனித்தனிப் பிரிவுகளாகப் பிரிக்கமுடியாததாக இருந்தது. அவை ஒன்றாகப் பிணைந்திருந்தன. அதனால் (அண்டர்டௌன் கருத்துப்படி) இங்கிலாந்து உள்நாட்டுப் போரின் பெரும் பகுதி உலகம் எப்படிச் செயல்படவேண்டும் என்பது பற்றிய இருவேறு கருத்துகளுக்கும், இருவேறு கலாச்சாரங்களுக்கும் இடை யேயான போராட்டமாகவே இருந்தது.

டேவிட் அண்டர்டௌனின் இங்கிலாந்து உள்நாட்டுப் போர் பற்றிய 'உண்மைக்கதை' மற்ற வரலாற்றாசிரியர் களால் கேள்விக்குள்ளாக்கப்பட்டது (குறிப்பாக அவர் தந்த வட்டார, வர்க்க வேறுபாடுகளின் துல்லியத்தன்மை கேள்விக் குள்ளானது). ஆனால் அவருடைய பகுப்பாய்வு முறை, ஒரே பகுப்பாய்வில் பொருளாதாரம், அரசியல், சமூக அமைப்பு, கலாச்சாரம் போன்ற கூறுகளை ஒருங்கிணைத்து அலசுவது எப்படி என்பதற்கு நல்ல சான்றாக அமைந்துள்ளது. இது நம்மை ஆச்சரியப்படுத்தக் கூடாது. ஏனென்றால் கல்வி யாளர்கள் வரலாற்றாசிரியர்கள், பொருளாதார நிபுணர்கள், சமூகவியலாளர்கள், அல்லது மானுடவியலாளர்கள் என்று எந்த வகையாக அடையாளப்படுத்தப்பட்டாலும் அனைவருமே மக்கள் எப்படி வாழ்கிறார்கள்; எப்படி ஊடுறவுகொள் கிறார்கள் என்பதைப் பகுத்தாய்வதில்தான் ஈடுபட்டிருக் கிறார்கள். ஒவ்வொரு துறையும், தனக்கு ஆர்வமூட்டக்கூடியது எது? முக்கியத்துவமுடையது எது? என்பதற்கேற்ப கவனத் தைக் குவிப்பதன் மூலம், வெவ்வேறு அணுகுமுறைகளுடன் வெவ்வேறு கருத்துக்களுக்கு அழுத்தம் கொடுக்கலாம் ஆனால், இந்தத் துறைகள் அனைத்தும் தம்மைப் பற்றிக் கூறிக்கொள்ள விரும்புவதை விடவும் அதிக அளவில் பொதுத்தன்மைகளைக்

THE
VVorld turn'd upſide down:
OR,
A briefe deſcription of the ridiculous Faſhions
of theſe diſtracted Times.

By T. J. a well-willer to King, Parliament and Kingdom.

London: Printed for *John Smith*. 1647.

17. உலகம் தலைகீழாகிப் போனது: சமூகம், பால்வேறுபாடு, உடல் ஆகியவை தலைகீழாக மாறிப்போயின என்பது பதினேழாம் நூற்றாண்டு இங்கிலாந்தின் அரசியல் சிக்கல்களுடன் இணைத்துச் சித்திரிக்கப்படுகிறது. (1647)

கொண்டிருக்கின்றன. வரலாறு தனது சகோதரத் துறைகளிடம் இருந்து கருத்துகளைக் கடன் வாங்குவதோடு நில்லாமல் அவற்றிற்குச் சிலவற்றைத் திருப்பித்தரவும் அதிகமாக முயன்றுகொண்டிருக்கிறது. காலத்திற்கேற்ப ஒவ்வொன்றும் எவ்வாறு, ஏன் மாறுகின்றன என்று சிந்திக்க வைக்கக்கூடிய ஒரு தன்மையை வரலாறு வழங்கமுடியும். இந்த வகையில் அண்டர்டௌனுடைய வரலாற்று விபரம் ஆர்வமூட்டக் கூடியதாக உள்ளது. சமூகத்தை இயக்கமற்ற உறுதிப்பட்ட ஒன்றாகப் பார்க்காமல், அது எந்த வகையில் உடைந்தும் பிரிந்தும் இருந்தது என்பதற்கு அழுத்தம் தருவதைத் தேர்ந்தெடுக்கிறது. மேலும் பதினேழாம் நூற்றாண்டில் ஒன்றுடன் ஒன்று குறிப்பாக மோதலில் ஈடுபட்ட சக்திகளை அடையாளம் காட்ட முயல்கிறது.

மக்கள் சிந்தித்த முறைகளைப் பகுத்தாய்வது பற்றி அடுத்த அத்தியாயத்தில் கூடுதலாகப் பேசுவோம். இப்போது, வரலாற்றாசிரியர்கள் பெரும் வரலாறுகளை எவ்வாறு உருவாக்குகின்றனர் என்ற பெரிய கேள்விக்கு வருவோம். காரணகாரியம், தொடக்கம் என்பவை பற்றி அடிக்கடி நாம் பேசுவதைப் பார்க்க முடிகிறது. சிக்கலான சம்பவங்களை அணுகிட பொதுப்புத்தி சார்ந்த பார்வைகள் பயனுடையவை; ஆனால் இவற்றுடன் சில ஆபத்துகளும் இணைந்துள்ளன. இங்கிலாந்து உள்நாட்டுப் போரின் தொடக்கத்தை ஆராய்வ தென்பது (ஏராளமான வரலாற்றாசிரியர்கள் செய்தது போல) ஒரு குறிப்பிட்ட காலத்திற்கு முன்பு அது நிகழ்ந்திருக்க முடியாது என்று கூறுவதற்கான தந்திரமாகும். பின்வரும் நிகழ்ச்சிகள் அனைத்தையும் ஒரே கதையாக நாம் கண்டால் இது உண்மையாக இருக்கலாம். ஆனால் பதினேழாம் நூற்றாண்டு இங்கிலாந்து பற்றிக் கூறப்படக்கூடிய கதைகளின் வகைமைகளை (சமயப் போராட்டம், அரசியல் கருத்துகள், சமூக மற்றும் பொருளாதார மாற்றங்கள்) நாம் ஒப்புக் கொண்டால் 'தொடக்கம்' என்ற ஒரு கருத்து அதிகக் கடினமாக மாறுகிறது. எது எப்படியானாலும் 'இங்கிலாந்து' என்று உருவாவதற்கு முன் 'இங்கிலாந்து உள்நாட்டுப்போர்' என்ற ஒன்று நடந்திருக்க முடியுமா என்ன? இந்தக் கேள்வியைப் பொறுத்தவரை, 'இப்படி' ஒன்று இருந்ததாகக் கூறுவதற்கான

கால அளவு என்ன என்று வரலாற்றாசிரியர்கள் முடிவு செய்ய வேண்டும் (மிகச் சிக்கலான ஒரு கேள்வி, குறைந்தபட்சம் பதினைந்தாம் நூற்றாண்டை நோக்கி ஒருவரைக் கொண்டு செல்லக்கூடியது).

'தொடக்கங்கள்' என்பவை அதற்கு முன் பல தொடக்கக் கதைகளைக் கொண்டவை. நிகழ்வுகள் என்பவை அவற்றிற்குப் பிறகு பல நிகழ்வுகளைக் கொண்டவை. மிகச் சுருக்கமாக, அமெரிக்க கண்டம் ஐரோப்பியர்களால் காலனியாக்கப் பட்டதை எடுத்துக்காட்டாகக் கொள்வோம். சமயப் போர், பொருளாதார சக்திகள், கருத்தியல் நோக்கங்கள் என்று மீண்டும் இது நிகழ்ந்ததற்கான பல காரணங்களை நாம் குறிப்பிடமுடியும். ஆனால் காலனியாதிக்கம் பற்றி ஒரு கதையை நாம் உருவாக்கும்போது நம்முடைய ஒட்டுமொத்த மாதிரிக்குள் பொருந்தாதது போலத் தோன்றும் ஆயிரக்கணக் கான தனித்தனி வரலாற்றுக்கதைகளை ஒன்றாகத் தொகுத்து விடுகிறோம் என்பதை நினைவில்கொள்ள வேண்டும் (பர்டெட் சம்பந்தப்பட்டது போன்ற கதைகள்). தொகுத்துரைத்தல் என்பது எப்போதும் சிலவற்றை மௌனமாக்கிவிடுதல் என்பதை உள்ளடக்கியுள்ளது. இந்த நூலின் இரண்டாவது, மூன்றாவது அத்தியாயங்களில் வரலாற்றியலின் இரண்டாயிரம் வருடத்திற்கு மேற்பட்ட காலங்களைத் தொகுத்துரைத்து இருக் கிறோம். இன்னும் கூடுதலான பக்கங்களைக் கொடுத்தால் இந்த வரலாறு என்னுடைய சுருக்கமான வரலாற்றைவிட கூடுதல் சிக்கலானதாக இருக்கும் என்பதை ஒருவர் நினைவில் கொள்ள வேண்டும். தொகுத்துரைத்தல் என்பது பயனுடையதும் தவிர்க்க முடியாததுமாக உள்ளது. ஆனால் அது இன்னும் ஒரு 'உண்மைக் கதை'தானே தவிர முழுக் கதை கிடையாது. பெரும் வரலாறுகள் என்பவை எந்த ஒரு குறிப்பிட்ட சூழலின் சிக்கலான தன்மையையும் நசுக்கி அழித்துவிடுகின்றன என்பதால் தொகுத்துரைத்தல் மூலம் உருவாக்கப்படும் 'பெருங் கதையாடல்களைப் பற்றிச் சமீப காலங்களில் வரலாற்றா சிரியர்கள் (பொதுவாகச் சமூகம் என்றும் கூறலாம்) நம்பிக்கை அற்றவர்களாக உள்ளனர். இந்தப் பெருங்கதையாடல்களுக்குத் தரப்பட்ட அர்த்தங்களால் நாம் முன்பைவிட குறைவாகவே தூண்டுதல் பெறுகிறோம். பத்தொன்பதாம் நூற்றாண்டின்

சமூகம் தனது உச்சக்கட்ட நிலையிலோ அல்லது அதற்குச் சற்று நெருக்கத்திலோ வரலாற்றை முன்னோக்கிய வளர்ச்சி பற்றிய கதையாகப் பார்க்கக்கூடிய நிலை இருந்தது. இரண்டு உலகப்போர்கள், ஆயுதப்போட்டி, ஏழைப் பணக்காரர்களுக் கிடையில் அதிகரித்துவரும் பெரும் இடைவெளி, மனிதர் களின் கட்டுப்பாட்டை மீறிச் செல்லும் நோய்கள், உலகைச் சூழ்ந்துள்ள வேதியியல் கழிவுகள் இவற்றிற்குப் பின் இருபதாம் நூற்றாண்டின் பிற்பகுதி முன்னோக்கிய வளர்ச்சியென்பதில் குறைவான நம்பிக்கைதான் கொண்டுள்ளது. உலகம் முடியப் போகிறது என்ற இன்னொரு பெருங்கதையாடலை உண்மை யென்று சொல்லுவதற்காக அல்ல இந்த வாதம். நம்மை எதிர் கொள்ளும் சிக்கல்களைக் கையாளும்போது நம்மைச் சுற்றிப் பெருங்கதைகளை உருவாக்கிக் கொண்டிருப்பவர்கள் மீது நாம் நம்பிக்கையிழந்துவிட்டோம் என்பதையும், உண்மைக் கதைகளின் நுட்பமான கூறுகள் மீது அதிக கவனம் செலுத்த விரும்புகிறோம் என்பதையும் குறிப்பிடு வதற்காகத்தான்.

விளைவுகள் என்பவை தொடக்கங்களை விட குறைவான சிக்கல்களை உடையவையல்ல. ஆயிரக்கணக்கான அமெரிக்க பூர்வீக மக்களின் அழிவு, அடிமை முறையின் வளர்ச்சி மற்றும் நீடிப்பு, இங்கிலாந்தின் பொருளாதாரத்தில் ஏற்பட்ட நீண்ட கால வீழ்ச்சி, அரசு, அரசியல் பற்றிய புதிய கருத்தாக்கங் களின் வளர்ச்சி, பனிப்போர், விண்வெளிப் பயணப்போட்டி, இப்போது நாம் வாழும் உலகமயமான சமூகம் போன்றவை அமெரிக்கக் காலனியாக்கத்தினால் ஏற்பட்ட சில விளைவுகள். கடல் பயண முன்னோடிகள் இப்படிப்பட்ட விளைவுகளைப் பற்றிக் கற்பனை செய்திருப்பார்கள் என்று யாராவது சொல்ல முடியுமா? இந்த விளைவுகளில் ஏதாவதொன்றை அடிக் கோடிட்டு இந்த இடத்தில் வரலாறு முடிகிறது என்று கூறும் திறன் யாரிடம் இருக்கிறது? எவையுமே முற்றுப்பெறுவ தல்ல. உண்மையில் கதைகள் மற்ற கதைகளை நோக்கிச் செலுத்துகின்றன; ஆயிரக்கணக்கான மைல் கடல் பயணங்கள் கண்டங்களைத் தாண்டிய பயணங்களைத் தொடங்கி வைக் கின்றன. இந்தக் கதைகளுக்கான அர்த்தங்களும், பொருள் கூறல்களும் படை அணிவகுப்பு போல தொடர்ந்து வருகின்றன.

நாம் சொல்ல விரும்பும் கதையை வழிநடத்தக்கூடிய (மற்றும் அதனால் வழிநடத்தப்படும்) 'தொடக்கக்காரணங்கள்' என்பவை நாம் எந்த இடத்தில் கதையைத் தொடங்கவேண்டும் என்று நினைக்கிறோமோ அந்த இடத்தில் அமைந்துவிடுகின்றன. 'விளைவுகள்' என்பவை களைப்புடன் எந்த இடத்தில் நாம் முடிக்கிறோமோ அங்கே உருவாகின்றன.

எந்தக் காரண காரியங்கள் சிலவற்றை நிகழ வைக்கின்றன என்று தீர்மானிக்கும் முயற்சியில் வரலாற்றாசிரியர்கள் ஏராளமான மாறுபட்ட கோட்பாடுகளை உருவாக்க முடியும். பல்வேறு நிலைப்பாடுகளைச் சார்ந்திருக்க முடியும். மிகமிக எளிமையான சில தருணங்களைத் தவிர, மற்ற ஒவ்வொன் றிற்கும் பலவிதமான காரணகாரியங்கள் இருக்கும் என்பதைப் பெரும்பாலானவர்கள் ஏற்றுக்கொள்வார்கள். அக்காரண காரியங்களால் ஏற்படும் நிகழ்வுகள் வேறு சிலவற்றை நிகழ்விக்கும் காரணகாரியங்களாக மாறுகின்றன. இச்சிக்க லான நிகழ்வுத்தொடர்களிலிருந்து வரலாற்றாசிரியர்கள் ஒரு கருத்து வடிவத்தை உருவாக்க முயல்கிறார்கள்; சில சமயங் களில் 'முக்கியத்துவமுடைய' மனிதர்கள் என்பது போன்ற மிக எளிய கருத்துவடிவங்களாகவும் சிலசமயங்களில் சித்தாந் தங்கள், பொருளாதாரம், கலாச்சாரம் போன்ற மிகச் சிக்கலான கருத்து வடிவங்களாகவும் அவை அமைகின்றன.

கடந்த காலத்திலிருந்து கண்டடைய கருத்துவடிவங்கள் உள்ளன என்பதில் சந்தேகம் இல்லை. ஆனால் அவற்றில் ஏற்கனவே உள்ளவை எவ்வளவு, வரலாற்றாசிரியர்களால் உருவாக்கப்படுபவை எவ்வளவு என்பது தெளிவற்றதாகவே உள்ளது (இவை பற்றி இறுதி அத்தியாயத்தில் நாம் விவாதிக்க இருக்கிறோம்). கடந்த காலத்தைச் சேர்ந்த மக்கள் வாழ்க்கை இயங்கும் விதம் பற்றித் தமக்கேயான கருத்துவடிவங்களைச் சில சமயங்களில் பிரக்ஞைபூர்வமாகவும் சில சமயங்களில் பிரக்ஞை இன்றியும் கொண்டிருந்திருக்கிறார்கள். ஆனால் குடும்பம், பால் அடையாளம், அரசியல் நெறிமுறை போன்ற இந்தக் கருத்து வடிவங்கள் வட்டாரத்தன்மை உடையவை யாகவும் குறிப்பிட்ட சூழல் சார்ந்தவையாகவும் இருந்தன. இக்கருத்து வடிவங்களிலிருந்து அர்த்தத்தைப் பெறுவதில்

ஈடுபடும் வரலாற்றாசிரியர்கள் தமது தேர்ந்தெடுப்புகள் பற்றி என்ன நினைக்கிறார்கள் என்பது முக்கியமானது.

இங்கிலாந்து உள்நாட்டுப்போர் பற்றி வரலாற்றாசிரியர்கள் கொண்டிருக்கும் பல்வேறு அணுகுமுறைகள் குறித்து நாம் பார்த்திருக்கிறோம். அவர்களுடைய அணுகுமுறை அரசியல், சமூகம், கலாச்சாரம் போன்ற எதைச் சார்ந்திருந்த போதும் தமக்கேயான இனக்குழு உடையை அணிந்த தனித்தனிக் குழுக்களாக அவர்கள் பிரிந்திருக்கிறார்கள். இது உண்மையில் நிலைமையை மிக எளிமைப்படுத்திவிடக்கூடிய ஒரு சித்திரிப்புதான். ஒரு குறிப்பிட்ட வரலாற்றாசிரியரே வெவ்வேறு வகையான விளக்கங்களில் ஆர்வம் கொண்டிருக்கலாம். கலாச்சாரம், சமூகம் என்ற இரு தளங்களிலுமான விளக்கங்களைப் பயன்படுத்துவதில் உள்ள சாதகமான தன்மையைப் புரிந்திருக்கலாம், அல்லது அரசியல், பொருளாதாரம் என்ற இரு தளங்களிலும்கூட அணுகலாம். உண்மையில் இங்கிலாந்து உள்நாட்டுப் போர் பற்றி விளக்கம் தர முயற்சிக்கும்போது பல்வேறு விதமான இப்பெரிய வரலாற்றுக் கதைகளிலிருந்து மிகச் சிறிய பகுதிகளை எடுத்துக் கொள்ளும் தேவை இருக்கலாம் என்பதுபோல் நமக்குத் தோன்றக்கூடும். என்றாலும் வரலாற்றாசிரியர்கள் தமக்குள் பல குழுக்களாகப் பிரிந்திருக்கிறார்கள். தாம் அதற்குத் தனிப்பட்ட முறையில் காரணமாக இருப்பதை ஏற்றுக்கொள்ளாமல் மற்றவர்களே இப்பிரிவுக்குக் காரணம் என்று கூற அவர்கள் விரும்புவார்கள். இது பற்றியோ அல்லது வேறு வரலாற்றுத் தலைப்புகள் பற்றியோ வரலாற்றாசிரியர்களின் விவரணைகளைப் படிக்கும் போது, இது போன்ற 'இனக் குழுப்பிரிவு'களின் நிலைப்பாடுகளில் எதையாவது கைக்கொள்கிறாரா என்று தெரிந்து கொள்வது அவசியமானது. உள்நாட்டுப் போர் பற்றி முழு முற்றான விளக்கம் என்று ஒன்று இல்லை; இருக்கப்போவது மில்லை. முழுமுற்றான ஒன்றுக்கான ஆவல் என்பது நமது கவனத்தையும் உற்று நோக்கலையும் கோரும் சிக்கலான கடந்த காலம் பற்றிய கருத்துகளைத் தவறவிட்டு விடக்கூடியதாகவே இருக்கிறது. எல்லா வரலாறும் தற்காலிகமானதே, தீர்க்க முடியாத சிக்கல் பற்றிச் சிலவற்றைக் கூறுவதற்கான ஒரு முயற்சியே. இந்த இடத்தில் வரலாற்றாசிரியர்களுக்கு மிக

முக்கியமான பொறுப்பு ஒன்று உள்ளது; வரலாற்றைச் சொல்வதற்குத் தனது வழிமுறை ஒன்றே முழுமையானது என்று எந்தக் காலத்திலும் உரிமைகொள்ளாமல் இருப்பது. ஆனால் வாசகருக்கும் பொறுப்பு உள்ளது. வரலாறுகளிடம் சலுகைகாட்டாமல் இருக்க வேண்டும், ஏனென்றால் அவை முழுமையானவை அல்ல. ஆனால் அவற்றை உண்மைக் கதைகள் என்ற அளவில் மட்டுமே அணுகவும் வேண்டும்.

இந்த அத்தியாயத்தின் தொடக்கத்தில் பர்டெட்டுடைய கதை ஒரு நீண்ட பயணத்தின் ஓரடி வைப்பாக இருக்க முடியும் என்று நான் குறிப்பிட்டிருக்கின்றேன். ஆனால் ஒவ்வொரு ஆயிரம் மைல் பயணமும் ஓரடி வைப்பில்தான் தொடங்குகின்றன. ஓரடி வைப்புடன்தான் முற்றுபெறு கின்றன. பதினேழாம் நூற்றாண்டு இங்கிலாந்து மற்றும் அமெரிக்கப் பின்புலத்தில் பர்டெட்டுடைய கதை ஆர்வ மூட்டக் கூடிய ஆய்வுப் பொருளைத் தருகிறது. அவருடைய நம்பிக்கையும் சூழ்நிலைகளும் கடல்கடந்து செல்ல வைக் கின்றன. அவையே மீண்டும் தாய்மண்ணுக்கு அவரைக் கொண்டுவருகின்றன. புரட்சிகரமான தூய்மைவாத மத போதகர் என்ற வகையில் நவீன உலகின் தொடக்ககாலத்தில் நிலவிய மோதல்கள் மற்றும் பதட்டங்களின் கலாச்சாரக் கலவைத் தன்மைக்கு நிச்சயம் அவர் பங்களித்திருக்கிறார். ஆனால் அவரது நம்பிக்கையின் பாதையை மீறி, நாடு திரும்பிய அவர் அரசருடைய ஆதரவாளராக மாறுகிறார். இங்கு நாம் ஆய்வுக்கு எடுத்துக்கொள்ளாத ஆயிரக்கணக் கான வாழ்க்கைகளுக்கும், விரிவான சான்றுகள் கிடைக் காமல் போன பல ஆயிரக்கணக்கானவைகளுக்கும் பிரதி நிதியாகப் பர்டெட் ஒரு தருணத்தில் இருக்கமுடியுமென்றால் ஒரு கருத்தைக் கூறி இதை முடித்துக்கொள்வோம். பர்டெட் இல்லையென்றால் உள்நாட்டுப் போர் நிகழ்ந்திருக்காது; அவர் ஒரு மாபெரும் வரலாற்று நாயகராக இருந்தார் என்பதல்ல இதன் பொருள். மிகச் சரியாகச் சொல்வதென்றால் அவர் வரலாற்று நாயகராக இல்லாததினாலேயே அந்தப் பங்கை ஆற்றியிருக்கிறார். ஒரு தனிமனிதராக இருந்து அவர் பங்காற்றவேண்டியிருந்த சிக்கலான வரலாற்று நிகழ்ச்சிகளைப் பொறுத்த அளவில் பர்டெட் முரண்பாடான

முடிவுகள் எதையும் எடுக்காமல் இருந்திருந்தால் அந்தப் போர் நடந்திருக்காது. மார்க்ஸ் குறிப்பிட்டதுபோல, வரலாறு தமது தேர்ந்தெடுப்பை மீறிய சூழ்நிலைகளில் மனிதர்களால் உருவாக்கப்படுகிறது. ஆனால் அவர்கள் வாழும் வாழ்க்கை மூலம் அந்தச் சூழ்நிலைகளின் மீது பாதிப்பை ஏற்படுத்துகிறார்கள். சூழ்நிலைகள், வரலாறு, மக்கள் என்பவை வேறுவேறு அல்ல. ஒன்றிலிருந்து மற்றொன்றின் வகைமாதிரி அல்லது வடிவத்தன்மையைப் பிரித்து விளக்கும் வரலாற்றாசிரியர்கள் எதிர்பார்த்தபடி அவை ஒன்றுடன் ஒன்று பிணைந்து சென்றுகொண்டே இருக்கின்றன. நான் விரும்பும் வகைமாதிரி என்பது முன்திட்டமில்லாத விளைவுகள் பற்றியது. அனைத்தும் என்று சொல்லமுடியாவிட்டாலும் பெரும்பான்மையான நிகழ்வுகள் அதன் விளைவுகள் என்னவாக இருக்கும் என்ற பார்வையில்லாத மக்கள் செய்யும் சில குறிப்பிட்ட நோக்கங்களுக்கான செயல்களின் விளைவால் தான் ஏற்படுகின்றன. மக்கள் தமது நிகழ்காலச் சூழலுக்கேற்ப நிகழ்காலக் காரணங்களுக்கேற்பத்தான் செயலாற்றுகிறார்கள். ஆனால் அவர்களின் செயல்கள் அலைவட்டங்களை உருவாக்குகின்றன, அவர்களுடைய காலத்தையும் தாண்டி வெளி நோக்கி விரிந்து கோடிக்கணக்கான மற்ற வாழ்க்கைகளால் உருவாக்கப்படும் அலைவட்டங்களுடன் இடையீடு கொள்கின்றன. இந்த மோதலுறும் அலைகளினால் உருவாக்கப் படும் வடிவத் தோற்றங்களின் ஏதோவொரு இடத்தில் வரலாறு நிகழ்கிறது.

அத்தியாயம் 6
பூனைகளைக் கொல்லுதல் அல்லது கடந்தகாலம் என்பது அயல் நாடா?

பூனைகளைக் கொல்லுதல் பற்றி ஒரு வரலாறு உண்டு. அதாவது இந்தச் செயல் காலத்துக்குக் காலம் மாறிவந்திருக்கிறது. அதனால் திருமணம், மதம், உணவுப் பழக்கம், கப்பல் போக்குவரத்து, இனப் படுகொலை, மீன் பிடித்தல், பால்மாற்ற உடைப்பழக்கம், பொருட்களின் வாசனையறிதல், பாலியல் நடத்தை என்பவை போல இதுவும் வரலாற்றாசிரியர்களால் விவரிப்பதற்கும் பகுப்பாய்வு செய்வதற்கும் உரியதாகிறது. பூனையைக் கொல்லுதல் பற்றிய சுருக்கமான வரலாறு இப்படியாக உள்ளது. புராதன எகிப்தில் பூனைகள் மரியாதைக்கும் கௌரவத்திற்கும் உரியவையாக இருந்தன. அதனால் அவற்றின் எஜமானர்களும் எஜமானிகளும் இறந்தபோது அவர்களுக்குத் துணையாக அவர்களின் பூனைகளும் அவர்களுடைய கல்லறைகளில் அடைக்கப்பட்டு மூச்சுத் திணறிச் சாகும்படி விடப்பட்டன. இடைக் காலத்தின் தொடக்கப்பகுதியில் (c.400-1000) பூனைகளுக்குக் குறைந்த மரியாதையே தரப்பட்டது. அவை பெரும்பாலும் பட்டினியால் இறந்தன. இடைக் காலத்தின் பிற்பகுதியில் (c.1000-1450) பூனைகள் வேறொரு முனைக்குத் தள்ளப்பட்டுச் சாத்தானுடன் தொடர்புடையவையாகப் பார்க்கப்பட்டன. கதார்கள் மற்றும் பிற திருச்சபை மறுப்பாளர்களிடையே பூனைகளின் குதத்தில் முத்தமிடும் ஒரு பொதுவான பழக்கம் இருந்ததாக நம்பப்பட்டது அல்லது சமய தண்டனை தருபவர்கள் அது போல் ஒரு குற்றச்சாட்டை வைத்தனர். கதார் சமயத்தைச் சேர்ந்த சிலருக்குக்கூட பிசாசுகளுடன் தொடர்பு

18. பதினெட்டாம் நூற்றாண்டில் பூனைகளைக் கொல்லுதல் (வேறுசில விலங்குகளைத் துன்புறுத்துதல்). (ஹோகார்த், கொடூரத்தின் நான்கு கட்டங்கள்)

வைத்துக்கொள்வதில் நம்பிக்கையிருந்தது. அப்லிஸ் பகுதியைச் சேர்ந்த ஜியோஃப்ருவா என்ற திருச்சபைத் தண்டனையை நிறை வேற்றும் ஒருவர் இறந்தபோது அவருடைய சவப் பெட்டி மீது கருப்புப் பூனைகள் மொய்த்துக் கொண்டதாகவும், சாத்தான் தன் பழியைத் தீர்த்துக்கொண்டதன் அடையாளம் இது என்றும் ஒரு நபர் கூறியிருக்கிறார். மத்திய காலத்தில் பூனைகளைப் பற்றிய அச்சமிருந்ததால் அவை கொல்லப் பட்டன; கல்லால் அடித்துத் துரத்தப்பட்டன. பதினேழாம் நூற்றாண்டில் பூனைகளைப் பற்றிய பொதுமக்களின் கருத்து இன்னும் மோசமடைந்தது. அவை சூனியக்காரர்களுடன் உறவுடையவை என்று சொல்லப்பட்டு அவற்றின் எஜமானிகள் அல்லது எஜமானர்களுடனேயே மரண தண்டனைக்கு உட் படுத்தப்பட்டன. பதினெட்டாம் நூற்றாண்டில் பிரான்ஸை சேர்ந்த வேலையாட்கள் மற்றும் சிலர் கொலை செய்வதை வேடிக்கையான ஒன்றாக எண்ணிக்கொண்டு ஏராளமான பூனைகளை விளையாட்டுத்தனமான சடங்குகளுடன் கொன்று போட்டார்கள். அறிவொளிக் காலமான நம்முடைய இருபதாம் நூற்றாண்டில், கைவிட்டு விடுதல், அதிக தீனிபோடுதல் போன்றவற்றாலோ அல்லது அவற்றால் வாழமுடியாத நிலை ஏற்பட்டாலோ அன்றி நாம் யாரும் பூனைகளைக் கொல்வதில்லை.

கடந்த அத்தியாயத்தில் வரலாற்றாசிரியர்களை அரசியல், சமூகம், கலாச்சாரம் என்ற வேறுபட்ட 'இனக்குழுக்களை'ச் சார்ந்தவர்கள் என்ற வகையில் விவரித்திருந்தோம். இந்த அடையாளங்கள் தரப்பட்டு ஏற்கப்பட்டிருந்தபோதும் (கல்விப் புலம் சார்ந்த பணியிடங்களுக்கு விளம்பரம் தரும்பொழுது இவை பயன்படுகின்றன) இவை உறுதியான, நீடித்த எல்லைக் கோடுகள் இல்லையென்பதையும் நாம் குறிப்பிட்டிருக் கிறோம். இவ்விடத்தில் எல்லா வரலாற்றாசிரியர்களை யும் இரு அணிகளாகப் பிரித்துக்காட்டும் அடிப்படை வேறு பாடு ஒன்று உள்ளது. கடந்த காலத்தைச் சேர்ந்த மக்கள் அடிப்படையில் நம்மைப் போன்றவர்களே என்று நம்பக் கூடியவர்கள், அடிப்படையில் நம்மிலிருந்து வேறுபட்ட வர்கள் என்று நம்பக்கூடியவர்கள். தொடக்க அத்தியாயங் களிலிருந்தே இந்தப் பிரிவு இருந்துவருவது உங்களுக்கு

நினைவிருக்கலாம். ஒவ்வொரு காலகட்டத்திலும் எல்லா மனிதர்களும் ஒன்று போலவே இருக்கிறார்கள் என்று டேவிட் ஹுயூம்(David Hume) எண்ணினார். எல்.பி. ஹார்டிலியோ (L.P.Hartley) கடந்தகாலம் என்பது ஓர் அயல் நாடு; அங்குள்ள வர்கள் எல்லாவற்றையும் நம்மிலிருந்து வேறு வகையிலேயே செய்கிறார்கள் என்று குறிப்பிட்டார். நம்முடைய காலத்தில் பூனைகளைக் கொல்வது சிரிப்புக்குரியதல்ல என்பதும் பதினெட்டாம் நூற்றாண்டைச் சேர்ந்த வேலையாட்கள் பூனை களைக் கொல்வதை வேடிக்கை நிரம்பியதாகப் பார்த்தார்கள் என்பதும் இந்த எதிரிடைத் தன்மை பற்றிச் சிந்திப்பதற்கு உகந்த எடுத்துக்காட்டுகளாக உள்ளன.

1730களில் பிரான்சில் ஓர் அச்சகத்தில் உதவியாளராக வேலைசெய்த நிக்கோலா கோன்தாத்(Nicolas Contat) என்ற பெயரையுடைய ஒருவர் எழுதிய சுயசரிதையிலிருந்த (பாதி கற்பனை கலந்தது என்றாலும் நம்பத்தகுந்த தகவல்களைக் கொண்டதாக ஏற்கப்பட்டது) ஒரு பகுதிக்கு வரலாற்றாசிரியர் ராபர்ட் தார்ன்டன்(Robert Darnton) 'மாபெரும் பூனைப் படுகொலை' என்று பெயரிட்டது நமக்குத் தெரியும். கோன்தாத் கூறுவது முழுக்கமுழுக்க உண்மையோ இல்லையோ – தனது சமகாலத்தவர்களால் படிக்கப்பட்டுப் புரிந்துகொள்ளப்பட வேண்டும் என்று அவர் எதிர்பார்த்த ஒரு கதையை அது கொண்டிருப்பதாக தார்ன்டன் கூறுகிறார். ஆவணங்கள் உண்மையில் என்ன நடந்ததோ அதைத் தாண்டிய ஒரு மெய்மையை நமக்குத் தெரிவிக்க முடியும். மக்கள் எவ்வாறு சிந்தித்தார்கள் என்பதையும், அவர்கள் தமது கலாச்சாரத்தி லிருந்து பெற்றுக்கொண்ட படிமங்கள், மொழி மற்றும் சிந்தனை முறை போன்றவற்றையும் அவை விளக்கிக்காட்ட முடியும்.

கோன்தாத் விவரித்தது இதுதான்: ழெரோம்(Jerome) (கோன்தாத்துடைய கற்பனைப் பெயர்), லெவியல்(Le'veille') என்ற இரு பயிற்சியாளர்கள்(apprentices) ழாக் வின்சென் (Jacques Vincent) என்ற முதலாளிக்குச் சொந்தமான அச்சகத்தில் தங்கி வேலை செய்துவந்தனர். முதலாளியின் மனைவிக்குப் பூனைகள் என்றால் கொள்ளை ஆசை. அவளிடம் 'லா கிரி' (சாம்பல்) என்று பெயரிடப்பட்ட ஆசைக்குரிய பூனை ஒன்று இருந்தது. பல குரல் திறமையுடைய லெவியல் பல இரவுகளில்

முதலாளியின் படுக்கையறைச் சன்னலுக்கு வெளியே பதுங்கிக் கொண்டு பூனை போலக் கத்தி முதலாளியின் தூக்கத்தைக் கெடுத்தான். எஜமானி இதைத் தொடர்ந்து அந்த மோசமான பூனைகளைப் (கற்பனை) பிடித்துக் கொன்றுவிடும்படியும் தன் செல்லமான லா கிரிக்கு மட்டும் எந்தத் தீங்கும் வரக் கூடாது என்றும் கட்டளையிட்டாள். பயிற்சியாளர்களோ அக்கம்பக்கத்துப் பூனைகளையெல்லாம் கொல்ல ஏற்பாடு செய்தார்கள். ஆனால் அவர்கள் முதலில் கொன்று புதைத்தது லா கிரியைத்தான். மற்ற பூனைகளை வெளிப்படையாகக் கொலை செய்தார்கள். அவை மயங்கி விழும்வரை அடித்து வேடிக்கை விசாரணை ஒன்றை நடத்தி மரணதண்டனையை நிறைவேற்றினார்கள். அவற்றைக் கொலை செய்வதற்கு முன்பு பாவமன்னிப்பு வழங்கும் ஒருவரையும் அவற்றிற்கு ஏற்பாடு செய்தார்கள்! லா கிரியை அவர்கள்தான் கொலைசெய்தார்கள் என்பதை எஜமானி தெரிந்துகொண்டாள். ஆனால் நிரூபிக்க முடியவில்லை. வேலையை விட்டுவிட்டு பூனைகளைச் சாகடித்துக் கும்மாளம் இடுவதாக முதலாளி கோபத்துடன் திட்டினார். அவர்களோ விழுந்து விழுந்து சிரித்தார்கள். கோன்தாத் எழுதுகிறார்: 'எப்படிச் சிரிப்பதென்று அச்சகக் காரர்களுக்குத் தெரியும், அதுதான் அவர்களுடைய முழு நேரத் தொழில்.'

கோன்தாத் தனது கதையில் பூனைகளைக் கொல்லுவது முதலாளியின் கோபத்தைத் தூண்டக்கூடியது என்பதையும் அச்சக பயிற்சியாளர்களின் வாழ்க்கை அவ்வளவு மகிழ்ச்சி யானதாக இல்லையென்பதையும் தெளிவாகச் சொல்கிறார். தனது முதலாளியின் ஆடம்பரம் நிறைந்த வாழ்க்கை முறை யையும் தன்னுடைய பரிதாபத்துக்குரிய நிலையையும் ஒப்பிட்டுக் காட்டுகிறார். பூனைகளைச் செல்லப்பிராணிகளாக வைத்துக் கொள்வது (பயிற்சியாளர்களைவிட அவற்றை அதிகக் கவனத்துடன் வளர்ப்பது) என்பது பூர்ஷுவா முதலாளி களின் சொந்த மகிழ்ச்சிக்கான நாட்டத்திற்கும் வேலைக் காரர்களின் வாழ்க்கையிலிருந்து அவர்கள் வெகுதொலைவு விலகியிருப்பதற்குமான படிமமாகச் செயல்படுகிறது. ஆனால் இது கூட்டங்கூட்டமான பூனைக் கொலையையோ, சிரிப் பையோ முழுமையாக விளக்கிவிடவில்லை (சிரிப்பு

கொலைக்குப் பின்பு மட்டுமல்ல; அது நடக்கும்போதே ஏற்படக்கூடியது). அதைப் புரிந்துகொள்ள பதினெட்டாம் நூற்றாண்டில் பூனைகளைப் பற்றி நிலவிய பல்வேறு குறியீட்டு அர்த்தங்களை ஆராய வேண்டும். தார்ன்டன் குறிப்பிடுவது போல பூனைகள் அப்போதும் சூனிய மாந்திரிகவாதத் துடனும் கெட்ட சகுனத்துடனும் சேர்த்துப் பார்க்கப்பட்டன. பூனைகள் செல்லப் பிராணிகளாக இருந்ததால் மட்டும் இல்லாமல் 'பூட்ஸ் அணிந்த பூனை' போன்ற நாட்டுப்புறக் கதைகள் மூலமும் அவற்றின் இயல்பான சோம்பேறித் தனத்தின் மூலமும் சமூகத்தின் மேல்தட்டு வர்க்கத்தினருடன் அவை உறவுபடுத்திப் பார்க்கப்பட்டன. பூனைகளைச் சித்திரவதை செய்தல் என்பது எல்லை மீறி நடத்தல் மற்றும் ஒழுங்கைக் குலைத்தல் தொடர்பான சடங்குகளின் ஒரு பகுதியாக ஐரோப்பிய சமூகத்தில் பலவகைகளில் கடைபிடிக்கப்பட்டு வந்தது. பூனைகள் பெண்களுடனும், பாலியல் செயல்பாட்டுடனும் உறவுபடுத்திப் பார்க்கப்பட்டன. 'லா ஷா(La Chatte)' என்ற பிரெஞ்சுச் சொல்லுக்கு இன்றைய ஆங்கிலத்தில் 'புஸ்ஸி' என்ற சொல்லுக்கு இருப்பதுபோன்ற இரட்டை அர்த்தம் இருந்தது. கோன்தாத் சொல்லும் பூனைக் கொலை பதினெட்டாம் நூற்றாண்டு பிரெஞ்சுக்காரன் ஒருவனுக்கு அர்த்தம் கொடுக்கக்கூடிய அளவுக்கு நமக்கு எதுவும் அர்த்தம் கொடுக்கமுடியாது. அந்தப் பயிற்சியாளர்கள் பூனைக்கொலையை மறுபடியும் ஊமை நடிப்பில் நடித்துக் காட்டி முதலாளி மற்றும் அவருடைய மனைவி நடந்துகொண்ட முறைகளைக் கிண்டல் செய்து தங்களுடைய நண்பர்களுக்கு எதிர்காலத்தில் கேளிக்கை அளிப்பார்கள் என்று கோன்தாத் சொல்கிறார். பயிற்சியாளர்களின் சிரிப்பு - இது பூனைகளைப் பற்றிய கதை என்பதைவிட நகைச்சுவை பற்றிய கதையாகவே உள்ளது என்பது கேலிகிண்டல் மூலமாகக் கலகம் செய்யும் ஆரம்பகட்ட நவீன மரபின் ஒரு பகுதியாகவும், கலவரமான செயல்பாட்டிற்கும் நகைச்சுவைக்கும் உள்ள உறவின் வடிவமாகவும் பார்க்கப்படமுடியும்.

இதன் வழியே பூனைகளை வசதியானவர்களுடனும் பூனைகளைக் கொல்வதைக் கலகச்செயலுடனும் உறவுபடுத்திப் பார்த்த 'பதினெட்டாம் நூற்றாண்டுச்சிந்தனைமுறை'

என்ற குறிப்பிட்ட ஒன்றை நாம் முன்வைக்கலாம். வேடிக்கை விசாரணை ஒன்றின் மூலம் பூனைகளைக் கொல்வதில் மகிழ்ச்சியடைந்த ஒரு மனோநிலைக்கும் பதினெட்டாம் நூற்றாண்டின் பிற்பகுதியில் ஃபிரான்சில் நடந்த நிகழ்ச்சிகளுக்கும் உள்ள தொடர்புகளையும்கூட (தார்ன்ட்ன் குறிப்பிடுவதுபோல) நாம் காணலாம். எடுத்துக்காட்டாகப் பிரெஞ்சுப் புரட்சி காலகட்டத்தில் 1792 செப்டம்பர் மாதத்தில் நடந்த ஆயிரக்கணக்கான எதிர்ப்புரட்சியாளர்களின் மீதான ஆரம்ப கட்ட விசாரணை மற்றும் அதைத் தொடர்ந்து அந்தக் கைதிகள் 'சாங்க குலோத்(Sans-Culottes)' என்ற ஏழை மக்களால் கொல்லப்பட்ட நிகழ்ச்சி போன்றவற்றைக் கூறலாம் (சாங் குலோத் என்றால் கால் சட்டை அணியாதவர்கள் என்று நேரடிப் பொருள்படும். அங்கு ஏழை மக்களை அது குறிக்கிறது). மனிதர்களைக் கொல்லுவதற்கான பயிற்சியாகப் பூனைகளைக் கொல்லுதல் இருந்தது என்று விவாதிப்பது அல்ல நமது நோக்கம். ஆனால் மக்களின் செயல்பாடுகளுக்குச் சில குறியீட்டு வகைமாதிரிகள் இருக்க முடியும் என்பதைத்தான் குறிப்பிடவேண்டும். காலத்தின் மனஎழுச்சி அல்லது செய்ட்கெய்ஸ்ட் (zeitgeist) கலாச்சார பிரக்ஞை, ஒரு காலத்திற்கான மனநிலை (mentalite) என்பவை போல கடந்த காலத்தின் சிந்தனை முறைக்குப் பல்வேறு அடையாளங்கள் தரப்பட்டுள்ளன.

கடைசியாகச் சொல்லப்பட்ட தொடர்தான் அதிகமாகப் பின்னர் வழக்கினுக்கு வந்தது. காலத்திற்கான மனநிலை (mentalite) என்பது இருபதாம் நூற்றாண்டின் முதல் பாதியில் லூசியேன்ஃபெவ்ரே(Lucien Febvre) என்ற ஃபிரெஞ்சு வரலாற்றாசிரியரால் முதலில் பயன்படுத்தப்பட்டது. இவர் தனது நண்பர் மார்க் ப்ளோஷ்(Marc Bloch) என்பவருடன் இணைந்து 'அன்னலிஸ்ட் அணுகுமுறை(Annaliste approach)' என்ற புதியவகை வரலாற்று முறையைத் தொடங்கியவர் (இவர்கள் தொடங்கிய 'Annales' என்ற ஆய்விதழினை வைத்து இப்பெயர் வழங்கப்பட்டது). அன்னலே சிந்தனைப் புலத்திற்குப் (Annales School) பல்வேறு நோக்கங்கள் இருந்தன. வரலாற்றை அரசியல் நிகழ்வுகளை ஆய்வதிலிருந்து மாற்றிப் பொருளாதாரம், சமூகம் மற்றும் கலாச்சாரக் கேள்விகளை ஆய்வாக்குவது என்பது அவற்றில் ஒன்று (துசிடைடஸ்

கோட்டையிலிருந்து இன்னொரு தப்பிப்பு). வரலாற்றின் நீண்ட காலப் பெரு மாற்றங்களைத்(longue duree) தேர்ந்தறிய முயல்வதும் கடந்த காலத்திற்குள் ஆழப் புதைந்திருக்கும் நிகழ்வோட்டங்களைத் தேடுவதும் மற்றொரு நோக்கம். வரலாற்றுக் காரணகாரியங்களைப் புரிந்துகொள்ளும் முறையுடன் பருவ கால மாற்றம், நிலவியல் அமைப்புமுறை, நீண்டகால பொருளாதார மாற்றங்கள் போன்றவற்றைப் பற்றிய அறிவை இணைக்கும் ஆவலும் இந்நோக்கங்களுடன் இணைந்தே இருந்தது. இந்த வகை அணுகுமுறை ஃபெர்னாந் புருதெல் (Fernand Braudel) எழுதிய மத்தியதரைக் கடல்(The Mediterranean) என்ற நூலில் அதன் உச்ச அளவை எட்டியுள்ளது. இப்பெரிய நூல் அரசர்கள், அரசுகள் பற்றி ஆய்வு செய்வதிலிருந்து விலகி நிலம், மக்கள், கடல் என்பவற்றின் மீது கவனத்தைக் குவித்து ஒரு பெரிய நிலப்பரப்பின் பல நூற்றாண்டு வாழ்க்கை யைப் பேசுவதற்கு முயல்கிறது. அன்னலே சிந்தனைப் புலத்தின் விரிவான நோக்கங்களைப் பின்பற்றுவது ஆங்கிலோ - அமெரிக்க வரலாற்றுத் துறையில் குறைவாகவே காணப் பட்டாலும்கூட வரலாற்றாய்வுத்துறையின் வடிவத்தில் அது மிகப்பெரிய மாற்றத்தை நிகழ்த்தியுள்ளது. ஆனால் மனோ நிலை என்ற கருத்தாக்கம் நவீன வரலாற்றாசிரியர்கள் அனைவர் மீதும் மிகப்பெரிய தாக்கத்தை ஏற்படுத்தியிருக்கிறது.

வரலாற்றாசிரியர்களைப் போலவே பகுத்தறிவு அடிப்படையிலேயே அரசர்களும் அமைச்சர்களும் ஆளுநர்களும் முடிவுகளை எடுத்தார்கள் என்று எண்ணும் அரசியல் வரலாறு பற்றிய 'பொதுப்புத்தி சார்ந்த' அணுகுமுறையிலிருந்து (இந்த அணுகுமுறை, அரசர்கள் 'சரியான' முடிவு எடுக்கத் தவறியதை வைத்துச் 'சரியில்லாதவர்கள்', 'பலவீனமானவர்கள்' என்று தீர்ப்பளிக்க அரசியல் வரலாற்றாசிரியர்களுக்கு வாய்ப் பளித்தது) விலகி வருவதற்கு ஒரு வழியாக 'மனோநிலை' என்ற சிந்தனை முறை உருவானது. அதேசமயம் தற்காலப் பார்வையில் இயல்பானவைகள் என்று தோன்றுவதற்குள் பொருந்தாதவைகளாக உள்ள கூறுகளை அவர்கள் ஆய்வு செய்யும் எல்லைக்குள் வைத்தே விளக்குவதற்கான ஒரு முயற்சியாகவும் இச்சிந்தனைமுறை இருந்தது. தொடுவதன் மூலம் நோய்களைக் குணப்படுத்தும் ஆற்றல் மன்னர்களுக்கு

இருந்தது பற்றிய இடைக்கால நம்பிக்கையான 'அரசனின் தீண்டுதல்' பற்றி மார்க் ப்லோஷ்(Mark Bloch) ஆய்வு செய்தது இதற்கு ஓர் எடுத்துக்காட்டு. இந்த வகையான நடவடிக்கையை அரசாட்சி என்ற முக்கியமான செயலுடன் தொடர்பற்ற ஒரு வரலாற்று விநோதம் என்று ஒதுக்கிவிடமுடியாது என்றும், இடைக்காலத்தின் ஆட்சியதிகாரம் பற்றிய கருத்து நம்முடையதி லிருந்து எந்த அளவுக்கு வேறுபட்டிருந்தது என்று நமக்கு நினைவூட்டக்கூடிய அரச அதிகாரத்தின் உள்ளார்ந்த ஒரு பகுதியாக இருந்தது என்றும் இவர் தனது வாதத்தை வைத்தார். எம்மானுயேல் லே ரோ லாதுரி(Emmanuel Le Roy Ladurie) என்னும் வரலாற்றாசிரியர் (அன்னலிஸ்ட் அணுகுமுறை உடையவர்) முதல் அத்தியாயத்தில் பார்த்த அதே முறையில் திருச்சபை குற்றவிசாரணைப் பதிவேடுகளை விவசாய மக்களுடைய மந்திரவாத நம்பிக்கை, நட்புணர்வு, சடங்கு, குடும்பம் மற்றும் பாலியல் தொடர்பான மனநிலையைத் தொகுத்துக்கூறப் பயன்படுத்தினார். அதனால், மனநிலை என்ற அணுகுமுறை கடந்த காலம் என்பது நிகழ்காலத்தி லிருந்து வேறுபட்டது என்னும் அறிதலில் இருந்தும், அந்த வேறுபாடுகளைக் கண்டு நகைக்காமல் அவற்றைப் பகுத்தாயும் முறையைக் கண்டறியும் முயற்சியிலிருந்தும் தோன்றியது.

அன்னலே சிந்தனைப் புலத்தினர் சார்ந்திருந்ததும், பிற்கால வரலாற்றாசிரியர்கள் பயன்படுத்திக்கொள்ளத் தொடங்கியதும் வேறு ஓர் அறிவுத்துறையின் புரிதல்கள்: அது மானுடவியல். சமூகம் மற்றும் பண்பாடுமீது ஈடுபாடு கொண்ட வரலாற்றாய் வாளர்கள் மனித ஊடுறவின் அமைப்பு முறைகளைப் பற்றி யும், மனிதர்கள் தாங்கள் செய்வதை ஏன் செய்கிறார்கள் என்பதற்கான வெளிப்படையாகச் சொல்லப்படாத (சில சமயம் அடையாளம் காணப்படாத) காரணங்களைப் பற்றியும் சிந்திக்கத் தமக்கு ஒரு வழிமுறை தேவை என்று கண்டனர். வேறு கலாச்சாரங்களைக் கற்கவும் பகுத்தாராயவும் தமது காலத்தைச் செலவிட்ட மானுடவியலாளர்கள் சடங்குகள், சமூக இடங்களின் அடுக்குமுறை, ஒரு பாலினர் மற்ற பாலினருடன் நடந்துகொள்ளும்முறை போன்றவற்றைப் பற்றிப் பேசுவதற்கான மொழியொன்றைத் தந்ததின் மூலம்

வரலாற்றாய்வாளர்களுக்கு அந்த வகை சிந்தனை முறைக்கான பயனுள்ள ஒரு திட்ட ஒழுங்கைத் தந்தனர். கடந்த காலங்களில் காணப்பட்ட கற்பிதங்கள், நடைமுறைகள் மற்றும் சடங்குகள் போன்றவற்றைத் தொகுத்துக் கூறும் ஒரு சுருக்கெழுத்துச் சொல்லாக 'மனநிலை' என்ற கருத்து மாறியது.

நான் குறிப்பிட்டது போல 'மனநிலை' என்ற சொல்லைப் பயன்படுத்துவது என்பது கடந்தகால மனிதர்களை நம்முடைய காலத்திலிருந்து அடிப்படையில் வேறுபட்டவர்களாகப் பார்க்கும் பார்வையை உள்ளடக்கியது. இந்தப் பார்வை சரியா இல்லையா என்ற கேள்விக்கு நாம் பிறகு வருவோம். 'மன நிலை' ஆய்வுமுறை என்பது வேறு இருவித உற்றறிதல்களை உள்ளடக்கி இருக்கிறது என்பதை நாம் முதலில் குறிப்பிட வேண்டும். அவை, மனித வரலாற்று காலத்தைக் காலகட்டங் களாகப் பிரித்தல்; வரலாற்று ஆதாரங்களை அவற்றை உருவாக் கியவர்களே எப்பொழுதும் எண்ணிப்பார்க்காத வகையில் பொருள்படுத்துவது.

அகஸ்டினின் மனிதரின் ஆறு யுகங்கள் என்பதுபோல மலைப்பூட்டும்படியான கால அளவு என்பது, நாம் முன்பு பார்த்ததுபோல குறைந்தபட்சம் கிறிஸ்தவ யுகத்திலிருந்து கையாள்வதற்கு ஏற்ற பகுதிகளாகப் பிரிக்கப்பட்டுள்ளது. விரிவானதும் அதிகம் அறியப்பட்டதுமான காலப்பிரிவு புராதன காலம், இடைக்காலம் மற்றும் நவீன காலம் என்பது (இது பிற்கால புராதன காலம்; தொடக்க, இடை, பிற்கால இடைக் காலம் மற்றும் தொடக்க நவீன காலம் என்ற நுட்ப மான பிரிவுகளுக்கு இடமளிக்கிறது). இந்தப் பிரிவுகள் மனிதர் களால் உருவாக்கப்பட்டவை; அதனால் கற்பிதமானவை என்பது வெளிப்படையானது. ஆனால் முக்கியமான ஒரு கருத்து, 'தொடக்க இடைக் காலத்தில்' வாழ்ந்த மக்கள் அந்தக் காலகட்டத்தைச் சேர்ந்தவர்கள் என்று அடையாளப்படுத்திக் கொள்ளவில்லை. அது முடியவும் முடியாது. அவர்களைப் பொறுத்தவரை நம்மைப் போலவே ஒரு நிகழ்காலத்தில் வாழ்ந்துகொண்டிருந்தார்கள். அவர்களுடைய நிகழ்காலம் எங்கே போய்க்கொண்டிருந்தது என்பதைப் பற்றி அவர் களுக்கு வேறுவகையான எண்ணம் இருந்திருக்கலாம் - அந்தக் காலத்தில் உலக முடிவும், கடவுளின் இறுதித் தீர்ப்பும்

நெருங்கிவிட்டதான எண்ணம் நிலவியது - இருந்தும்கூட அது அவர்களின் நிகழ்காலமே. நாம் பின்னோக்கிப் பார்த்து மணலில் ஒரு கற்பிதமான கோடு வரைகிறோம். அந்தக் காலகட்டத்திலிருந்து இந்தக் காலகட்டத்தைப் பிரிக்கிறோம். இரண்டாயிரம் ஆண்டுகால சிக்கலான ஓர் அமைப்பை மிக இலகுவாகச் செரித்துக்கொள்வதற்கேற்ற துண்டுகளாகத் துண்டித்துக் கொள்கிறோம். புராதன, மத்திய, நவீன காலங்கள் என்ற பெரிய துண்டுகளை நான் ஏற்கனவே குறிப்பிட்டிருக் கிறேன். ஆனால் பொதுவாக நாம் மறந்துவிடக்கூடிய சிறிய துண்டுகளும் உள்ளன. எடுத்துக்காட்டிற்கு நூற்றாண்டுகள், பத்தாண்டு கால கட்டங்கள் போன்றவை. 1700-1799 என்ற ஆண்டுகளைக் குறிக்கப் பதினெட்டாம் நூற்றாண்டு என்பது ஒரு சுருக்கமான வழி ஆனால் இதுவும்கூட கற்பிதமான பிரிவே.

நவீன மேற்குலக காலண்டர் என்பது சில நூற்றாண்டு களாகத்தான் புழக்கத்தில் உள்ளது. அது கலாச்சார குறிப்புத் தன்மை உடையது (எடுத்துக்காட்டாக அது யூத, சீன காலக் கணக்கு முறைப்படியான ஆண்டுகளைப் பின்பற்றுவதில்லை). அரசர்கள், ஆட்சிக்காலம் என்பதற்கு மாறாக நூற்றாண்டு களில் சிந்திப்பது கடந்த இரு நூற்றாண்டுகளாகத்தான் பொதுவழக்கமாகி உள்ளது. துசிடைடஸ்(Thucydides) பெலோப்போனிசியப் போரின் வரலாற்றை எழுதியபோது கிரேக்க நகரங்களில் அவரவர் ஆண்டுகளை அவரவர் போக்குக்குக் கணக்கிட்டு வைத்திருந்ததுடன், மாதங்களின் பெயர்களும் வெவ்வேறாக இருந்ததால் தனது வாசகர்களுக்குத் தெளிவான ஒரு காலவரிசையைக் கூற முடியாத சிரமத்திற்கு உட்பட்டார். அவருடைய காலக்கணிப்பு முறையை அவரே உருவாக்கிக்கொள்ள வேண்டியிருந்தது (போர் நடந்த ஆண்டு களை ஒன்றிலிருந்து ஆறுவரை கணக்கிட்டு, அவற்றைக் குளிர்காலம், கோடைகாலம் என்று பிரித்தார்). நமக்கான காலக் கணிப்பை நாம் பெற்றுக் கொண்டோம். இது போல ஒரு முறையில் உருவாக்கப்பட்டதுதான் அது.

மணலில் கிழிக்கப்பட்ட இந்தக் கோடுகள் விரிவான அளவில் உறவுடையவை; பதினெட்டாம் நூற்றாண்டின் சிந்தனை முறை என்பது பற்றிப் பேச விரும்புகிறோம் என்றால், அது

1799ஆம் ஆண்டு டிசம்பர் 31 அன்று வேறொன்றாக மாறி விட்டது என்று கொள்ள முடியுமா என்ன? ஒரு குறிப்பிட்ட பத்தாண்டில் முக்கியமான, குறிப்பிடும்படியான நிகழ்வுகள் நடந்ததாக நாம் உணர்ந்திருந்தால் மேற்குலகில் நாம் 'அறுபதுகள்', 'எழுபதுகள்' என்று சொல்லுகிறோம். மீண்டும் இது ஒரு சுருக்கக் குறிப்புதான். சமீபகாலமாக நவீன வரலாற்றா சிரியர்கள் அறுபதுகள் என்பது (இதன் மூலம் அவர்கள் குறிப் பிடுவது கலாச்சாரச் சிந்தனைகள் மற்றும் மதிப்பீடுகளின் ஒரு குறிப்பிட்ட தொகுப்பு) உண்மையில் 1964 முதல் 1974ஆம் ஆண்டு வரையிலான காலகட்டம் என்ற வாதத்தை வைக்கத் தொடங்கியுள்ளனர். அதைப் போலவே வேறு பல வரலாற்றா சிரியர்கள் சிலநேரங்களில் சாதாரணமான நூறு ஆண்டு கால அளவைத் தாண்டியும் விரியும் ஒரு 'நீண்ட பதினெட்டாம் நூற்றாண்டை'ப் பற்றிப் பேசுகின்றனர். இதுபோல காலத்தை காலகட்டங்களாகப் பிரிப்பது நிச்சயம் பயனுடையதாகவும், தவிர்க்க முடியாததாகவும் உள்ளது; ஆனால் இது பற்றி எவரும் கவனமாக இருக்கவேண்டும். 'அறுபதுகளில்' வாழ்ந்த அனை வரும் தலையில் பூ வைத்து, கஞ்சா புகைத்து, உட்ஸ்டாக் (Woodstock) விழாவிற்குப் போனார்களா என்ன? அப்படி இல்லாதபோது இந்த விதமான வாழ்க்கை முறையை, மனோ நிலையை அந்தப் பத்தாண்டு காலகட்டத்தைக் குறிக்கும் அடையாளமாக நாம் ஏன் தேர்ந்தெடுக்கிறோம்?

சமீபத்தில், வளர்ந்த நாடுகளில் 2000ஆம் ஆண்டுவாக்கில் அழிவுகள் நிகழலாம் என்பது பற்றிப் பேசப்பட்டது. இதில் சிலருடைய துக்கம் எல்லை மீறியதாக இருந்தது. அமெரிக்கா வைச் சேர்ந்த 'சொர்க்கவாசல்' என்ற பெயருடைய சமயப் பிரிவின் உறுப்பினர்கள் கடவுளின் இறுதித் தீர்ப்பு நெருங்கி விட்டது என்று தற்கொலை செய்துகொண்டார்கள். புதிய தேதியை ஏற்றுக்கொள்வதில் கணினியில் சிக்கல் ஏற்படும் என்று கவலைப்பட்டவர்கள் ஓரளவு பகுத்தறிவு சார்ந்தவர் களாக அறியப்பட்டார்கள். மனிதகுல வரலாற்றை முடிவுக்குக் கொண்டுவரும் கடவுளின் திட்டம் பற்றிய நம்பிக்கை இதை விட உறுதியாக இருந்ததால், 1000ஆம் ஆண்டிற்கு முன்பு வாழ்ந்த மக்களுக்கு இதைப் போன்ற பயம், இதைவிட அதிகமாக இருந்திருக்கும் என்று நாம் எண்ணிப்பார்க்

144

கலாம். 2000ஆவது ஆண்டு என்பது (இப்போது மைக்ரோசிப் வடிவமைப்பில் இருந்த குறை நீங்கிவிட்டது) ஒரு பகுதி உலக மக்களால் மிகச் சமீபத்தில் பயன்பாட்டுக்குக் கொண்டுவரப் பட்ட கற்பிதமான காலக்கணக்கீட்டு முறையை அடிப்படை யாகக் கொண்ட ஒரு மனிதக் கண்டுபிடிப்புதான் என்பதையும் கூட நாம் எண்ணிப்பார்க்க முடியும். 99ஆம் ஆண்டு 00ஆம் ஆண்டாக மாறும்போது நமக்குள் என்ன மாற்றம் ஏற்படுவ தாக நாம் எண்ணுகிறோம்?

இப்படிக் கூறுவதென்பது, காலத்தைக் கற்பிதமான முறையில் காலகட்டங்களாகப் பிரிப்பது மனித வாழ்க்கைக்கும் வரலாற் றுக்கும் தேவையற்றது என்று சொல்வதாகாது. ஆயிரமாவது ஆண்டு என்பது கற்பிதமாக இருந்தாலும்கூட அது மறுக்க முடியாத அளவுக்கு மக்களின் நடத்தையைப் பாதித்திருக்கிறது. வானொலி, தொலைக்காட்சி மற்றும் வலைதளங்களில் அது மிக விரிவாக விவாதிக்கப்பட்டது. ஒவ்வொரு விதமாக அது மக்களைச் செயல்பட வைத்தது. சிலர் உணவைச் சேமித்து வைக்கத் தொடங்கினர்; சிலர் கடவுளைத் தேடினர்; சிலர் கடவுள் நம்பிக்கையை இழந்தனர்; சிலர் குடிபோதையில் மயங்கினர்; சிலர் கர்ப்பம் அடைந்தனர். இது நம்முடைய மனங்களில் தங்கியிருந்தது. ஒரு வகையில் மனோநிலையின் ஒரு பகுதியாக இருந்தது. இது நாம் நினைப்பதுபோலவே இருபத்தோராம் நூற்றாண்டின் முடிவில் இருக்கப்போகும் மக்களின் மனதில் இருக்காது; அல்லது நாம் புரிந்துகொண்ட அதே வகை யில் புரிந்துகொள்ளப்படாது. இதே போல பதினெட்டாம் நூற்றாண்டைச் சேர்ந்த மக்கள் சில குறிப்பிட்ட விஷயங்களை நம்மிலிருந்து வேறுபட்ட முறையில் சிந்தித்தார்கள் (அதனால் செயல்பட்டார்கள்). காலகட்டமாக்கம் - காலத்தைச் சில சிறு பகுதிகளாகப் பிரித்தல் - சில பிழையான சிந்தனை முறைக்கு நம்மைக் கொண்டு செலுத்தலாம். ஆனால் கடந்த காலத்தைப் புரிந்துகொள்வதில் தவிர்க்கமுடியாத ஒரு வழிமுறை, மக்கள் காலத்திற்குக் காலம் மாறிவந்த முறை பற்றிச் சிலவற்றைப் புரிந்துகொள்ள நமக்கு அது உதவி புரியக்கூடும்.

வேறுபட்ட சிந்தனை முறையையும், வேறுபட்ட மனோ நிலையையும் புரிந்துகொள்வதற்குச் சான்றாதாரங்களை மிகக் கவனமாகப் பயன்படுத்துவது அவசியமாகிறது. நான் குறிப்

பிட்டதுபோல இதற்கு, அந்த ஆதாரங்களை உருவாக்கிய வர்கள் எப்பொழுதும் சிந்தித்துப் பார்க்காத வகையிலும் அவர்கள் முன் எண்ணிப்பார்க்காத அர்த்தத்துடனும் வாசிப்பது தேவையாகலாம். நவீன வரலாற்றாசிரியர்களால் இது 'எதிர்த் திசை வாசிப்பு(reading against the grain)' என்று அடிக்கடி அழைக்கப்படுகிறது; சான்றாதாரம் செலுத்தும் திசைக்கும் வைக்கும் வாதத்திற்கும் எதிரான திசை. குறிப்பிட்ட சான்றா தாரங்களை வாசித்தாய்வதென்பது அவற்றை உருவாக்கியவர் களிடமிருந்து வேறுபட்ட முறையில் அவற்றைப் பயன்படுத் துவதென்பதை அவசியம் உள்ளடக்கியிருக்கிறது என்பது வெளிப்படையாகத் தெரிந்த ஒன்று. எடுத்துக்காட்டாக, பதினைந்தாம் நூற்றாண்டின் ஃபுளோரண்டைன் அரசு அலுவலர்கள் பெரிய அளவிலான காடாஸ்டோ என்ற வரி விவரப் பதிவேடுகளை உருவாக்கியபோது, அவர்களுடைய நோக்கம் நகரத்தின் நிதி நிர்வாகம்தான். நவீன வரலாற்றாய் வாளர்கள் இந்தப் பெரிய ஆவணத்தை எடுத்து அவற்றின் தகவல்களை 'கணினி தகவல் தளத்தில்' பதிவு செய்தார்கள். இதில் கிடைத்த ஆதாரங்களைக் கொண்டு ஃபுளோரண்டைன் நகர மக்கள் எப்போதும் அடையாளம் கண்டிருக்க முடியாத பல விதமான திருமண முறைகள், வாழ்க்கைச் சுழல்முறை, குடும்பம், பால் வேறுபாடு, உழைப்புப் பிரிவினை போன்ற வாழ்வியல் அமைப்பு முறைகளைக் கண்டுபிடித்தார்கள் (அவர்களுக்கு அதில் ஆர்வமோ அல்லது அதற்கான நேரமோ இல்லாமலிருந்திருக்கும்).

ஆனால் வேறு சில வரலாற்றாவணங்கள் அதிக சிக்கலுடை யவையாக இருக்கலாம். எடுத்துக்காட்டிற்குப் பனிரெண்டாம் நூற்றாண்டில் எழுதப்பட்ட அரசியல் தத்துவ நூலான சாலிஸ் பரியைச் சேர்ந்த ஜான் (John of Salisbury) எழுதிய பாலிகிரேடிகஸை எடுத்துக் கொள்ளுங்கள். பாலிகிரேடிகஸின் உள்ளடக்கம் அரச ஆட்சிக்கான ஒரு மாதிரிவடிவைக் கூறுவது (வரி வசூல் பதிவேடு போன்று இல்லாமல்). அந்நூல் அது எழுதப்பட்ட காலத்தில் மட்டுமன்றிப் பின்வரும் காலத்தைச் சேர்ந்த மற்ற மக்களும் படிப்பதற்கேற்ப அமைக்கப்பட்டது. பாலிகிரேடிகஸை வரலாற்றாய்வாளர்கள் வேறொரு முறை யிலும் வாசிக்க முடியும். சாலிஸ்பரியின் ஜான் உடலைச்

சமூகத்தின் படிமமாகப் பயன்படுத்துவதைக் குறிப்பிட்டு (அரசரைத் தலையாகவும், அமைச்சர்களை இதயமாகவும், விவசாயிகளைப் பாதமாகவும் சித்திரித்தல்) இடைக்கால சமூகத் தின் 'இயற்கை'யான 'நிலைத்த' தன்மை பற்றிய படிமத்தை இந்தக் குறியீடு வழங்க முயல்கிறது என்ற வாதத்தை அவர்கள் வைக்கமுடியும். மேலும் இடைக்கால கலாச்சாரத்தில் அதிக அளவில் உடல் படிமமாக பயன்படுத்தப்படும் முறையை வேறு சிலவற்றோடு இணைத்து இடைக்கால 'மனோநிலை' என்ற ஒன்றைக்கூட இதன் மூலம் அடையாளம் காணமுடியும். சாலிஸ்பரியின் ஜானுக்குத் தான் குறியீட்டு உடல்களைப் பற்றி எழுதிக்கொண்டிருந்தது தெரியாது, அவர் அரசியல் பற்றி எழுதிக் கொண்டிருந்ததாக நினைத்தார். ஆனால் வரலாற்றாய் வாளர்கள் அவருடைய எழுத்தில் வேறு அர்த்தங்களைக் காணமுடியும். இது நமக்குச் சந்தேகத்தை எழுப்புகிற தல்லவா? நம்முடைய கடிதங்களையும் நாட்குறிப்புகளையும், 'இ–மெயில்'களையும் படிக்கும் கர்வம் கொண்ட பிற்கால ஆய்வாளர் ஒருவர் நாம் அவற்றை எழுதியபோது எதை வெளிப்படுத்திக் கொண்டிருந்தோம் என்பது நமக்குத் தெரியாது என்று வாதிட்டால் நமக்கு எப்படியிருக்கும்?

நாம் கடுங்கோபம் கொள்வோம் (நாம் உயிருடன் இருக்க மாட்டோம் என்பது வேறு விஷயம்). ஆனால் நாம் விரும் பினாலும் விரும்பாவிட்டாலும், எழுதியவரின் மரணத்திற்குப் பிறகும் தொடர்ந்து மாறியும் வேறுபட்டும் அமையக்கூடிய ஒரு வாழ்க்கை நூல்களுக்கு உண்டு. இதில் வரலாற்றாசிரி யர்கள் தலையிட்டாலும் தலையிடாவிட்டாலும்கூட, இதை நாம் கவனத்தில் கொள்ளவேண்டும். எடுத்துக்காட்டிற்குப் பாலிகிரேடிகஸ் நூல் பிற்கால அரசியல் கோட்பாட்டு எழுத்தாளர்களால் படிக்கப்பட்டது. அதை அவர்கள் வேறு வகையான அர்த்தத்தில் படித்து வேறு வழியில் பயன்படுத்திக் கொண்டார்கள். ஒரு குறிப்பிட்ட கட்டத்தில் நல்ல அரசாட்சிக் கான மாதிரியாக அது எடுத்துக்கொள்ளப்படாமல், கடந்த காலத்திலிருந்து கிடைத்த ஆர்வமூட்டக்கூடிய முரண் தகவலாகக் கொள்ளப்பட்டு, நவீன சிந்தனையாளர்கள் வேறு நல்ல மாதிரிகளை உருவாக்கப் பயன்பட்டது. இவ் வகையான பிரதிப்பொருளில் ஏற்படும் மாற்றம் நூல்களுடன்

நின்றுபோவதில்லை. அமெரிக்க பாடலாசிரியர் புரூஸ் ஸ்பிரிங்ஸ்டீன்(Bruce Springsteen) எழுதிய 'பார்ன் இன் த யுஎஸ்ஏ'(Born in the USA) பாடலைக் கேட்டிருக்கலாம். அமெரிக்க இராணுவ வீரர்களின் மீது வியட்நாம் போர் ஏற்படுத்திய பின்விளைவுகள் பற்றியும் அமெரிக்கச் சமூகம் அவர்களை எப்படிக் கைவிட்டது என்பது பற்றியும், எழுதப் பட்ட எதிர்ப்புப் பாடல். அது உடனடியாக வலதுசாரி ரீகன் நிர்வாகத்தால் தேசபக்திப் பெருமைக்கான தேசியகீதமாக எடுத்துக்கொள்ளப்பட்டது. இதுதான் நடப்பில் உள்ளது. எழுதுங்கள்; பாடுங்கள்; ஏதாவது சொல்லுங்கள். இவை வேறு அர்த்தங்களைத் தரமுடியும். இவற்றின் ஆசிரியர்களே முழுமையாக அறிந்திராத வகையில் ஆசிரியர்களைப் பற்றிச் சிலவற்றை வாசகர்களுக்கு இவை சொல்ல முடியும். மற்ற வற்றைப் போலவே இந்த நூலும்கூட என் உள்மன முன் முடிவுகளை அவ்வகையில் என் தலைமுறையின் உள்மன முன்முடிவுகளை வெளிப்படுத்துவதாக இருக்கலாம். இந்த அத்தியாயங்களில் பயன்படுத்திய குறிப்பிட்ட வரலாற்றுச் சான்றுகளை நான் ஏன் தேர்ந்தெடுத்தேன்? இவை ஆர்வ மூட்டக்கூடியவை; சிந்தனைக்குரியவை என்று நான் எண்ணியது தெரிந்ததே. ஆனால் ஒரு குறிப்பிட்ட கலாச்சார பின்புலத்தில், ஒரு குறிப்பிட்ட தருணத்தில் செய்யப்பட்ட என்னுடைய தேர்ந்தெடுப்புகளே அவை.

மனிதர்கள் என்ன சிந்தித்தார்கள் என்பதை மட்டுமின்றி எந்த முறையில் சிந்தித்தார்கள் என்பதையும் நாம் தெரிந்து கொள்ள விரும்பினால் வரலாற்று ஆதாரங்களை எதிர்த் திசையில் படிப்பது என்பது அனுமதிக்கப்பட்டது மட்டுமல்ல; அவசியமானதும்கூட. கடந்த இரு பத்தாண்டுகளில், வரலாற் றாய்வுத் துறையின் மீது ஏற்பட்ட இலக்கியக் கோட்பாட்டுத் தாக்கங்களினால், வரலாற்று ஆவணங்களில் காணப்படும் மொழி, படிமங்கள், குறியீடுகள் மீது வரலாற்று ஆய்வாளர் களுக்கு அதிக ஈடுபாடு ஏற்பட்டிருக்கிறது. வெவ்வேறு காலங் களிலும் இடங்களிலும் பயன்படுத்தப்பட்ட வசைச்சொற்களை மாதிரிக்கு எடுத்துக்கொள்வோம். இவை கலாச்சாரத்தில் ஏற்பட்ட பல சுவையான மாற்றங்களை எடுத்துக்காட்டு கின்றன. இடைக் காலத்தில் dog என்பதும் goat என்பதும்

வசைச்சொற்கள். நவீன காலத்தின் ஆரம்ப கட்டத்தில் jade அல்லது rogue என்பது பெரும்பாலும் பயன்படுத்தப்பட்ட வசைச்சொற்கள். முன் குறிப்பிட்டது கிராமப்புறச் சூழலி லிருந்து உருவானது; விலங்குகளைக் குறியீடாகக் கொண்டது. அடுத்தது பாலியல் மற்றும் சமூக மரியாதை பற்றிய கருத்துகளி லிருந்து உருவானது. இவ்விடத்தில் மொழி பற்றிய வேறொரு பிரச்சினை உள்ளது. வரலாற்றாசிரியர்கள் உண்மைக் கதை களை எழுத வரும்போது கடந்த காலத்தின் 'மனோநிலையை' நவீன வாசகர்களுக்கு எவ்வாறு மொழிபெயர்ப்பது? இப்போது இல்லாதவர்கள், தற்போது வாழ்ந்துகொண்டிருப்பவர்கள் இதில் யாருடைய சொற்களை வரலாற்று ஆவணங்களை (இதன்மூலம் கடந்த காலத்தை) விளக்கப் பயன்படுத்துவது?

மறைந்து போனவர்களின் சொற்கள் நம்மை ஏமாற்றிவிடக் கூடும். சில நேரங்களில் நாம் பயன்படுத்தும் அதே சொற்களோ அல்லது அவை போலவோ இருக்கின்றன. ஆனால் வேறு அர்த்தத்தைத் தருகின்றன. எடுத்துக்காட்டாக ஃபார்ம்(farm) என்ற சொல் மத்தியகால மக்களுக்கு வாடகை அல்லது வரி என்ற பொருளைத் தந்தது. நவீன காலத்தின் தொடக்க கட்டத்தில் ல்யூட்(lewd அல்லது lewed) என்பது நடத்தைகெட்ட தன்மையைக் குறிக்கவில்லை; படிப்பறிவின்மையைக் குறித்தது. இதைப்போலவே 1980களை ஆராயும் பிற்கால வரலாற்றாசிரியர்களுக்கும் பிரச்சினை ஏற்படும், bad அல்லது wicked என்று குறிக்கப்படுபவற்றில் பல எதிரெதிரான தன்மைகள் இருப்பதைக் காண்பார்கள். கோன்தாத் குறிப்பிடும் பயிற்சியாளர்கள் தம்முடைய முதலாளியைப் 'பூர்ஷுவா' என்று குறிப்பிடுகிறார்கள். காலத்தால் முந்திய இந்தச் சொல் கார்ல் மார்க்ஸ் பயன்படுத்திய, நமக்குப் பழக்கமான சொல் அல்ல.

இதேபோல் ஒரு நிகழ்ச்சியை 'கடந்த கால மக்கள் புரிந்து கொண்டது போல்' விளக்குவது என்பது ஒரு 'குறிப்பிட்ட' வரலாற்று காலத்தின் மக்கள் அவற்றைப் புரிந்துகொண்டது போல் என்றோ அல்லது புரிந்துகொள்ள விரும்பியதுபோல் என்றோ விளக்குவதாகத்தான் உண்மையில் பொருள்படும். இடைக்கால வரலாற்று நிகழ்ச்சிப் பதிவாளர்கள் 1381இல் நடந்த இங்கிலாந்து மக்கள் எழுச்சியைப் பற்றிக் கூறும்

பொழுது, 'விலங்குகளைப் போல் நடந்துகொண்ட மனிதர்களின் சிந்தனை குழம்பிய கலகம்' என்று பதிவுசெய்கிறார்கள். ஆனால் கலகம் செய்த மக்கள் அந்நிகழ்ச்சியை இது போல் பார்க்கவில்லை (அரசருக்கு முன் தமது கோரிக்கையை வைக்கும் நல்ல இங்கிலாந்து குடிமக்களாக நடந்துகொள்வதாகவே அவர்கள் நினைத்தார்கள்). பிரெஞ்சுப் புரட்சி நடந்த காலத்தில் எழுதப்பட்ட ஆங்கிலேய குறிப்புகள் தங்கள் நாட்டிலும் மக்கள் கூட்டம் அதைப் போல பொங்கியெழுந்து விடலாம் என்ற பயத்துடன் அதை 'ஆடையற்ற மக்கள்' கூட்டத்தின் காட்டுமிராண்டித்தனமான செயல் என்று வர்ணித்தன. ஆனால் இங்கும், புரட்சிக்காரர்கள் தாங்கள் சுதந்திரம், சமத்துவம், சகோதரத்துவம் ஆகியவற்றிற்காகப் போராடியதாகவே எண்ணினர்.

வரலாற்றாசிரியர்கள் மொழியைப் புரிந்துகொள்வதில் உள்ள நுட்ப வேறுபாடுகளைப் பற்றிய தெளிவுடன் இருக்க வேண்டும். எடுத்துக்காட்டாக ரைட்ஸ்(rights) என்ற சொல் வெவ்வேறு காலத்திற்கும் இடங்களுக்கும் ஏற்ப தனது பொருள் முனைப்பையும் உட்கருத்தையும் மாற்றிக்கொள்வதைக் குறிப்பிடலாம் - ஆனால் தொன்மையான சொற்பட்டியலின் அடிமையாக மாறிவிடக்கூடாது. டெமாக்ரஸி (Democracy) என்ற சொல் பழங்கால ஏதென்ஸ் நகரில் பிறந்தது அல்லது அப்படி நாம் நம்புகிறோம். ஆனால் பழங்கால வரலாற்றாசிரியர்கள் யாரும் அந்நகரின் அரசாங்கத்தை இருபதாம் நூற்றாண்டின் பிரதிநிதித்துவ அரசியலோடு ஒன்றுபடுத்திப் பார்க்கமாட்டார்கள். அமெரிக்க அரசியலமைப்புச் சட்டத்தை அமைத்தவர்கள் 'உரிமைகள்' என்பதை உலகளாவிய மற்றும் மிக இயல்பான பொருளில் உள்ள சொல்லைப் போலவே பயன்படுத்தினர் (இந்த உண்மைகள் தம்மளவில் நிரூபணமுடையவை என்று நாம் நம்புகிறோம்... என்பது போல). ஆனால் பெண்களோ ஏழைகளோ வாக்குரிமை பெறவேண்டியவர்கள் என்பதை அவர்கள் நம்பவில்லை. மேலும் அவர்கள் அடிமைகளை வைத்திருந்தனர். அவர்கள் முழுக்கமுழுக்கப் போலியானவர்கள் இல்லை. ஆனால் அவர்களுடைய காலத்தின் மற்றும் அவர்கள் தமது உலகத்தில் இயல்பானவை என்று எடுத்துக்கொண்டவைகளின் உருவாக்கமாக அவர்கள் இருந்தார்கள். அடிமைமுறை

போன்ற சிலவற்றை அது தனிப்பட்ட முறையில் உங்களுக்கு இலாபத்தைத் தருமென்றால், மிகச் சாதாரணமாக எடுத்துக் கொள்ள முடியும். உண்மையில் பதினெட்டாம் நூற்றாண்டின் அமெரிக்கர்கள் ஒவ்வொருவரும் அடிமைமுறையை ஆதரித் தவர் இல்லை. அரசியலில் முற்போக்குச் சிந்தனைகொண்ட பலர் அம்முறையைக் கடுமையாக எதிர்த்தார்கள். அந்தக் காலகட்டத்தின் சொற்கள் என்பவை ஒரு குறிப்பிட்ட மக்கள் குழுவின் சொற்களே. இதன் மூலம் அதிகாரப் போராட்டங் களில் உள்ளார்ந்த உறவைக் கொண்டவையாக உள்ளன.

தற்போது வாழ்பவர்களின் சொற்கள் கூட நமக்குச் சிக்கலை உருவாக்கமுடியும். நவீன பெயரடையாளங்களைக் கடந்த காலத்தை விவரிக்கப் பயன்படுத்துவது ஆபத்தான கால முரணை ஏற்படுத்தக்கூடியது. குறிப்பாகக் கோட்பாடு சார்ந்த, சமீபத்தில் கண்டுபிடிக்கப்பட்டவையாக இருந்தும் காலத் தையும் கலாச்சாரத்தையும் கடந்து உலகளாவிய ஒப்புதலைப் பெற்ற 'அடையாளச்சொற்கள்'. மறுமலர்ச்சிக்கால இத்தாலிய நகர அரசுகளை, அவை தமது குடிமக்களுக்குச் சில குறிப்பிட்ட அரசு அதிகாரிகளைத் தேர்ந்தெடுக்கும் உரிமை வழங்கின என்ற காரணத்தால் 'ஜனநாயகத் தன்மை' உடையவை என்று விளக்குவது என்பது உரிமை(right) மற்றும் நீதி(just) என்பவை – மேலும் இரு சிக்கலான சொற்கள் – பற்றிய நவீன கருத் தாக்கங்களை அவற்றுடன் தொடர்பற்ற ஒரு சூழ்நிலையின் மீது புகுத்துவதாகவே இருக்கும். அந்தக் காலத்தைச் சேர்ந்தவர்கள், நல்லாட்சி நிலை என்பதற்கு அன்று இருந்த மாதிரிகளை வைத்து 'பொது நலம்', 'நல்லரசு' என்பவை பற்றிப் பேசியே இருப்பார்கள். வேறு சில சொற்களோ அதிகம் சிக்கலானவை. ஒருவருடன் 'காதல் வயப்படுதல்(to fall in love)' என்பது நமக்கு எரிநட்சத்திரங்கள், இதயபூர்வமான துணை, கண்களின் சந்திப்பு, இரு இதயங்களின் ஒன்றே போலான துடிப்பு என்ற சித்திரங்களை ஏற்படுத்துகிறது. காதல்(love) என்ற கருத்து பத்தொன்பதாம் நூற்றாண்டில் கண்டுபிடிக்கப்பட்டது. மனிதர்கள் அதற்கு முன்பும் காதலித்திருக்கிறார்கள். ஆனால் அதற்கு என்ன அர்த்தம் என்பதும் அதில் தொடர்புடையவை என்பதும் குறித்து அவர்களுடைய கருத்து வித்தியாசமானது. எடுத்துக்காட்டாகக் காதல் என்பதில் இரு தனிமனிதர்கள்

என்பவர்கள் குறைவான இடமே பெற்றிருந்தார்கள். அதை விட திருமணத்தின் மூலம் வேறுபட்ட இரு குடும்பங்கள் ஒன்றிணைவது முக்கியமாக எடுத்துக் கொள்ளப்பட்டது. இப்படிக் கூறுவதென்பது கடந்த கால மக்களுக்கு உணர்வுகள் இல்லையென்று மறுப்பதாகாது; மாறாக நம்முடைய உணர்வு களை அவர்கள் மேல் சுமத்தாமல் அவர்களுடைய உணர்வு களை அவர்களுடையதாகவே புரிந்துகொள்வதற்கானது.

சில குறிப்பிட்ட சொற்களைக் காலத்திற்குப் பின்னோக்கிப் பயன்படுத்துவதென்பது சில சமயம் மறுக்க முடியாத அள வுக்குப் பயனுடையதாகவே உள்ளது. இது அக்கால மக்களால் முழுமையாகப் புரிந்துகொள்ளப்படாத சில நிகழ்வுகளையும் நிலைமைகளையும் தொகுத்து விளக்க வரலாற்று ஆசிரியர் களுக்கு வாய்ப்பளிக்கிறது. இருந்தாலும்கூட, ஒரு கலைச் சொல்லை உருவாக்கியதற்கான காரணம் மறந்துபோய் மீண்டும்மீண்டும் பயன்படுத்தப்படுவதன் மூலம் மிக இயல் பானதாகவும் ஆய்ந்தறியப்படத் தேவையற்றதாகவும் அது நிலைபெற்றுவிடும் ஆபத்து இதில் உள்ளது. வரலாற்றுக் கால கட்டங்களும் நிகழ்ச்சிகளும் குறிப்பாக இந்தப் பாதிப்புக்கு உள்ளாகின்றன. எடுத்துக்காட்டாக 'மறுமலர்ச்சிக் காலம்(the Renaissance)', அறிவொளிக் காலம்(the Enlightenment) என்பவை மிகப் பழக்கப்பட்ட முறையில் பயன்படுத்தப்படுவதால் ஒரு தவறான தொடர்புபடுத்தலையும் உறுதிப்பாட்டையும் பெற்றுவிட முடியும். இங்கிலாந்து உள்நாட்டுப்போர் என்பது போன்ற மிகச் சாதாரண பேச்சு வழக்கில் உள்ள சொல்கூட பிரச்சினையை உருவாக்குகிறது. சில வரலாற்றாசிரியர்கள் எதிர்ப்பெழுச்சி(Revolt) அல்லது புரட்சி(Revolution) என்ற சொற்கள் அதிக பொருத்தமுடையவை என்கிறார்கள் (இவை வேறு சில பொருளைத் தரக்கூடியவை). எப்படியென்றாலும் அப்பொழுது நடந்தது ஒரே ஒரு போர் அல்ல; ஒரு தொடர் மோதல் - பதினேழாம் நூற்றாண்டில் குறைந்தபட்சம் மூன்று உள்நாட்டுப் போர்கள் இங்கிலாந்தில் நடந்துள்ளன. சிக்கலான சொல்லுக்கு இன்னொரு எடுத்துக்காட்டு, நிலவுடைமை மற்றும் அது தொடர்பான கடமைகளால் பிணைக்கப்பட்ட இடைக்கால சமூகப் படிமுறையைக் குறிப்பிடும் 'நிலப் பிரபுத்துவம்(Feudalism)' என்ற சொல். இது மிகப் பிற்காலத்தில்

உருவாக்கப்பட்ட சொல். பல்வேறுபட்டவர்கள் குறிப்பிட்டது போல இடைக் காலத்தில் நிலவிய நிலம் சார்ந்த கடமைகள், கூலிமுறைகள், பழக்கவழக்கங்கள், சட்டங்கள் ஆகியவற்றின் பலவாறான வடிவங்களையும் அவை பற்றிய பலவித மர்மங் களையும் மங்கலாக்கிவிடுகிறது. ஆனாலும் பயனுடைய ஒரு சுருக்கமான சொல் என்ற காரணத்துக்காகவே அது தொடர்ந்து பயன்படுத்தப்படுகிறது.

இது மனோநிலை(mentalite) என்ற கருத்தை நோக்கி மீண்டும் நம்மைக் கொண்டுவருகிறது. ஒரு காலகட்டத்தின் கலாச்சாரம் பற்றியும் அது மக்களுடைய சிந்தனைகளையும் செயல் களையும் பாதிக்கும் முறைபற்றியும் குறிப்பிடுவதற்கான ஒரு சுருக்கச் சொல்லாக இது இருந்துவருகிறது. கடந்த கால மக்கள் நம்மைப் போன்றவர்களா அல்லது அடிப்படையில் வேறுபட்டவர்களா என்ற நம்பிக்கைதான் வரலாற்றாசிரியர் களை இரண்டாகப் பிரிக்கிறது என்று நான் குறிப்பிட்டேன். இங்கு மேலும் ஒரு கேள்வி எழுகிறது: வரலாற்றாசிரியர் ஒருவர் மனோநிலை என்ற தொடரைப் பயன்படுத்தும்போது ஒரு குறிப்பிட்ட காலகட்டத்தின் சிந்தனை முறைக்கென்று ஒருங் கிணைந்த வகைமாதிரி இருக்கிறது என்று நினைக்கிறாரா, எடுத்துக்காட்டாகப் பதினாறாம் நூற்றாண்டு மக்கள் நம்மி லிருந்து வேறுபட்டவர்கள்தாம். ஆனால் நாம் நினைப்பது போல வேறுபட்டவர்கள் என்று நினைக்கிறாரா? பதினாறாம் நூற்றாண்டு சிந்தனை முறை அல்லது பதினாறாம் நூற்றாண்டு 'மனோநிலை' என்று சொல்லும் போது வரலாற்றாசிரியர்கள் அடையாளம் காணக்கூடிய அடிப்படை அல்லது மையமான பதினாறாம் நூற்றாண்டு சாராம்சத்தன்மை என்ற ஒன்று உள்ளது என்று பொருள்படுகிறது. அப்படியென்றால் இது இன்னொரு கேள்வியை எழுப்புகிறது: அந்த மக்கள் நம்மி லிருந்து மிகவும் வேறுபட்டவர்கள் என்றால் வரலாற்று ஆசிரியர்களால் அவர்களை எப்படிப் புரிந்துகொள்ள முடியும்?

காலத்தினூடாக ஏற்பட்ட மாற்றங்களையும் தாண்டி வரலாறு முழுக்க எல்லா மனிதப் பிறவிகளும் அனுபவிக்கும் பிறப்பு, பாலுணர்வு, இறப்பு போன்ற சில குறிப்பிட்ட வாழ்க்கை நிலைகள் உள்ளன. அவை நம்மை ஒன்றிணைக் கின்றன (இதேபோல் எல்லா மனிதப் பிறவிகளும் களைப்பு,

தலைவலி, செரிமானமின்மை போன்றவற்றையும் அனுபவித் திருக்கிறார்கள் என்று ஒருவர் உண்மையில் சொல்லமுடியும், அவை நாடகத்தன்மையாகவோ தத்துவார்த்தமாகவோ தோன்றவில்லை என்றாலும் அவற்றை விட்டு விடுவோம்). மனித வாழ்க்கையின் இந்த அடிப்படைத் தருணங்களை வைத்துக் கடந்த கால வாழ்க்கைகள் பற்றிய உண்மையான புரிந்துகொள்ளலை உருவாக்கவும், அவர்களின் மனதுக்குள் புகுந்து அவர்களுடைய எண்ணங்களை மீண்டும் ஒருமுறை சிந்தித்துப் பார்க்கவும் இயலும் என்று சொல்லப்படுகிறது.

இதில் உள்ள பிரச்சினை என்னவென்றால் இந்த அடிப் படைத் தருணங்கள் மூன்றில் இரண்டை நாம் நேரடியாக அனுபவித்ததில்லை. அல்லது எடுத்துச்சொல்லக்கூடியதாக நமக்கு அனுபவமாகவில்லை (பிறப்பதன் உணர்வையும் இறத்தலின் உணர்வையும் சரியாக எடுத்துச்சொல்லி நான் எப்போதும் கேட்டதில்லை). இந்தத் தருணங்களுடன் உறவாடிய அல்லது இத்தருணங்களை உற்றறிந்த வேறு சிலருடைய அனுபவங்கள் நமக்குத் தெரிகிறது. அவையும் காலத்திற்கேற்ப மாறியிருக்கின்றன என்பதால் மீண்டும் இந்த இடத்தில் வரலாறு வருகிறது. எடுத்துக்காட்டாகக் குழந்தைப் பிறப்பை எடுத்துக்கொள்வோம். பெண்கள் எவ்வாறு கரு வுற்றார்கள்; கருவுற்ற காலத்தின் மாற்றங்களை எவ்வாறு அவர்கள் புரிந்துகொண்டார்கள்; குழந்தைப் பிறக்கும்போது யார் உடன் இருப்பார்கள்; பிறப்பை ஒட்டிய சடங்குகள் எவை; புதிதாகப் பிறந்த குழந்தையை எவ்வாறு நடத்துவது போன்ற இவையெல்லாம் காலத்திற்கும் இடத்திற்கும் ஏற்ப மாறி வந்திருக்கின்றன. சில புராதன நம்பிக்கைகள் கருவுறுதலுக்கு ஆணுடைய 'வித்து' தான் அடிப்படை; பெண் வெறும் பாத்திரம் மட்டும்தான் என்னும் கோட்பாட்டைக் கொண்டிருந்தன. இடைக்கால மருத்துவர்கள் சிலர் பெண்ணும்கூட 'வித்தை' வெளிப்படுத்துகிறாள் என்று எண்ணினார்கள். வேறு சில மருத்துவர்கள் பெண் கருத்தரிக்க வேண்டுமென்றால் அவளுக்கு உச்ச இன்பம் ஏற்படவேண்டும் என்று எண்ணினார்கள். ஆனால் பத்தொன்பதாம் நூற்றாண்டில் பெண்கள் உச்ச இன்பம் பெறமுடியும் என்பதையே எப்படியோ இந்த ஆண்கள் மறந்து போய்விட்டார்கள். இடைக் காலத்தில் அங்கொன்றும் இங்

கொன்றுமாக சிசேரியன் பிரவசம் செய்யப்பட்டன. ஆனால் 'பெண்களின் மூலம் குழந்தை பிறக்காததால்' அப்பிரசவம் சாத்தானுடன் தொடர்புடையதாகப் பார்க்கப்பட்டது. இப்போது மேற்கத்திய சமூகங்களில் இவ்வகைப் பிரசவம் மிகச் சாதாரண மாகியுள்ளது. பழங்காலத்தில், குழந்தைகளுக்கு வாழ்வதற் குரிய வலிமை இருக்கிறதா என்று அறிய ஒரு முழு இரவும் அவற்றை வேண்டுமென்றே வெளியே விட்டுச் செல்லும் பழக்கம் இருந்திருக்கிறது (குழந்தை நீண்டகாலத்திற்கு வாழாது என்றால் கூடுதலாக இன்னொரு வயிற்றுக்குச் சோறுபோட யார் விரும்புவார்கள்). இன்றைய காலத்தில் குழந்தைகளை ஒரு மணிநேரத்திற்கும் குறைவாக தனியே விட்டுச் சென்ற தற்கே பெற்றோர்கள் கைது செய்யப்பட்டிருக் கிறார்கள்.

இறப்பு - மற்ற மனிதர்களின் அனுபவத்திலும் புரிதலிலும் அமைந்த இறப்பு - இதுகூட மிகப் பெரிய மாற்றங்களை அடைந் திருக்கிறது. கிறிஸ்துவுக்கு முற்பட்ட காலப் போர் வீரர்கள் இளம் வயதில் சீக்கிரமாகப் போர்க்களத்தில் வீர மரணம் அடைவதில் நம்பிக்கைகொண்டிருந்தனர். கிறிஸ்தவப் போர் வீரர்கள் என்ன நடக்கப்போகிறது என்பதைத் தெரிந்து கொள்ளவும் தங்கள் உலக வாழ்க்கையையும் ஆன்மாவையும் நன்கு தயார் செய்துகொள்ளவும் நீண்டகாலம் இருந்து மரண மடையவும் விரும்பினார்கள். இறந்தவர்களைத் தின்றுவிடுவது பொருத்தமான மரியாதைக்குரிய அடக்க முறையென்று சில மக்கள் எண்ணியிருந்தனர். வேறு சிலர் சக மனிதர்களைக் கோடிக் கணக்கில் முகாம்களில் அடைத்து வைத்துத் தொடர்ச்சி யாகக் கொல்லுவது நியாயமானது என்று நினைத்தனர். அவர் களுடைய எதிரிகளோ அதிக சக்திவாய்ந்த வெடிகுண்டுகளைப் போட்டு இலட்சக்கணக்கான மனிதர்களை ஒரு நொடியில் கொன்றுவிடுவது நல்ல திட்டம் என்று நினைத்தனர். சிலர் தமது மரணத்திற்குப் பிறகு தங்களுடைய ஆன்மா புதிய உடலில் மீண்டும் பிறக்கும் என்று நினைத்திருப்பார்கள். சிலர் இந்த உலகத்தைத் தாண்டி வேறொரு உலகில் வாழ்வோம் என்று நினைத்தார்கள். இன்னும் பலரோ எதுவும் பின்பு நடக்கப் போவதில்லை; மரணம் மிகப் பெரிய முற்றுப்புள்ளி என்று நினைத்தார்கள்.

ஒவ்வொரு மனிதரும் ஒவ்வொரு காலத்திலும் பிறக் கிறார்கள் இறப்பார்கள் என்பது உண்மையாக இருக்கும்போது இந்த வாழ்வுச் செயல் பற்றிய கருத்துகள் மட்டும் மிகமிக மாறுபட்டு இருப்பதால் ஒரு வரலாற்றாசிரியர் பற்றிக் கொள்ளக்கூடிய சாராம்சமான ஒன்றைக் கண்டறிவது கடின மானது என்பதுதான் இங்கு முக்கியமானது. பாலியல் செயல்பாடு (தேர்ந்தெடுப்பின் மூலமோ, வாய்ப்பின் மூலமோ ஒவ்வொருவரும் அனுபவம்கொள்ளும் ஒன்று அல்ல, இது பொதுவானது) என்பது இன்னும் அதிகக் குழப்பமானது. வயது, பாலினம், நிறம், நிலை, நோக்கம், கால அளவு இவற்றில் எந்தெந்த வகையான சேர்க்கைகள் விரும்பத்தக்கது; சாத்தியமானது; அனுமதிக்கப்படக்கூடியது; மரியாதைக் குரியது என்பவை பற்றி ஒவ்வொரு வரலாற்று காலகட்டமும் தனக்கே உரிய கருத்துகளைக் கொண்டிருந்தன.

இன்று உயிருடன் உள்ள ஒவ்வொரு மனிதருக்கும் இது பற்றிய கருத்து உண்டு. நம்முடைய தேர்ந்தெடுப்புகள் மற்றும் முன்தீர்மானங்கள் வகையில் நம்மைச் சில குழுக்களாக நிச்சயம் பிரித்து விடமுடியும் மேலும் நம்முடைய தனிப்பட்ட கற்பனைகள் அவ்வளவு விரிவானவைகளாக இல்லாமல் இருக்கலாம். ஆனால் ஒட்டுமொத்தத் தன்மையில் நாம் பல படித்தானவர்களாகவும் சிக்கலானவர்களாகவும் அசாதாரண மாகவும் இருக்கிறோம். இருபதாம் நூற்றாண்டில் நாம் பூனை களைக் கொல்வதை வேடிக்கையானதாக எடுத்துக்கொள்வது இல்லை என்று இந்த அத்தியாயத்தின் தொடக்கத்தில் குறிப் பிட்டேன். பொதுவாகப் பார்க்கும்போது இது உண்மைதான்; ஆனால் இதுவும்கூட முழு உண்மையில்லை. நான் இப்படி நடந்து ஒருபோதும் பார்க்கவில்லையென்றாலும், அமெரிக்கப் பதின்பருவ இளைஞர்கள்(teenagers) வேடிக்கைக்காகப் பட்டாசு களைக் கொண்டு பூனைகளைச் சித்திரவதை செய்வது பற்றிய செய்திகளைத் தேவையான அளவுக்குப் படித்திருக்கிறேன். நம்பமுடியாவிட்டாலும் எதார்த்தத்தில் இது நடந்திருக்கிறது. இது 'மனோநிலை' என்பதில் உள்ள பிரச்சினையே. ஆனால் இதுவே தீர்வாகவும் உள்ளது. கடந்த காலத்து மனிதர்கள் நம்மிலிருந்து வேறுபட்டவர்களாக இருக்கிறார்கள்; நாம் 'நம்மிடமிருந்தே' வேறுபட்டவர்களாக இருக்கும் அளவுக்கு.

156

ஒரு குறிப்பிட்ட கட்டத்தில் அவர்கள் – மற்றும் நாம் – வேறு பட்ட நடத்தை மாதிரிகளில் ஒருங்கிணைகிறார்கள். நிச்சயம் வரலாற்றாய்வாளர்கள் அந்த மாதிரி அமைப்புகளைத் தேடிக் காணமுடியும். ஆனால் அவர்கள் முழுக்கமுழுக்க நம்மைப் போலவோ அல்லது நம்மிடமிருந்து வேறுபட்டோ இல்லை. வரலாற்றாசிரியர்கள் செய்யக்கூடியது ஒன்று உள்ளது. இக்கருத்தின் இரு பகுதிகளையும் சிந்தித்துப் பார்க்கவும் நிகழ்காலத்தைப் புதிதாகக் காணுவதற்கேற்ப கடந்த காலத்தைப் புரிந்துகொள்ளவும் நமக்கு உதவிசெய்யலாம்.

வரலாறு எதற்கானது என்று நாம் நினைக்கிறோம். மற்றும் எதற்காக அதையெழுதி நாம் தொந்தரவடைய வேண்டும் என்ற கேள்வியை இது எழுப்புகிறது. அடுத்த அத்தியாயத்தில் உண்மை மற்றும் பொருள்படுத்தும் முறை பற்றியும் ஏன் வரலாறு முக்கியப்படுகிறது என்பது பற்றியும் இன்னும் கூடுதலாக நாம் சிந்திப்போம்.

அத்தியாயம் 7

உண்மையைச் சொல்லுதல்

1851ஆம் ஆண்டு மேமாதம் 28ஆம் தேதி அக்ரோன் பகுதியில் கூட்டம் நிறைந்த தேவாலயம் ஒன்றின் முன்னாள் அடிமை யான சோஜோர்னெர் ட்ரூத்(Sojourner Truth) என்று தன்னைச் சொல்லிக்கொண்ட பெண் ஒருவர் ஓஹியோ பெண்ணுரிமைப் பேரவையில் பேசுவதற்காக நின்றிருந்தார். அவர் பேசியது பற்றி இரு தகவல்கள் உள்ளன. இது முதல் தகவல் (இடம் கருதி சிறிது சுருக்கப்பட்டுள்ளது):

> *நான் சில வார்த்தைகள் பேசலாமா?... நான் ஒரு பெண் ணுரிமைவாதி. எனக்கு எல்லா ஆண்களுக்கும் உள்ளது போலவே உடல்வலிமை உண்டு. அவர்கள் செய்யும் எந்த வேலையையும் என்னால் செய்யமுடியும். நான் உழுதிருக் கிறேன்; அறுத்திருக்கிறேன்; தூற்றியிருக்கிறேன்; வெட்டி யிருக்கிறேன்; வைக்கோல் கட்டியிருக்கிறேன்; இதைவிட அதிகமாக எந்த ஆணாவது வேலை செய்ய முடியுமா? ஆணும் பெண்ணும் சமம் என்பது பற்றி அதிகம் நான் கேட்டிருக்கிறேன்; எந்த ஆண் தூக்கும் சுமையையும் என்னால் தூக்க முடியும்; எனக்குக் கிடைத்தால் ஆண்கள் அளவுக்குச் சாப்பிடவும் முடியும். இப்போதுள்ள எந்த ஆண் அளவுக்கும் நான் வலிமையானவள். புத்திசாலித் தனத்தைப் பொறுத்தவரை நான் சொல்லக்கூடியது இது தான், பெண்ணுக்கு அது அரைப்படி அளவும் ஆணுக்கு அது ஒரு படி அளவும் என்றால், அவளுடைய அரைப்படி அளவில் ஏன் அவள் முழுமையாக இருக்க முடியாது?*

நாங்கள் அதிகமான பங்கை எடுத்துக்கொள்வோம் என்ற பயத்தில் எங்களுடைய உரிமைகளைத் தராமல் இருக்கக் கூடாது. எங்களால் எங்களுடைய அரைப்படி அளவுக்கு மேல் எடுத்துக்கொள்ளமுடியாது. பாவப்பட்ட இந்த ஆண்கள் குழம்பிப் போய் இருக்கிறார்கள்; என்ன செய்வ தென்று தெரியவில்லை இவர்களுக்கு. நான் பைபிளைக் கேட்டிருக்கிறேன்; ஏவாள்தான் ஆணைப் பாவம் செய்ய வைத்தவள் என்று தெரிந்து கொண்டேன். நல்லது, ஒரு பெண்தான் இந்த உலகத்தைக் கெடுத்துவிட்டாள் என்றால், அவளுக்கு அதைச் சரிசெய்ய மீண்டும் ஒரு வாய்ப்புக் கொடுங்கள். ஏசு பற்றி ஒரு பெண்மணி பேசினார், அவர் பெண்ணை எப்போதும் வெறுத்து ஒதுக்கவில்லை என்றும் சொன்னார், அவர் சொன்னது சரி... அதுசரி, ஏசு எப்படி உலகிற்கு வந்தார்? அவரைப் படைத்த கடவுள் மூலமும் அவரைக் கருவிலே தாங்கிய பெண் மூலமும்தான். ஆண் பிள்ளைக்கு இங்கு என்ன வேலை?... ஆனாலும் ஆண் ஓர் இக்கட்டான நிலையில் இருக்கிறான்; அவனைப் பாவமான அடிமையும் பெண்ணும் நெருக்குகின்றனர். அவன் வல்லூ றுக்கும் கழுகுக்குமிடையே மாட்டிக்கொண்டிருக்கிறான்.

இது இரண்டாவது தகவல் (இதுவும் சுருக்கப்பட்டதே):★

Well, Chillen, whar dar's so much racket dar must be som'ting out o'kilter. I tink dat, 'twixt the niggers of de South and de women at de Norf, all a-talking' bout rights, de white men will be in a fix pretty soon. ... And ar'n't I a woman? Look at me. Look at my arm... I have plowed and planted and gathered into barns, and no man could head me - and ar'n't I a woman? I could work as much and eat as much as a man, (when I could get it), and bear de lash as well - and ar'n't I a woman? I have borne thirteen chillen, and seen 'em mos' all sold off into slavery, and when I cried out with a mother's grief, none but Jesus heard - and ar'n't I a woman? When dey talks 'bout dis ting in de head (intellect), what's dat got to with woman's rights or nigger's rights? If my cup won't hold but a pint and yourn holds a quart, wouldn't ye be mean not to let me have my little half-measure full?...

★ *இது சோஜோர்னெர் ட்ரூத் பேசியதாக முந்தைய பத்தியில் வெளியாகியுள்ள அதே கருத்துகளின் சுருக்கம்; நடை மட்டும் மாறியுள்ளது. பேச்சுமொழி அமைப் பினை ஒப்பிடுவதற்காக மூல மொழியமைப்பில் தரப்பட்டுள்ளது. (ப-ஆ)*

Den dat little man in black dar (a minister), he say woman can't have as much right as man 'cause Christ wa'n't a woman. Whar did your Christ come from?... From God and a woman. Man had noting to do with him.

முதல் தகவல், சேலம் பகுதியின் ஆன்டி-ஸ்லேவரி புக்ஸி (Anti-Slavery Bugle) என்ற பத்திரிகை ஆசிரியரான மாரியஸ் ரோபின்சன்(Marius Robinson) என்ற வெள்ளைக்காரரால் எழுதப் பட்டது. அவர் எழுதிய பகுதியைச் செய்தித்தாளில், 1851 ஜுன் மாதம் வெளியிட்டார். இரண்டாவது தகவல் நியூயார்க் இண்டிபென்டன்ட்(New york Independent) என்ற வேறு செய்தித்தாளில் 1863ஆம் ஆண்டு ஏப்ரல் மாதம் வெளியானது. அது ஃபிரான்செஸ் டானா கேஜ் (Frances Dana Gage) என்ற வெள்ளைக்காரப் பெண்ணியவாதியால் எழுதப்பட்டது. இரு தகவல்களும் ட்ரூத்துடைய பேச்சிற்கு இரு வேறுபட்ட பார்வையாளர்கள் இருந்ததாகக் குறிப்பிடுகின்றன. ராபின்சன், (வேறு சில தகவல்களும் இதைச் சொல்கின்றன) அந்தக் கூட்டத்தில் பெண்ணுரிமைக் கோரிக்கையை ஆதரித்த மக்கள் கலந்துகொண்டு, மரியாதையுடன் கேட்டதாகச் சொல்கிறார். பகட்டான ஆண்களும் பயந்த சுபாவமுடைய பெண்களும், பெண்ணுரிமை கோரிக்கையுடன் அடிமைமுறை மற்றும் இனப் பிரச்சினையை இணைக்கக் கூடாது என்று கூறிய சிலரும் கலந்துகொண்ட வெறுப்பான கும்பல் என்று கேஜ் சொல்கிறார். இதில் எந்தத் தகவல் உண்மையானது?

சென்ற அத்தியாயங்களுடன் தொடர்புடைய வேறு சில கேள்விகள் இன்னும் நம்மிடம் உள்ளன. வரலாற்றாசிரியர் களால் கடந்தகால வாழ்க்கைகளைப் புரிந்து கொண்டு விளக்க முடியுமா; அவர்கள் எழுதும் கதைகள் உண்மைக் கதைகளா; வரலாற்றின் பொருள் என்னவாக இருக்கலாம். இந்தச் சிறிய நூல் முடிவதற்குள் நான் தந்த உறுதிமொழிகளை நிறைவேற்று வேன் என்று நினைக்கிறேன். மேற்கண்ட கேள்விகளுக்கு விடைசொல்ல முயற்சிப்பதிலிருந்து இதைத் தொடங்கலாம் என்றும் நினைக்கிறேன்.

சோஜோர்னெர் ட்ரூத்(Sojourner Truth) 1797ஆம் ஆண்டு வாக்கில் நியூயார்க் பகுதியின் அல்ஸ்டெர் மாகாணத்தில் பிறந்தவர். அப்போது அவருக்கு இசபெல்லா வான் வேகெனென்

(Isabella van wagenen) என்று பெயர். இவர் அமெரிக்கப் புரட்சியின்போது போரிட்ட ஒரு தளபதியிடம் அடிமையாக இருந்த பெற்றோர்களுக்குப் பிறந்தவர். இவர் தனது 30வது வயதின்போது சுதந்திரமான பெண்ணானார்; ஆனால் இவருடைய குழந்தைகள் அடிமைகளாகவே இருந்தனர். இவர் மத அர்ப்பணிப்பு உடையவர்; படிப்பறிவு இல்லாதவர்; மிக வலிமையான பண்பு கொண்டவர். இவர் 1843ஆம் ஆண்டு அழுத்தமாக ஒலிக்கக்கூடிய தனது புதிய பெயரைச் சூட்டிக் கொண்டார். அடிமைமுறை ஒழிப்பு இயக்கத்திலும் அமெரிக்க உள்நாட்டுப் போரிலும் இணைந்து செயல்பட்டதுடன் பெண்ணுரிமைப் போராட்டங்களிலும் ஈடுபட்டார். இவருடைய வாழ்க்கையின் முழு விபரங்களும் இவர் சொல்லி மற்றவர்கள் எழுதிப் பல வடிவங்களில் பதிப்பிக்கப்பட்ட தன்வரலாறான 'நரேட்டிவ் ஆஃப் சோஜோர்னெர் ட்ரூத் (Narrative of Sojourner Truth)' என்ற நூலில் காணக்கிடைக்கின்றன. இவர் தனது வாழ்நாளிலேயே புகழ்பெற்ற பெண் மணியானார் (இவர் மூன்று வெவ்வேறு அமெரிக்க ஜனாதிபதிகளைச் சந்தித்தவர்). இவர் ஆப்பிரிக்க - அமெரிக்கப் போராட்டத்திற்கும் பெண் விடுதலைப் போராட்டத்திற்கும் ஒரு குறியீடாக ஆனார். நான் ஒரு பெண்ணில்லையா?(Ar'n't I a woman?) என்ற இவரது பேச்சிற்காகத் தற்போது அதிகம் நினைவு கூறப்படுகிறார்.

பத்தொன்பதாம் நூற்றாண்டைச் சேர்ந்த அடிமைகள் மற்றும் முன்னாள் அடிமைகளின் வேறு வாழ்க்கை வரலாறுகள் நமக்குக் கிடைக்கின்றன. பல வரலாறுகள் அடிமை மக்களால் எழுதப் பட்டவை அல்லது சொல்லி எழுதி வைக்கப்பட்டவை. இவற்றி லிருந்து அமெரிக்க கறுப்பின மக்களின் மனோநிலையையும், கூட்டுச் சிந்தனை மற்றும் பேச்சு முறையையும் ஒருவர் கண்டு தொகுக்க முயற்சிக்கலாம். இதன் மூலம் அக்ரோனில் நிகழ்த்தப்பட்ட பேச்சு பற்றிய எந்தத் தகவல் அவ்வகை முறைக்குப் பொருந்திவருகிறது என்று முடிவு செய்யலாம். கேஜ் தந்திருக்கும் தகவலைத்தான் நாம் தேர்ந்தெடுக்க வேண்டி யிருக்கும்; இது பேச்சு வழக்கில் எழுதப்பட்டுள்ளது (படிப்பறி வற்ற கறுப்பினப் பெண் ஒருவர் நிச்சயமாக முதல் தகவலில் உள்ள துல்லியமான ஆங்கிலத்தில் பேசியிருக்க முடியாது?).

19. சோஜோர்னெர் ட்ரூத்

இருண்மையான அறிவுஜீவித்தனத்துடன் பழக்கமற்ற நேர்மை யான ஒரு பேச்சை இது காட்டுகிறது. இதில் அமெரிக்கக் கறுப்பின மக்களின் சமயபோதனை மரபுடன் தொடர்புடைய பேச்சுக் கலையின் ஒரு கவித்துவ ஓசை ஒலிக்கிறது(Ar'n't I a woman?).

ஆனால் எல்லா வித்தியாசங்களையும் நிரவிச் சமப்படுத்தி, மனிதத் தனித்தன்மைகளின் சிக்கலான நிலைகளை ஒரு காலத்திற்கும் இடத்திற்கும் ‘இயல்பானது’ என்று சொல்லப் படும் ஒரு சித்திரிப்புக்குள் கொண்டு புகுத்தி அடைத்து விடுவதுதான் மனோநிலை என்ற கோட்பாட்டில் உள்ள பிரச்சினையே. இந்த ‘இயல்புத்தன்மை’ என்பதன் கூறுகள், மனிதர்கள் பேசிய, சிந்தித்த, நடந்துகொண்ட முறைகளைத் தம்மளவில் பிரதிபலிக்கக்கூடிய வரலாற்று ஆதாரங்களான எழுதப்பட்ட ஆவணங்களிலிருந்து எடுக்கப்பட்டவைதான்.

சோஜோர்னெர் ட்ரூத்தின் வாழ்க்கை வரலாற்றை எழுதிய வரலாற்றாசிரியர் நெல் இர்வின் பெயிண்டர்(Nell Irvin Painter) பொதுவாக ட்ரூத் தனது பேச்சுக்கள் பேச்சுவழக்கிலேயே எழுதப்படுவதை விரும்பியதில்லை என்று கூறுகிறார். உண்மைத் தன்மையைப் பேச்சுவழக்கு எழுத்துமுறை அப்படியே தருவதாக நாம் நினைத்தாலும்கூட, ட்ரூத் தான் சொன்னவற்றின் அர்த்தத்தை அது சிறுமைப்படுத்தி விடு வதாகச் சந்தேகப்பட்டார். படிப்பறிவற்ற கறுப்பினப்பெண் ஒருவரிடமிருந்து வெளிப்படுமென்று நாம் எதிர்ப்பார்க்கும் பேச்சு போலவே அமைந்திருப்பதால் அக்ரோன் பேச்சு பற்றிய இரண்டாது தகவல்தான் உண்மையானது என்று முடிவு எடுப்பது என்பது சோஜோர்னெர் ட்ரூத்தின் தனித் தன்மையை ‘கறுப்பினப் பெண்-தன்மை’ என்ற கொதிகலத்தில் கரைத்து இல்லாமலாக்கிவிடுகிறது. மேலும் நம்முடைய எதிர்ப்பார்ப்புகள் என்பது இதில் எந்த அளவுக்குப் பங்கு வகிக்கிறது என்பதைக் கேள்விக்குள்ளாக்கவும் தவறிவிடு கிறது. ‘பொது மனோநிலை’ என்பதை அதிக நுட்ப வேறு பாடும் உள்ளர்த்தமும் உடைய ஒரு மறுகட்டமைப்பு முயற்சிக்கு உட்படுத்தக்கூடாது என்பதல்ல இதன் அர்த்தம். ஆனால் ஒரேவகையான சிந்தனை முறை இருப்பதாக யூகித்துக்கொள்ளும் ஆபத்து இதில் இருக்கிறது என்பதுதான்

முக்கியம். 'மனோநிலை' என்பது வகைப்பாடுகளையும் வேறுபாடுகளையும் மங்கவைத்துவிடக்கூடும், போராட்டங்கள் மோதல்கள் என்பவற்றின் இருப்பை மறைத்து விடவும் கூடும். சோஜோர்னெர் ட்ரூத் வெள்ளை மனிதர்களைப் பால் அடையாளம் மற்றும் இனம் பற்றி மாறுபட்ட வகையில் சிந்திக்க வைக்கும் இதயபூர்வமான நம்பிக்கையுடன் அதுபோன்ற ஒரு போராட்டத்தில் ஈடுபட்டிருந்தார்.

சோஜோர்னெர் ட்ரூத்தை ஒரு வரலாற்றுப்பாத்திரமாகப் புரிந்துகொள்வதோடு மேற்குறித்த இரு தகவல் பதிவுகளில் எது உண்மையானது என்று முடிவு செய்யவும் வேண்டிய நிலையில் வரலாற்றாசிரியர்கள் இரு விதமான பொறுப்புகளில் சிக்கியிருப்பதாகத் தோன்றலாம். ஒருவகையில் 'நான் அந்த தேவாலயத்தில் இருந்திருந்தால் அந்தப் பேச்சை எப்படிக் கேட்டிருப்பேன் என்று தன்னைத் தானே கேட்டுக்கொள்ளக் கூடிய, கடந்த காலத்தை மறு ஆக்கம் செய்யக்கூடிய கற்பனை வளம் மிக்க படைப்பாளியாகச் செயல்படவேண்டியிருக்கிறது. மற்றொரு வகையில், வரலாற்று ஆவணங்களைப் பார்த்து உங்களில் யார் என்னிடம் பொய்சொல்வது என்று கேட்கும் கடுமையான ஒரு துப்பறிவாளராகவும் செயல்படவேண்டி யிருக்கிறது. ஆங்கில- அமெரிக்க வரலாற்றாசிரியர்கள் இந்த இணைமுரண்களை வரலாற்றைக் கலையாகக் காண்பதற்கும் வரலாற்றை அறிவியலாகக் காண்பதற்கும் இடையேயான மோதலாகச் சித்திரிக்க விருப்பமுடையவர்களாகவும், இதில் நமது ஆய்வுப் பொருள் எந்த அணியைச் சேர்ந்தது என்று கேட்பவர்களாகவும் இருந்து வருகின்றனர். ஆனால் இது, அறிவியலில் கற்பனையோ, உள்நோக்கிய சிந்தனையோ இணைவதில்லை என்றும் கலையில் உற்றுநோக்கலோ, முறையியல் சார்ந்த தொழில்நுட்பமோ இல்லை என்றும் போலியாக எண்ணிக்கொண்டு, கலை மற்றும் அறிவியலின் தன்மைகளை வேண்டுமென்றே தவறாகப் புரிந்துகொண்டு கேட்கப்படும் அறியாமை நிறைந்த அற்பக் கேள்வியாக எப்போதும் இருந்துவருகிறது. அர்த்தம் மற்றும் எண்ணங்களை அடிப்படையாகக் கொண்ட உண்மை, மாறாத உண்மை நிலை, மற்றும் கற்பனை கலவாத எதார்த்தம் இவற்றை அடிப்படையாகக் கொண்ட உண்மை என

அறிவை இரு துருவங்களாகவும் இது பிரிக்கிறது. வேறொரு வகையில் பார்த்தால், வரலாற்று அறிவு என்பது அகவய மானதா (அறிபவரைப் பொருத்து அமைவது) அல்லது புறவயமானதா (அறிபவரின் பாதிப்பு கடந்தது) என்ற மிகப் பழைய கேள்விதான் இது.

துப்பறிவாளருடைய நிலைப்பாட்டை எடுத்தால் 'அக்ரோன்' பேச்சு பற்றிய முதல் தகவல்தான் உண்மை என்று பெரும் பாலும் நாம் முடிவுசெய்ய வேண்டியிருக்கும். இது நிகழ்ச்சி நடந்த சிறிது காலத்திலேயே எழுதப்பட்டது. எழுதியவருக்கு சோஜோர்னெர் ட்ரூத்தை நன்றாகத் தெரியும்; அவர் மொழியை நன்றாகக் கவனிக்கக்கூடியவர். அதனால் (பெயிண்டர் கூறுவது போல) 'Ar'n't I a woman?' என்ற நான்கு தளங்களையுடைய மீண்டும் மீண்டும் ஒலிக்கும் தொடரை வேறுவழியின்றி விட்டுவிட வேண்டியிருந்தது. வரலாற்று ஆதாரங்களை இவ்வகையான கவனமான ஆய்வுக்குட்படுத்தும் பெரும் பாலான வரலாற்றாசிரியர்கள் ராபின்சன் தந்த தகவலையே உண்மையென்று இப்பொழுது ஏற்கிறார்கள்.

வரலாற்றாசிரியர்களைத் துப்பறிவாளராகச் சித்திரிக்கும் பொழுது (பல தலைமுறைகளாக அதிகம் விரும்பப்பட்ட சித்திரிப்பு) துப்பறியும் கதையின் கடைசி அத்தியாயம் விடுபட்டுவிடுகிறது – நீதிமன்றக் காட்சி. துப்பறிவாளர் எந்த வாதம் சரி, எந்த தகவல் பிழை என்று முடிவு செய்ய முயலும்போது, நீதிபதி தனது தீர்ப்பை வழங்கியபின்பே அது முற்றுப் பெறுகிறது. உண்மைக்கும் பிழைக்கும் இடை யிலான போராட்டத்தை ஆய்வுசெய்பவர் இப்போராட்டத்தின் உண்மைப்பொருளையும் தீர்மானிக்க வேண்டியிருக்கிறது. சட்டத்துறையைப் போல் இல்லாமல் வரலாற்றில் ஒரே வழக்கைப் பலமுறை விசாரணை செய்யமுடியும். இது இரு விபரங்களை விளக்குகிறது: முதலாவது, தீர்மானித்தல், அர்த்தப்படுத்துதல், அர்த்தத்தின் பின்புலம் இவற்றுக்கு அப்பால் உண்மைச்செய்திகள், உண்மைகள் என்பவை பற்றிப் பேசமுடியாது என்பதால் உண்மைச் செய்தி மாறும் அர்த்தம் என்ற எதிரிடை அவ்வளவு வலுவான கருத்தாக்கம் இல்லை. இரண்டாவது, உண்மை என்று நிலவுவது (உண்மைக் கதை என்று ஏற்றுக்கொள்ளப்படுவது) சக

மனிதர்களால் ஏற்றுக்கொள்ளப்படுவதைச் சார்ந்துதான் அமைகிறது என்பதால் 'உண்மை' என்பதே பொது ஒப்புதலால் ஏற்படும் நிகழ்வு.

சோஜோர்னெர் ட்ரூத்தின் பேச்சு பற்றிய கேஜுடைய கவித்துவமான தகவலைவிட ராபின்சனின் தகவல் அதிக துல்லியமாக அமைந்துவிடுகிறது. ஆனால் அந்தப் பெண்மணி பற்றிய வித்தியாசமான சில செய்திகளை கேஜின் அச்சு அசலான பதிவு தன்னில் கொண்டிருக்கமுடியும். அவர் எப்படி நடந்து கொண்டார்; அவரைத் தெரிந்தவர்கள் எப்படி அவரைப் புரிந்துகொண்டனர் என்பவற்றைப் பதிவு செய்யமுடியும். எப்படியென்றாலும் நமக்கு அது தெரியாது. ஒரு வரலாற்று ஆசிரியர் அந்த தேவாலாயத்தில் தானே மீண்டும் நிற்பதாகக் கற்பனை செய்துகொள்ள முடியும். வரலாற்று ஆதாரங்களைத் தேவையான முனைப்போடும், கவனத்தோடும் திறந்த மனத்துடன் கூடிய அனுதாபத்துடனும் பரிசோதிக்க முயற்சிசெய்ய முடியும். ஆனால் யாரும் உண்மையில் அந்த இடத்திற்குச் செல்ல முடியாது. அப்படியே போக முடிந்தாலும் ட்ரூத் பேசியதிலிருந்து வரலாற்றாசிரியர்கள் என்ன புரிந்து கொண்டார்களோ அது அங்கே இருந்த பார்வையாளர்கள் தாங்கள் புரிந்துகொண்டதாக நினைத்தவற்றுடன் முழுமையாகப் பொருந்திப்போகும் என்று உத்திரவாதம் கிடையாது. ஒவ்வொரு துப்பறிவாளரும் வரலாற்றாசிரியரும் அறிந்தது போலவே மிகச் சரியாகப் பொருந்திப்போகும் தகவல்கள் என்பவை சுதந்திரமானவைகளாக இல்லாமல் ஒன்றுடன் ஒன்று ஒத்துழைத்து எழுதப்பட்டவைகளாக இருக்கும். ராபின்சன் மற்றும் கேஜுடைய தகவல்கள் ட்ரூத் பேசிய பொருள்பற்றி அதிகம் பொருந்திப் போகின்றன. ஆனால் கருத்துக்களின் வரிசையமைப்பு மற்றும் சொற்பிரயோகங்களில் வேறுபடுகின்றன. நாம் இங்கு உணர்வுக்கும் அர்த்தத்திற்கும் இடையில் போராடிக் கொண்டிருக்கிறோம்.

எந்தத் தகவல் பதிவு உண்மையானது என்று முடிவு செய்வதென்பது, அதில் ஒன்றை வீணானது, ஒதுக்கப்பட வேண்டியது என்று ஆக்குவது. ஆனால் நான் பெண்ணில்லையா? (Ar'n't I a woman?) போன்ற அழகான ஒரு பதிவை ஒதுக்க விரும்புகிறோமா? வரலாற்றாசிரியர்கள் உண்மையைத் தேடிச்

செல்லக்கூடாது என்று சொல்லுவதல்ல இதன் பொருள். உண்மைக்கதை என்பது நீதிபதியை உடன்படவைக்கும் வற்புறுத்துதல் போன்றது என்பதைக் கவனிக்கவேண்டும். ஆனால், ஒன்றான, முழுமையான, ஒருபடித்தான உண்மையைத் தேடினால், நாம் வேறுவகை சாத்தியமுடைய குரல்களையும் மாறுபட்ட வரலாறுகளையும் மௌனமாக்கிவிட நேரலாம் என்பதுதான் குறிப்பிடப்படவேண்டியது.

இரண்டாயிரம் ஆண்டுகளுக்கு மேலாக மற்ற வரலாற்றுக் கதைகளை மௌனமாக்கும் செயல் பெரிய அளவில் நடந்து கொண்டிருப்பதால், அப்படி சொல்வதென்பது ஒரு கற்பனாவாத எச்சரிக்கைதான். துசிடைடசின் அரசியல் வரலாறு என்னும் சிறைக்கோட்டையில் இருந்து (நாம் பார்த்தது போல) மிகச் சில தப்பித்தல்கள் வெவ்வேறு காலங்களில் நடந்திருந்தாலும், அதன் சுவர்கள் மற்ற குரல்களையும் மற்ற கடந்த காலங்களையும் அடைத்து மறைத்துவிட்டன. அந்தக் கோட்டை இருபதாம் நூற்றாண்டில்தான் தகர்ந்தது; முழுமையாகத் தகர்ந்து போனது. கடந்த முப்பது ஆண்டுகளில். அரசியல் வரலாறு மற்றும் நிகழ்வுகளின் கதைகள் என்பவை, எல்லா காலங்களிலும் இடங்களிலும் பயன்பாடுகளைச் சேர்ந்த பரந்துபட்ட மக்களின் கதைகளான மற்ற 'கதைகளுக்கு' சமமாகத் தமக்கு உரிய இடத்தை எடுத்துக்கொள்கின்றன. சமூக வரலாறு என்பது கடந்தகால மக்களின் தினசரி வாழ்க்கைகளைப் பற்றியும் 'உண்மையாக நிகழ்ந்தவற்றை' பாதிக்கக் கூடிய அளவுக்கு இந்த வாழ்க்கைகள் எவ்வாறு இணைகின்றன என்பது பற்றியுமான புரிதலை உருவாக்க மார்க்ஸிசத்தின் ஆழ்ந்த புரிதல், மானுடவியல், சமூகவியல், அன்னலிஸ்டுகள் கூறிய மனோநிலை(mentalite) போன்றவற்றை ஒருங்கிணைத்த உயிர்த்துடிப்புடைய, வாதத்தெளிவுடைய, வலிமையான ஒரு அறிவுத்துறையாக மாறியிருக்கிறது (பிரிட்டிஷ் வரலாற்றாசிரியர் ஜி.எம்.டிரிவேய்யன்(G.M.Trevelyan) ஒருமுறை விளக்கியதுபோல). அரசியல் நீக்கப்பட்ட வரலாறு இது. மிகப் பெரிய வரலாற்றுச் சம்பவங்களில், சிறு அரசகுழுக்கள், அரசியல்வாதிகள், ஆட்சியாளர்கள் போன்றவர்கள் எடுக்கும் முடிவுகளுக்கு எந்த அளவுக்குப் பங்கு உண்டோ அதே அளவுக்கு வெகுமக்களின் செயல்களுக்கும் பங்கு உண்டு

என்பது தற்போது தெளிவாகியிருக்கும். ஜியோர்ஜ் பர்டெட் இல்லாமல் அமெரிக்க காலனியாக்கம் இல்லை; ஆடை யற்ற மக்கள் இன்றிப் பிரெஞ்சுப் புரட் இல்லை; சோஜோர்னெர் ட்ரூத் இன்றி அடிமைமுறை ஒழிப்பு இல்லை.

ஆனால் சமூக வரலாறும்கூட வேறு சில கேள்விகளை உருவாக்கியது. இரண்டாம் உலகப்போருக்குப்பின் பெண்ணிய வரலாற்றாசிரியர்கள் 'மனிதகுலம்' என்ற தொடருக்குள் பெண்கள் உரிய அளவில் உள்ளடக்கப்பட்டிருந்தார்களா? என்று கேள்வியெழுப்பவும், பெண்களுக்கென்று தனித்த வரலாறு என்பது இருந்ததா என்பதை ஆராயவும் தொடங்கினர். மத்திய காலத்திலும் தொடக்ககட்ட நவீன காலத்திலும் பெண்களின் நிலை பற்றிய ஆய்வுகள், ஆண்களின் செயல்பாடுகளை அடிப்படையாகக் கொண்ட முன்னோக்கிய வளர்ச்சி என்ற வரலாற்றுக் கதைகளிலிருந்து மிகவும் வேறுபட்ட போராட்டத்தின் கதையை அடையாளம் காட்டின. எடுத்துக் காட்டாகப் பதினான்காம் நூற்றாண்டைச் சேர்ந்த பெண்கள் பதினைந்தாம் நூற்றாண்டைச் சேர்ந்த தமது சகோதரிகளை விட அதிக வாய்ப்புகளும், சுதந்திரமும், பொருளாதாரச் தற்சார்பும் உடையவர்களாக இருந்திருக்கின்றனர். உண்மை யாக வரலாற்றிலிருந்து மறைக்கப்பட்ட குரல்களை மீட்டெடுக் கும் நோக்கத்தை அடிப்படையாகக் கொண்ட பெண்களின் வரலாறு என்னும் ஆய்வுத்திட்டம், சமீப காலங்களில் பெண், ஆண் உறவுகள் பற்றியும், வெவ்வேறு காலகட்டங்களில் பாலின வேறுபாடுகளைக் கட்டுப்படுத்திய அமைப்பு முறைகள் பற்றியும் இவைகள் வாழ்க்கை மற்றும் அரசியலின் மற்ற பகுதிகளைப் பாதித்த வழிகள் பற்றியுமான புதிய கேள்வி களை நோக்கிக் கொண்டுசெலுத்தியிருக்கிறது. ஒருவர் பெண்ணாகவோ அல்லது ஆணாகவோ இருப்பதற்குக் கடை பிடிக்கவேண்டிய நடத்தைகள் காலத்திற்குக் காலம் மாறி யிருக்கின்றன. இங்கிலாந்தின் முதலாம் எலிசெபெத் அரசி தனது பேரரசினைக் கட்டுப்படுத்திய முறையிலிருந்து, முதலாம் உலகப் போரின்போது முதல்கட்ட படை அதிகாரி களாக மாறிய, திடகாத்திரமான கிறிஸ்தவ சிறுவர்களுக்கு இங்கிலாந்தின் பொதுப்பள்ளிகளில் தரப்பட்ட பயிற்சிவரை பல்வேறு விதமான நடத்தை முறைகள் இருந்துள்ளன.

கறுப்பின வரலாற்றாசிரியர்கள், குறிப்பாக அமெரிக்க ஐக்கிய நாட்டைச் சேர்ந்தவர்கள், கடந்தகாலத்திற்குள் மறைக்கப்பட்ட குரல்களைத் தாங்களே மீட்டெடுக்கும் பணியில் ஈடுபட்டனர். அவர்கள் அடிமைமுறை செயல்பட்ட தன்மையைப் பற்றி எஜமானர்களின் பார்வையில் அமைந்த சான்றாதாரங்கள் மட்டுமின்றிப் பாடல்கள், கறுப்பின மக்களாலேயே எழுதப்பட்ட (இதில் அனைவருமே அடிமைகள் என்று சொல்லமுடியாது) அனுபவப் பதிவுகள், சுயசரிதைகள் போன்ற பெரும் ஆவணங்களின் களஞ்சியத்தைக் கண்டறிந்தனர். பால் அடையாளம் போலவே இன அடையாளமும் ஒரு சிந்தனை மற்றும் பார்வை முறை என்ற வகையில், மற்றவர்களை அடிமைப்படுத்தி வைத்த மக்கள் அதை எப்படிப் புரிந்து கொண்டார்கள்; நியாயப்படுத்தினார்கள் என்பதையும் அடிமைப் பட்டவர்களும் காலனியாதிக்கத்திற்கு உட்பட்டவர்களும் அந்த அனுபவங்களை எப்படிக் கையாண்டார்கள் என்பதையும் கண்டறிவதற்கான ஓர் ஆக்கபூர்வமான ஆராய்ச்சி வகைமையாக மாறியது. இந்த வகையான வரலாறுகள், மற்ற மக்களின் பார்வைகளுக்கும் கதைகளுக்கும் ஓரிடத்தை உருவாக்கித் தந்த வகையில் மட்டுமின்றி, அவற்றை எந்த அளவுக்கு புறந்தள்ளியிருக்கிறோம் என்று வரலாற்றாசிரியர்களை உணரவைத்த வகையிலும் மரபான வரலாற்றின் ஒற்றைக்குரல் தன்மையைக் கேள்விக்குள்ளாக்கத் தொடங்கின. ஒவ்வொன்றையும் கேள்வி கேட்கும் தமது திறனுக்காகத் தாங்களே கர்வப்பட்டுக்கொள்ளக்கூடியவர்களாக வரலாற்றாசிரியர்கள் இருப்பதால், இது மட்டுமே ஒரு நல்ல நிகழ்வாக இருக்க முடியும். இதற்கு, ஆண் மற்றும் பெண் தன்பால் காதலர்களின வரலாறுகளை ஆய்வு செய்த வரலாற்றாசிரியர்கள் மிகச் சமீபத்திய எடுத்துக்காட்டுகள். அப்படிப்பட்ட மக்கள் கடந்த காலங்களிலும் வாழ்ந்திருக்கின்றனர் என்ற (மத்தியகால திருச்சபை தண்டனைப் பதிவேட்டில் தன்பால் காதல் கொண்ட ஆண் ஒருவனிடம் நடந்த விசாரணையைப் பார்க்கமுடிவது ஓர் எடுத்துக்காட்டு) கண்டுபிடிப்பின் முக்கியத்துவத்தையும் தாண்டி, பல்வேறு காலங்களில் நிலவிய மக்களின் பாலியல் அடையாளங்கள் மற்றும் நடத்தைகளை ஆராய்வதென்பது தற்காலத்தில் நிலவிவரும் 'இயல்பானது',

'இயற்கையானது' என்ற ஏராளமான அனுமானங்களையும் கூட கேள்விக்குள்ளாக்குகிறது. ஒரு தெளிவான உதாரணத்தைக் கூறுவதென்றால் பழங்கால கிரேக்கர்களை எடுத்துக் கொள்ளலாம். அவர்கள் ஆண்-ஆணுடன் காதல் புரிவதையும், ஆண்-பெண்ணுடன் காதல் புரிவதையும் இரண்டு எதிரெதிரான, பிளவுபட்ட நடத்தைகளாக எடுத்துக் கொண்டவர்கள் அல்ல. தன்பால் விருப்பு, எதிர்பால் விருப்பு(homosexual, heterosexual, gay மற்றும் straight) என்பவை அவர்களைப் பொறுத்தவரை அர்த்தமற்றவை.

இந்தச் சிந்தனைகளின் வழியே ட்ரூத் பற்றிய கேள்வியை அணுகும்போது, அந்த இரு தகவல்களில் ஒன்றை மட்டும் தேர்ந்தெடுப்பதில் வரலாற்றை ஒற்றை உண்மைக் கதையாக வார்த்தெடுக்கும் நோக்கம் கொண்ட ஆபத்து உள்ளது. இதே தர்க்கம், 'புறவயமான' 'அறிவியல் பூர்வமான' வரலாற்றைத் தேடுவதற்கும் பொருந்தும். அவை சொல்லும் அர்த்தத்தில் இரண்டும் சாத்தியமில்லை. இரண்டுமே, தமது வரலாற்றுத் தொகுப்பு மட்டும்தான் ஒரே ஒரு சாத்தியமுடைய தொகுப்பு என்று நிறுவுவதற்குத் தன்வயப்பார்வை கொண்ட வரலாற்று ஆசிரியர்கள் (இவர்களுக்குத் தமது சொந்த முன்முடிவுகள், வர்க்க ஈடுபாடுகள், பாலியல் அரசியல் உள்ளன) செய்யும் முயற்சிகளே. ஆனால் ஒற்றை உண்மைக்கதை என்ற கருத்து - H என்ற பெரிய எழுத்துடைய வரலாறு(History with a capital H) - மிகமிக கவர்ச்சிக்குரியதாக இருக்கிறது; அதனால் மிகமிக ஆபத்தானது. அரசியல்வாதிகளையோ அல்லது நிகழ்ச்சிகளையோ பற்றி 'வரலாறு' என்ன தீர்ப்பு வழங்கும் என்று செய்தித்தாள்கள் தினம் பேசுகின்றன; அரசியல் வாதிகள் வெளிநாட்டுக் கொள்கை 'வரலாறு' நமக்குக் காட்டும் அடிப்படையில் அமையவேண்டும் என்று வாதம் செய்கிறார்கள்; உலகெங்கும் உள்ள போராளிக்குழுக்கள் தாங்கள் செய்யும் கொலைகளைத் தமது 'வரலாறு' அடிப்படையில் நியாயப்படுத்துகிறார்கள். கடந்த காலத்தில் எது நடந்திருந்தபோதும், தற்காலத்திற்கு அது எந்த அர்த்தத்தைக் கொடுத்தபோதும் மறைந்துபோன மக்களின் வரலாறு என்பது மனிதர்கள், அவர்களின் தேர்ந்தெடுப்புகள், தீர்மானங்கள், செயல்கள் மற்றும் கருத்துகள் ஆகியவற்றையே சார்ந்திருக்

கிறது. கடந்த கால வரலாற்றை 'உண்மைக் கதை' என்று அடையாளப்படுத்துவதென்பது மனித இடையுறவுகளும் பங்கேற்பும் இல்லாமலேயே நடந்துபோனதென்று அதைக் கூறுவதாகிறது.

இருந்தாலும், இதில் எதை வைத்தும் வரலாற்றாசிரியர்கள் 'உண்மை' என்பதைக் கைவிட்டுக் கதைகளைச் சொல்வதில் மட்டும் கவனம் செலுத்தவேண்டும் என்று சொல்லமுடியாது. வரலாற்றாசிரியர்கள் ஆதாரங்களாக எதைச் சாத்தியப்படுத்து கின்றார்களோ அவற்றைச் சார்ந்து இருக்க வேண்டும்; சாத்தியப்படாதவற்றை ஏற்றுக்கொள்ளவேண்டும். அவர்கள் புதிதான நிகழ்வுகளை உருவாக்கவோ, அவர்கள் சொல்லும் கதைக்குள் பொருந்தாத ஆதாரங்களை மறைக்கவோ கூடாது. ஆனால் நாம் பார்த்ததுபோலவே, இந்த விதிகளைப் பின்பற்று வதும்கூட கடந்த காலத்தால் விட்டுச் செல்லப்பட்ட எல்லாப் புதிர்களையும் தீர்த்துவிடாது. அதன்மூலம் நிகழ்வுகளின் சிக்கலற்ற ஒற்றைக் கதையை உருவாக்கிவிடவும் முடியாது.

உண்மை(Truth) என்பது பெரிய எழுத்து T அல்ல என்பதை யும், முழுமுதலானது அல்ல என்பதையும் மனித வாழ்க்கை களுக்கும் செயல்களுக்கும் அப்பால் அது நிகழ்வதல்ல என்பதையும் நம்மால் ஏற்றுக்கொள்ள முடியும் என்றால், நாம் உண்மை அல்லது உண்மைகள் என்பதை அவற்றிற்குரிய சிக்கல்களோடு சொல்ல முயற்சிக்கலாம். இதற்குக் குறைவாக எதைச் செய்தாலும் நம்மையும் கடந்தகாலத்தின் குரல்களை யும் சேர்த்தே இழந்து விடுவோம். சோஜோர்னெர் ட்ரூத்தின் கதையைச் சொல்லும்போது அக்ரோன் பேச்சுப் பற்றிய ராபின்சனின் தகவல் ஏன் அதிக துல்லியமானது என்பதற்கான காரணங்களை நாம் நன்றாகத் தரலாம் (எப்படி அந்த முடிவுக்கு வந்தோம் என்ற வழிமுறையை விளக்கிக் கூறுவது). ஆனால் கேஜின் தகவலையும் நாம் சொல்ல வேண்டும். பிறகு அந்தக் குறிப்பிடத்தகுந்த பெண்மணியின் சொற்களும் செயல்களும் என்ன அர்த்தம் தந்தன; எப்படி அர்த்தப்படுத்திக் கொள்ளப் பட்டன என்ற விரிவான உண்மைக்குள் இவ்விரண்டு தகவல் களையும் பொருத்திக்காட்டவேண்டும். அத்துடன் எடுத்துக் கூறப்பட முடியுமேயன்றி மறுஆக்கம் செய்யப்படமுடியாத சோஜோர்னெர் ட்ரூத்துடைய வாய்மொழிக் கவிதையின்

மந்திரத்தன்மை நமக்குத் தெரியாது; தெரிந்துகொள்ளவும் முடியாது என்பதையும் குறிப்பிட்டுவிடவேண்டும். மறைந்து போன குரல்களையும் அவற்றின் மௌனங்களையும் காத்துக் கொள்ளவும் அனுமதிக்கப்பட வேண்டும்.

இங்கு நான் குறிப்பிடுவது சிக்கலுடைய கருத்து. ஆனால், அதன் முக்கியத்துவம் ஒரு கவனமான வாசிப்பைக் கோரு கிறது. நிகழ்வுகளைப் பற்றிய எந்தவொரு பதிவு வடிவமும் மற்றவற்றைப் போல் சமமான மதிப்புடையதாக எடுத்துக் கொள்ளப்பட்டால், முழுமுதல் உண்மை, ஒற்றை வரலாறு போன்றவற்றை ஒதுக்குவதென்பது முழுமையான சார்பு வாதத்தை நோக்கிச் செலுத்துவதில்லை. எடுத்துக்காட்டாக ஹாலோகாஸ்ட் என்ற பெரும்படுகொலைகள் நடக்கவே இல்லை என்று சொல்ல முயற்சிக்கும் போலிச் சிந்தனா வாதிகளுக்கோ கருத்து வெறியர்களுக்கோ அது இடமளிப்ப தில்லை. ஆறு மில்லியன் மக்கள் நாஜிகளால் திட்டமிட்டுக் கொல்லப்பட்டதற்கான ஆதாரங்கள் ஏராளமாக உள்ளன. அவை எப்போதும் நடந்ததாக இல்லை என்று வாதம் செய்ய முயற்சிப்பது என்பது கடந்த காலத்தின் குரலை நசுக்குவதும் திரிக்கப்பட்ட யூகங்களுக்கு எதிராக அமையும் ஆதாரங்களை ஒடுக்குவதுமாக இருக்கும். அதிக சிக்கலற்ற எடுத்துக்காட்டு களிலும் இது உண்மையாகப் பொருந்தும். 'முழுமுதல் உண்மை' என்பதை மறுப்பதென்பது விரிவான விபரங்களின் துல்லியத்தையும் அவற்றின் மீதான கவனத்தையும் மறுப்ப தாகாது. இதன்மூலம் குறிப்பிடவிரும்புவது, சான்றாகப் புதிய உலகம் மீதான காலனியாதிக்கம் நிகழ்ந்ததே இல்லை என்பது போன்ற கருத்துக்களும் ஏற்கமுடியாதவையே என்பதுதான். இந்தக் காலனியாதிக்கம் ஒருவகையில் பேரெண்ணிக்கை யிலான பூர்வகுடி அமெரிக்க மக்களின் இயற்கைக்கு மாறான சாவினால் ஏற்பட்டதல்ல என்று கூறப்படுவதையும் கூட ஏற்கமுடியாது.

ஹாலோகாஸ்ட் என்ற மாபெரும் படுகொலை என்பது என்ன என்று விவாதிப்பது அதிக சிக்கலானது. ஹலோகாஸ்ட் என்பது பயங்கரமான தீமையின் செயல்பாடு என்று நமக்குத் தெரியும், இது பற்றிய கருத்தொற்றுமைகள் மிக வலிமையாக உள்ளன. மனிதர்கள் தமது சகமனிதர்கள் மீது இதுவரை புரிந்த

கொடூரங்களிலெல்லாம் இதுவே உச்சபட்ச கொடுமை என்ற முடிவுக்கு நாம் வரலாம். ஆனால் இந்தத் தீர்மானத்துடன் உடன்படும்போது வேறுசில கேள்விகளை ஒதுக்கிவிட்டு, அறம் என்ற வகையில் மட்டுமின்றி விசாரணை என்ற வகையிலும் ஹாலோகாஸ்ட் என்பதைக் கடக்கமுடியாத பெருந்தடையாக நாம் மாற்றிவிடுகிறோமா என்பதிலும் கவனமாக இருக்கவேண்டும். எடுத்துக்காட்டாக யாரால் இந்தப் படுபாதகம் நிகழ்த்தப்பட்டது? என்ற கேள்வியைக் கேட்கும் பொழுது நம்முடைய பதில் 'அடால்ஃப் ஹிட்லர்' என்பதாக இருந்தால், இந்தக் குற்றத்தில் தீவிரமாகப் பங்கெடுத்துக்கொண்ட அல்லது மௌனமாக உடந்தையாக இருந்த பிற ஜெர்மானியர்கள், பிரெஞ்சுக்காரர்கள், சுவிஸ் மக்கள் மற்றும் பிறநாட்டினர் பற்றித் தெரிந்துகொள்ள முடியாமல் போகலாம். ஜெர்மனியின் யூத எதிர்ப்பை மட்டும் நாம் ஆய்வு செய்யும்போது, அதே காலகட்டத்தில் பிறநாடு களில் இருந்த யூத எதிர்ப்பு மற்றும் ஃபாசிச சக்திகளை மறைத்துவிடுகிறோம் (எடுத்துக்காட்டிற்கு போருக்கு முந்தைய காலகட்டத்தில் ஓஸ்வால்ட் மோஸ்லே(oswald moley) தலைமை தாங்கிய இங்கிலாந்தின் ஃபாசிச இயக்கத்தைக் கூறலாம்). இந்தச் சிக்கலான தன்மை ஜெர்மானிய சித்திர வதை முகாம்களில் நடத்தப்பட்ட பயங்கரமான படுபாதகத் தன்மைகளைக் குறைத்துக் காட்டப்போவதில்லை. ஆனால் அந்தக் கேள்விகள் மனிதப்பிறவிகளால்(இயற்கைக்கு ஒவ்வாத விலங்குகளால் அல்ல) என்னவெல்லாம் செய்யமுடியும் என்பதைப் பற்றிய கூடுதலான புரிதலை நமக்குத் தரமுடியும்; நம்மைப் பற்றிய கூடுதலான புரிதலும் கிடைக்கும்.

வரலாறு என்பது அதிக சிக்கலானது; அதிகக் கடினமானது; முழுமையான பாதுகாப்பற்றது என்னும்போது ஏன் அதை ஆய்வு செய்ய வேண்டும்? வரலாறு ஏன் பொருட்படுத்தப் படுகிறது? கடந்த காலத்திலிருந்து பாடங்களைக் கற்க வரலாற்றை நாம் தெரிந்துகொள்ள வேண்டும் என்று சில சமயங்களில் சொல்லப்படுகிறது. இது பிரச்சினைக்குரியதாக எனக்குத் தோன்றுகிறது. இதன் மூலம் வரலாறு நாம் கற்க வேண்டிய பாடங்களை வழங்குகிறது என்று சொல்வோ மானால், வகுப்பில் இதைக் கவனத்தில் எடுத்துக்கொள்ளும்

ஒரே ஒருவரை இனிமேல்தான் நான் கண்டுபிடிக்க வேண்டும். இவற்றையெல்லாம் விட இப்படிப்பட்ட பாடங்கள் (மாதிரி வடிவங்கள், அமைப்புகள், தேவையான விளைவுகள்) இருக்கின்றன என்றால், அவை நம்மை எதிர்காலம் பற்றி முன்னுணரவும் வைக்கும். ஆனால் அவை அப்படி உதவுவதில்லை. எதிர்காலம் எப்போதும் இருந்ததுபோல ஊடுருவிக் காண முடியாததாகவே இருந்து கொண்டிருக்கிறது. இருந்த போதும், கடந்தகாலம் என்பது நாம் கவனத்தில் கொள்ள வேண்டிய பாடங்களை எடுத்துக்கொள்வதற்கான வாய்ப்பை வழங்குகிறது என்று நாம் சொல்வோமானால், நான் அதிக தூண்டுதல் பெறுவேன். கடந்த காலத்தில் மனிதர்கள் என்ன செய்தார்கள் - நல்லது, கெட்டது – என்பதைச் சிந்திப்பது நாவல்கள், திரைப்படங்கள், தொலைக்காட்சி போன்றவற்றைக் கற்பது போலவே எதிர்காலத்திற்கான நமது செயல்களைப் பற்றிச் சிந்திப்பதற்கான எடுத்துக்காட்டுகளை வழங்குகிறது. ஆனால், நமது வாழ்க்கைக்கும் முடிவுகளுக்கும் தயாரான மாதிரிச் சட்டகங்களைத் தரக்கூடிய கடந்தகாலம் பற்றிய திடமான திட்டமுறைகள் இருப்பதாகக் கற்பனை செய்து கொள்வதென்பது வரலாற்றின் மீது அதனால் பூர்த்தி செய்ய முடியாத ஓர் உறுதிப்பாட்டிற்கான நம்பிக்கையைச் சுமத்துவதாக இருக்கும்.

நினைவு என்பது ஒரு தனிமனிதருக்கு அடையாளம் ஒன்றை அளிப்பது போல வரலாறு நமக்கு அடையாளத்தை அளிக்கிறது என்ற இன்னொரு கருத்து இந்த நூலின் தொடக்கத்தில் குறிப்பிடப்பட்டது. ஒரு நிகழ்வு என்ற வகையில் நிச்சயம் இது உண்மை. புரோடஸ்டண்ட் அல்ஸ்டர்மென் தொடங்கி இனுய்ட் இந்தியர்கள் வரை தமது கூட்டு அடையாளங்களுக்குக் கடந்தகால நிகழ்வுகளைத்தான் அடிப்படையாகக் கொள்கின்றனர். ஐரோப்பா முழுக்க நிகழும் வெவ்வேறு இனக்குழுக்களுக்கிடையேயான ரத்தம் பெருக்கும் மோதல்கள் உறுதிப்படுத்துவது போல இதுவும்கூட ஆபத்துதான். நமது அடையாளத்தின் ஒரு பகுதிக்காகக் கடந்த காலத்தோடு நாம் உரிமைகொள்ளலாம். ஆனால் கடந்த காலத்திற்குள் சிறைப்படுவதன் மூலம் நமது மனிதநேயப் பண்பையும், வெவ்வேறு வகையான தேர்ந்தெடுப்புகளைச் செய்வதற்கும், நம்மை

நாமே அறிவதற்கான வெவ்வேறு வழிமுறைகளைத் தெரிவு செய்வதற்குமான நமது ஆற்றலையும் இழந்துவிடுகிறோம்.

வரலாறு, மனித வாழ்வின் நிலைப் பற்றிய ஆழமான அடிப்படையான புரிதல்களைத் தரமுடியும் என்றும், கடந்த காலத்தினூடாகத் தேடிச்செல்வதன்மூலம் நமது வாழ்க்கையின் அடிப்படையான சில இழைகளைக் கண்டறியமுடியும் என்றும் சிலசமயம் நம்பப்படுகிறது. 'உண்மையில் எப்படி இருந்தது அது என்பதை மட்டும் சொல்லுங்கள்' என்ற ரங்கேவின்(Ranke) கூற்றை 'அடிப்படையில் (சாராம்சத்தில்) அது எப்படி இருந்தது என்பதை மட்டும் சொல்லுங்கள்' என்றுகூட மொழிபெயர்க்கலாம். மனிதப் பண்பு, கடவுள், சூழ்நிலைகள், சட்டங்கள் போன்றவற்றின் சாராம்சங்களைக் கண்டறியும் வேலை நீண்ட காலமாக வரலாற்றாசிரியர்களிடம் ஒப்படைக்கப்பட்டுள்ளது. ஆனால் நமக்குச் சாராம்சங்களால் தற்போது ஏதாவது பயனுண்டா? பல்வேறு மக்களுக்கும் பல்வேறு காலங்களுக்கும் இடையே சாராம்சமான தொடர் புகள் இருப்பதாக நாம் நம்புகிறோமா? அப்படி நம்புவதாக இருந்தால், நாம் உலகளாவிய மனித உரிமைகளை முன்வைக்க விரும்புவதும் நாசுக்கு மற்றும் நம்பிக்கையைப் பற்றியிருக்க விரும்புவதும் அதற்குக் காரணமாக இருக்கும். அப்படி நம்பி இருக்கத்தான் வேண்டும். இந்த இடத்தில் வரலாற்றாசிரியர் களால் அதிகப் பயன் இல்லை; இருக்கவும் கூடாது. வரலாற்று ஆசிரியர்கள் மனித உரிமைகள் என்பவை இயற்கைச் சட்டம் (natural law), சொத்துடைமை, குடும்பம் இன்னும் பலவற்றைப் போன்றே வரலாற்று உருவாக்கமே என்பதை நமக்கு நினை வூட்ட முடியும். மனிதர்(man) என்ற சொல் எப்போதும் பெண்களையும் உள்ளடக்கியது என்று நாம் நம்பும்போதோ அல்லது வெவ்வேறு 'இனங்கள்' தமக்கான சில அடிப்படை உட்பண்புகளைக் கொண்டுடிருக்கின்றன என்று நாம் கருதும் போதோ அல்லது நம்முடைய அரசியல் மற்றும் அரசு அமைப்புமுறை மட்டும்தான் மனித நடத்தைக்கான சரியான ஒரே மாதிரி வடிவம் என்று கற்பனை செய்து கொள்ளும் போதோ சாராம்சம் என்பது நம்மைத் தொல்லைக்குட்படுத்து கிறது. எனவே வரலாற்றாசிரியர் வேறொரு வேலையை எடுத்துக்கொள்ளலாம்: சாராம்சங்களைத் தேடுபவர்கள்

தரவேண்டிய விலையைப் பற்றி நினைவூட்டுபவராகச் செயல்படலாம்.

வரலாற்றை ஆய்வதற்கும், ஏன் வரலாறு தேவைப்படு கிறது என்பதற்கும் வேறு மூன்று காரணங்களைக் குறிப்பிட விரும்புகிறேன். முதலாவது அதிலுள்ள பெறும் 'மகிழ்ச்சி'. இசையை அல்லது கலையை அல்லது திரைப்படங்களை அல்லது தாவரவியலை அல்லது விண்மீன்களைக் கற்பதில் உள்ளது போலவே கடந்தகாலத்தைக் கற்பதிலும் இன்பம் இருக்கிறது. நம்மில் சிலர் பழைய ஆவணங்களைக் காண் பதிலும் பழைய ஓவியங்களை உற்றுநோக்குவதிலும், முழுக்க முழுக்க நம்முடையதிலிருந்து வேறுபட்ட நிலப்பகுதிகளைப் பார்ப்பதிலும் இன்பம் பெறுகிறோம். வேறு எப்படியில்லை என்றாலும் இந்தச் சுருக்கமான அறிமுகம் கடந்தகால வர லாற்றின் குறிப்பிட்டக் கூறுகளை அணுகுவதன் மகிழ்ச்சி யை உங்களுக்குத் தந்திருக்கிறது; ரோதேவின் கில்கம், லொரென்ஸோ வல்லா, லெப்போல்ட் வான் ரங்கே, ஜியோர்ஜ் பர்டெட் மற்றும் சோஜோர்னெர் ட்ரூத் போன்றவர்களைச் சந்தித்ததில் நீங்கள் மகிழ்வடைந்திருக்கிறீர்கள்.

நான் கூறும் இரண்டாவது காரணம் இங்கிருந்து தொடங்கு கிறது: வரலாற்றைச் சிந்திப்பதற்குரிய ஒன்றாகப் பயன் படுத்துவது. வரலாற்றைப் படிப்பதென்பது ஒருவரைத் தனது நிகழ்காலப் பின்புலத்திலிருந்து நகர்த்தி வேறொரு உலகத்தை ஊடுருவி அறிபவராக மாற்றுகிறது. இது நமது வாழ்வையும் அதன் பின்புலங்களையும் பற்றிய கூடுதல் அறிவுடையவர் களாக நம்மை ஆக்குகிறது. கடந்த காலத்தில் மக்கள் எவ்வளவு வித்தியாசமாக நடந்துகொண்டார்கள் என்று பார்ப்பது 'நாம்' எப்படி நடந்துகொள்கிறோம்; நாம் சிந்திக்கும் இந்த முறையில் ஏன் இப்போது சிந்திக்கிறோம்; எவற்றை நாம் சாதாரணமாக எடுத்துக்கொள்கிறோம்; எவற்றைச் சார்ந்து நாம் இருக்கிறோம் என்பவை பற்றிச் சிந்தித்துப் பார்க்கும் வாய்ப்பை நமக்கு வழங்குகிறது. கடந்துபோன நூற்றாண்டு களில் இருந்து விலகிச் செல்லக்கூடிய, கண்டறியக் கடினமான 'மனிதப் பண்பு' என்ற காரணத்தால் அல்ல, வரலாறு நம்மை முழுமையான ஓய்வில் ஆழ்த்துகிறது என்ற காரணத்தால்

வரலாற்றை ஆய்வதென்பது நம்மை நாமே ஆய்ந்தறிவதாக உள்ளது. கடந்த காலத்திற்குப் பயணப்படுவதென்பது அயல் நாடு ஒன்றுக்குப் பயணப்படுவது போன்றது. அங்குள்ளவர்கள் சிலவற்றை நம்மைப் போலவும் சிலவற்றை வித்தியாச மாகவும் செய்கின்றனர்; ஆனால் எல்லாவற்றையும்விட அவர்கள் நாம் 'நமது நாடு' என்று சொல்வதைப் பற்றி அதிகமாக நாம் அறியும்படி செய்கிறார்கள்.

கடைசியாக நான் சொல்லும் மூன்றாவது காரணம் மறு படியும், இது முதல் இரண்டுடன் தொடர்புடையது: நம்மைப் பற்றியே வேறுவகையாகச் சிந்திப்பது என்பதும், தனிமனிதர் களாக நாம் எப்படி மாறினோம் என்பதைப் பற்றிச் சிலவற்றைத் தொகுத்தறிவது என்பதும், சிலவற்றை வேறுவகையாகச் செய்வதற்கான சாத்தியப்பாட்டை அறிவுறுத்துவதாகவும் உள்ளது. இது இந்நூலின் முதல் அத்தியாயத்தில் நான் குறிப் பிட்ட ஒரு கருத்தை நோக்கி என்னைக் கொண்டுசெல்கிறது. வரலாறு என்பது ஒரு வாதம். வாதங்கள் என்பவை மாற்றத் திற்கான வாய்ப்பை வழங்குகின்றன. வரலாறு, 'இது இப்படித் தான் நிகழ்ந்தது' அல்லது எப்போதும் நிலைமைகள் இப்படித் தான் இருந்தன' என்ற வறட்டு வாதங்களை நம்முன் வைக்கப் படும்போது அவற்றை நாம் எதிர்க்கும்படி செய்கிறது. பல விதமான நிகழ்வுப் போக்குகளும் பல வகையான இருத்தல் களும் எப்போதும் இருந்தே வருகின்றன என்று சுட்டிக்காட்ட வைக்கிறது. நாம் முரண்படுவதற்கான கருவிகளை வரலாறு நமக்கு வழங்குகிறது.

இந்தச் சிறிய நூலை ஒரு முடிவுக்குக் கொண்டுவர வேண்டும். இப்போது பரஸ்பர அறிமுகத்தை நான் செய்து வைத்திருக்கிறேன். (வாசகரே, இதுதான் வரலாறு; வரலாறே, இவர்தான் வாசகர்) உங்களிடையேயான பழக்கத்தைத் தொடர்வீர்கள் என்று நான் அதிகமாக எதிர்பார்க்கிறேன்.

நான் அதிகம் மதிக்கும் எழுத்தாளர் ஒருவர் இருக்கிறார், டிம் ஓ'பிரியென்(Tim O'Brien) எனப்படும் அமெரிக்க நாவலாசிரியர். ஒரு ராணுவ வீரராகச் சில காலங்கள் வியட்நாமில் கழித்தார். அவருடைய எழுத்து, 'போர் பற்றிய உண்மைக் கதையை' சொல்வதன் சாத்தியங்கள், சாத்தியமின்மைகள் மற்றும்

உண்மைக்கதையென்பது என்னவாக இருக்கலாம் என்பவற்றுடன் போராடுகிறது. சொற்றொடர்களுக்கு இடையேயான முரண்தன்மைகளின் மாபெரும் முக்கியத்துவத்தை என்னைவிட நன்றாக அவர் பதிவு செய்கிறார். பிறகு, அவரைப் பொறுத்தவரை நமது இறுதி வாக்கியம் இது:

'ஆனால் இதுவும்கூட உண்மையே; கதைகளால் நம்மைக் காப்பாற்ற முடியும்'.

பார்வை நூல்கள்

அத்தியாயம் 1

Douglas Adams, *Life, the Universe and Everything* (London, 1985).

Michael Clanchy, *From Memory to Written Record: England 1066-1307*, 2nd edition (Oxford, 1993).

Annette Pales – Gobilliard (ed.), *L'Inquisiteur Geoffroy d'Ablis et les Cathares du Comte de Foix (1308-1309)* (Paris, 1984).

அத்தியாயம் 2

Jean Bodin, *Method for the Easy Comprehension of History* (New York, 1966).

M.H. Crawford and C.R. Ligota (eds.), *Ancient History and the Antiquarian: Essays in Memory of Arnaldo Momigliano* (London, 1995).

Antonia Gransden, *Historical Writing in England c.550 to the early sixteenth century,* 2 vols. (London, 1974).

Louis Green, 'Historical Interpretation in Fourteenth-Century Florentine Chronicles', *Journal of the History of Ideas* 28 (1967).

Gerald A. Press, *The Development of the Idea of History in Antiquity* (New York, 1982).

Beatrice Reynolds, 'Shifting Currents in Historical Criticism', *Journal of the History of Ideas* 4 (1953).

Richard Southern, 'Aspects of the European Tradition of Historical Writing' I – IV, *Transactions of the Royal Historical Society*, 5th series, 20-23 (1970-1973).

William of Malmesbury, *Chronicle of the Kings of England* (London, 1866).

அத்தியாயம் 3

Stefan Berger, Mark Donovan and Kevin Passmore (eds.), *Writing National Histories: Western Europe since 1800* (London, 1999).

Peter Burke, *The Renaissance Sense of the Past* (London, 1969).

Edward Gibbon, *The History of the Decline and Fall of the Roman Empire* (London, 1910).

David Hume, *Enquiries Concerning Human Understanding and Concerning the Principles of Morals* (Oxford, 1975).

G.G. Iggers and J. Powell (eds.), *Leopold von Ranke and the Shaping of the Historical Discipline* (Syracuse, NY, 1990).

Donald R. Kelley, *Foundations of Modern Historical Scholarship: Language, Law and History in the French Renaissance* (New York, 1970).

Stan A.E. Mendyk, *Speculum Britanniae; Regional Study, Antiquarianism and Science in Britain to 1700* (Toronto, 1989).

Arnaldo Momigliano, *Studies in Historiography* (London, 1966).

Peter Hans Reill, *The German Enlightenment and the Rise of Historicism* (Berkeley, 1975).

The Works of Voltaire; a contemporary version, trans. W. F. Fleming (New York, 1927).

Leopold von Ranke, *The Secret of World History: Selected Writings on the Art and Science of History,* ed. R. Wines (New York, 1981).

Hayden White, *Tropics of Discourse: Essays in Cultural Criticism* (Baltimore, 1978).

அத்தியாயம் 4

Calendar of State Papers, Colonial Series 1574-1660, ed. W. Noel Sainsbury (London, 1860), vol. I.

Calendar of State Papers, Domestic Series, ed. John Bruce (London, 1858-93).

Great Yarmouth Assembly Book 1625-1642 [NRO, YC 19/6].

The Journal of John Winthrop 1630-1649, eds. R.S. Dunn, J. Savage and L. Yeandle (Cambridge, MA, 1996).

Letter of George Burdett to Archbishop Laud, December 1635 [PRO, CO1/8/88].

The New England historical and genealogical register, 1847-1994, New England Historic Genealogical Society (Boston, 1996) CD-ROM collection.

Richard Cust, 'Anti-Puritanism and Urban Politics: Charles I and Great Yarmouth', *Historical Journal* 35, 1 (1992), 1-26.

Jacques Ranciere, *The Names of History* (New York, 1993).

Roger Thompson, *Mobility and Migration: East Anglian Founders of New England 1629-1640* (Cambridge, MA, 1994).

I have not dealt with all of the available evidence in this chapter: there is more colonial material on Burdett, and further details on his English court cases than I found space to discuss here, including a reference in a list of Cambridge alumni that states that he died in Ireland in 1671.

References to Chapters 5 to 7 are included within the 'Further Reading' section.

விரிவான வாசிப்புக்கு

அத்தியாயம் 1

கதார்கள் மற்றும் திருச்சபை விசாரணையாளர்கள் பற்றி அறிய Malcolm Lambertஇன் *The Cathars* (Oxford, 1999) *அல்லது* Michael Costenஇன் *The Cathars and the Albigensian crusade* (Manchester, 1997) *என்ற நூலைப் பார்க்க. பைரனீஸ் வாழ்க்கை பற்றிய கூடுதல் தகவல்களுக்கும் கதைகளுக்கும்* Emmanuel Le Roy Ladurieஇன் *Montaillou: Cathars and Catholics in a French Village 1294 - 1324* (London, 1980) *என்ற நூல் உள்ளது. சிலநேரங்களில் இந்நூல் தவறான தகவல்களைத் தரலாம், இருந்தாலும் இது விறுவிறுப்பான, சுவாரசியமான ஒரு நூல். 'யாருக்கானது வரலாறு' என்பது பற்றிய கூடுதல் கருத்துக்களை அறிய* Keith Jenkinsஇன் *Re- Thinking History* (London, 1991) *என்ற நூலைக் காண்க.*

அத்தியாயம் 2

ஹெரோடோடஸின், *The Histories* (Harmondsworth, 1954) *என்ற நூல் துசிடைடசின்* *History of the Peloponnesian war* (Harmondsworth, 1972) *என்ற நூலைவிட படிப்பதற்கு வேடிக்கை யானது. ஆனால் இரண்டாவது நூலில் இடம்பெறும் பேச்சுக்கள் சுவையானவை. வரலாற்றின் வரலாறு பற்றிய விரிவான தகவல்களை அறிய* Denys Hayஇன் *Annalists and Historians; Western Historiography from the VIIIth to the XVIIIth Century* (London, 1977); Beryl Smalleyஇன் *Historians in Middle ages* (London, 1974);

Alain Schnapp இன் *The Discovery of the Past: the Origins of Archaeology* (London, 1993); Peter Burke இன் *The Renaissance Sense of the Past* (London, 1969) போன்ற நூல்களைக் காண்க. Arnaldo Momigliano–வின் *The Classical Foundations of Modern Historiography* (Berkeley, 1990) என்ற நூல் பழங்கால மற்றும் நவீன வரலாற்றியல் துறைகளுக்கிடையான உறவுகள் பற்றிய இலகுவான வாசிப்பு நடையில் எழுதப்பட்ட தர்க்க விபரங்களைக் கொண்டது. மத்திய கால மற்றும் மறுமலர்ச்சி கால வரலாற்றாசிரியர்களை அறிந்துகொள்ள முயற்சிப்பவர்கள் Richard Vaughan *(தொகுப்பாளர்)* இன் *The Illustrated Chronicles of Matthew Paris* (Stroud, 1993); Jean Froissart இன் *Chronicles* (Harmondsworth, 1968); Niccolo Machiavelli இன் *History of Florence* (New York, 1960) போன்ற நூல்களில் இருந்து தொடங்கலாம்.

அத்தியாயம் 3

பதினெட்டாம் நூற்றாண்டு நூலாசிரியர்கள் – குறிப்பாக வோல்தேர் மற்றும் கிப்போன் – இன்றும்கூட படிக்க இதமாக உள்ளனர். இந்த அத்தியாயத்தில் பேசப்பட்ட வளர்ச்சிகள் மற்றும் அவற்றின் பின்புலங்கள் பற்றி அறிய Norman Hampson இன் *The Enlighitenment* (London, 1968); Anthony Grafton இன் *The Footnote; a Curious History* (London, 1997); Roy Porter இன் *Edward Gibbon: Making History* (London, 1988); Peter Novick இன் *That Noble Dream: the 'Objectivity Question' and the American Historical Profession* (Cambridge, 1988) போன்ற நூல்களை அணுகவும். இருபதாம் நூற்றாண்டின் வரலாற்றியல் அணுகுமுறைகள் பற்றிய மொத்தமான விளக்கங்களை அறிய Anna Green மற்றும் Kathy Troup தொகுத்த *The Houses of History* (Manchester, 1999) என்ற நூலைக் காண்க.

அத்தியாயம் 4

நூலாதாரங்கள் பட்டியலில் தரப்பட்டுள்ள Cust என்பவர் எழுதியுள்ள ஒரு கட்டுரையில் காணப்படும் ஒரு சிறிய குறிப்பு தவிர Burdett பற்றிய விரிவான தகவல்களை இதுவரை யாரும் எழுதவில்லை. இங்கிலாந்தின் உள்நாட்டு அரசியல் பின்புலம் பற்றித் தெரிந்து கொள்ள விரும்புவோர் John Morrill எழுதிய

Revolt in the Provinces: the People of England and the Tragedies of War 1630 - 1648, இரண்டாம் பதிப்பு (London, 1999) என்ற நூலையும், பொதுவான தகவல்களை அறிய விரும்புவோர் Keith Wrightsonஇன் *English Society 1530 - 1680* (London, 1982) என்ற நூலையும் காணலாம். Winthrop மற்றும் அமெரிக்கா பற்றி அறிய Richard Dunnஇன் *Puritans and Yankees: the Winthrop Dynasty of New England 1630 - 1717* (Princeton, 1962) என்ற நூலைக் காணலாம். வரலாற்று ஆதாரங்கள் மற்றும் அவற்றின் பயன்பாடுகள் பற்றிய வேறொரு பார்வையை அறிய John Toshஇன் *The Pursuit of History*, இரண்டாம் பதிப்பு (London, 1991) என்ற நூலைக் காண்க – குறிப்பாக 2,3ஆம் அத்தியாயங்கள். வரலாற்றாசிரியர்கள் பணியாற்றும் முறை பற்றி மேலும் அறிய Ludmilla Jordanova-வின் *History in Practice* (London, 2000) என்ற நூலையும் அணுகவும். இது தொடர்பாகச் செய்வதற்கு இன்னொன்றும் உள்ளது – உங்கள் பகுதியில் உள்ள பதிவேட்டு அலுவலகம் ஆவணக்காப்பகத்தை ஒரு முறை சென்று பார்ப்பது.

அத்தியாயம் 5

இந்த அத்தியாயத்தில் குறிப்பிடப்பட்டுள்ள 'பொருள் படுத்துதல்' என்ற கோட்பாடு பற்றிய சுருக்கமான, தெளிவான அறிமுகத்திற்கு Ann Hughesஇன் *The Causes of the English Civil war* (London, 1998) என்ற நூலையும், இது பற்றிய ஒரு குறிப்பிட்ட பார்வை விரிவாக விவாதிக்கப்பட்டுள்ளதற்கு David Underdown இன் *Revel, Riot and Rebellion: Popular Politics and Culture in England 1603 - 1660* (Oxford, 1985) என்ற நூலையும் காண்க. மார்க்ஸிசம் பற்றி மேலும் அறிய கார்ல் மார்க்ஸ் மற்றும் ஃபிரைடரிக் ஏங்கெல்ஸ் எழுதிய *The German Ideology*, பதிப்பாசிரியர் C.J.Arthur (London, 1974) என்ற நூலைக் காணலாம். இது மிக எளிய வாசிப்புக்கு உரிய பதிப்பு. மேலும் Eric Hobsbawmஇன் *On History* (London, 1998) என்ற நூலில் உள்ள கட்டுரைகளையும் பார்க்கலாம். மற்ற துறைகளுடன் வரலாற்றுக்கு உள்ள உறவு குறித்த சிந்தனைகள் Peter Burkeஇன் *History and Social Theory* (Oxford, 1992), Adrian Wilsonஇன் *Rethinking Social History: English Society 1570 - 1920 and its Interpretation* (Manchester, 1993) போன்ற

நூல்களில் பேசப்பட்டுள்ளன. 'பெருங்கதையாடல்' பற்றிய கருத்துகள் Robert F.Berkhofer, Jr. எழுதியுள்ள *Beyond the Great Story; History as Text and Discourse* (Cambridge, MA, 1995) நூலில் விவாதிக்கப்பட்டுள்ளது.

அத்தியாயம் 6

Robert Darntonஇன் *The Great Cat Massacre and other Episodes in French Cultural History* (London, 1984) நூலில் பூனைகளைக் கொல்லுதல், பண்பாட்டு வரலாறு போன்ற வேறு பல கருத்துகள் காணப்படுகின்றன. Annales சிந்தனைப் புலத்தைச் சேர்ந்த தாக்கம் நிறைந்த ஒரு நூலை வாசிக்க விரும்பினால், Marc Bloch எழுதிய *The Historians Craft* (Manchester, 1953) என்பதை முயற்சித்துப் பார்க்க. 'மெந்தாலித்தே' குறித்த சமீப கால நூல் Henri Martin எழுதிய *Mentalite's Medievales XIe - XVe Siecle* (Paris, 1996), அது பற்றிய விமர்சனம் Dominick LaCapraவின் *History and Criticism* (Ithaca, 1985) நூலில் காணப்படுகிறது.

அத்தியாயம் 7

Sojourner Truthஇன் பேச்சும் அதன் பின்புலமும் Nell Irvin Painterஇன் *Sojourner Truth: a Life, a Symbol* (New York, 1996) நூலில் காணப்படுகின்றன. கால கட்டந்தோறும் பாலியல் எவ்வாறு மாற்றியமைக்கப்பட்டது என்பதை அறிய Thomas Laqueurஇன் *Making Sex: Body and Gender from the Greeks to Freud* (Cambridge, MA, 1990) நூலைக் காண்க, இது பற்றிய இன்னும் விரிவான நூல் Helen Kingஇன் *'Hippocrates' Women: Reading the Female Body in Ancient Greece* (London, 1998). இவற்றை விட கலகலப்பான ஒரு நூல் James Davidson எழுதிய *Courtesans and Fishcakes: the Consuming Patterns of Classical Athens* (London, 1997). வரலாற்றைப் பற்றிச் சிந்தித்தலுக்கு Michel Foucaultவின் *The History of Sexuality: Volume One* (London, 1984) ஓர் எடுத்துக்காட்டு. முந்தைய நூல்களால் இந்நூல் விமர்சிக்கப்பட்டுள்ளது (அதே சமயம் தாக்கம் ஏற்படுத்தக் கூடியதாகவும் உள்ளது). இதற்கு வேறொரு திட்டமும் உள்ளது – நிகழ்காலத்தை மாற்றுவதற்கான ஒரு வாய்ப்பை அனுமதிக்கும் முயற்சி. வரலாற்றின் நோக்கம் பற்றிய வேறுபட்ட பார்வை Gerda Lernerஇன்

Why History Matters (Oxford, 1998) நூலில் தரப்பட்டுள்ளது. 'வரலாறு' நன்மைக்கும் தீமைக்கும் சமூகத்தால் பயன்படுத்தப் பட்டுள்ளது பற்றிய பல்வேறு சிந்தனைகளை David Lowenthal இன் *The Heritage Crusade* (Cambridge, 1997) நூலில் காணமுடியும். கடைசியாக, நம்முடைய முடிவுச் சொற்கள் Tim O'Brien இன் *The Things They Carried* (London, 1990) நூலில் இடம்பெறுகின்றன.